தந்த்ரா:
ஓர் உன்னத ஞானம்

(TANRA : The Supreme Understanding)

தமிழாக்கம்:

டாக்டர் தி.நா. பிரணதார்த்தி ஹரன், M.A., Ph.D.,

கவிதா பப்ளிகேஷன்

8, மாசிலாமணி தெரு,
பாண்டி பஜார்,
தியாகராய நகர்,
சென்னை - 600 017.

044-42161657
+91-7402222787
kavitha_publication@yahoo.com
kavithapublication@gmail.com
www.kavithapublication.com

TANRA : OOR UNNATHA GNANAM (Tamil)

Originally published in English as
TANRA :THE SUPREME UNDERSTANDING

Under the author name OSHO
Tamil Translation Copyright © 1998,,Osho International Foundation.
Copyright©· Revisions 1953"2004 Osho International Foundation.
Osho is a registered trademark of Osho International Foundation.
used under license.

Translated by	Dr.T.N.Pranadharthi Haran
Publishing Editor	Sethu Chockalingam
First Edition	1998
Second Edition	September, 2003
Third Edition	May, 2012
Fifth Edition	January, 2021
Sixth Edition	December, 2022
Seventh Edition	December, 2024
Pages	288
Price	**Rs.300/-**
ISBN	978-81-8345-234-2
Printed at	AKL Printers, Chennai - 116.

Published by :

KAVITHA PUBLICATION
8, Masilamani Street, Pondy Bazaar, Thyagaraya Nagar,
Chennai • 600 017.
Phone   : 044 • 42161657 Whats App: 7402222787

E-mail : kavitha_publication@Gmail.com
Website : www.kavithapublication.com

No part of this book may be reproduced or transmitted in anyform or by
any means electronic or mechanical including photocopying or recording
or by any information storage and retrieval system without permission in
writingfrom Osha International Foundation.

3

ஓஷோவின் சமாதி மீது
பொறிக்கப்பட்டுள்ள பொன்னெழுத்துக்கள்:

ஓஷோ

பிறக்கவுமில்லை

இறக்கவுமில்லை

பூமி எனும் கிரகத்திலே

அவர் பார்வையிட்ட காலம்

டிசம்பர் 11, 1931 - ஜனவரி 19, 1990

தியானம், சிருஷ்டி இவைகளின் ஒரு விநோதமான புதிய சன்யாஸத்தின் தோட்டம், ஓஷோ கம்யூன், ஓஷோவின் முன்னிலையற்ற நிலையிலும் இன்றும் கூட அனைத்துலகையும் தம் வசம் கவரக்கூடிய பிரபல கேந்திரமாகத் திகழ்கிறது. இங்கே நிரந்தரமாக புதிய புதிய மனிதர்கள் ஆன்ம உருமாற்றத்திற்காக வந்து கொண்டே இருக்கிறார்கள். மேலும் ஓஷோவின் ஆழ்ந்த ஜீவ நிலையைப் போலவே மூழ்கி விடுகின்றனர்.

ஓஷோ ஒரு அறிமுகம்

ஞானவான்களின் மாபெரும் பிரவாகத்திலே ஓஷோ ஒரு புதிய துவக்கமாயுள்ளார். அவர் பழைய சமயங்களின் பரம்பரைக்கும் கட்டுப்பாட்டிற்கும் எவ்வித சம்பந்தமும் இல்லாதவர். ஓஷோவினால் ஒரு புதிய யுகத்தின் நல்துவக்கம் நிகழ்ந்துள்ளது. அதனுடனேயே காலம் இருவகையாகப் பிரிகிறது - ஓஷோவுக்கு முன்னால், ஓஷோவக்கு பின்னால்.

ஓஷோவின் வருகையால் ஒரு புதிய மனிதன், ஒரு புதிய உலகம், ஒரு புதிய யுகம் துவங்கியுள்ளது. அதன் ஆதாரம் எவ்வித பழைய சமயங்களுக்கும் தொடர்பற்றது. தரிசன சாஸ்திரங்களுக்கெல்லாம் அப்பாற்பட்டது. ஓஷோ புத்துணர்ச்சி ஊட்டுகின்ற சமயவாதிகளில் முதன்மையானவர். முழுமையான, விநோதமான ஞானத்தின் கருவூலம்.

புதிய மனிதனின், புதிய மனிதத்துவத்தின் ஒரு புதிய கண்டுபிடிப்பாளர் ஓஷோ.

ஓஷோவின் அந்த புதிய மனிதன் ''ஜோர்பா தி புத்தா'' எப்படிப்பட்ட மனிதன் என்றால், அவன் ஜோர்பாவைப் போல உலகியல் வாழ்க்கையின் முழு இன்பத்தையும் நுகர அறிந்திருக்கிறான். கௌதம புத்தரைப் போல மௌனத்தைப் பின்பற்றி

தியானத்தில் இறங்கும் திறன் பெற்றிருக்கிறான். அவன் உலகிய லாலும் சரி, ஆன்மிகத்தாலும் சரி இரண்டு பரிணாமங்களிலும் நிறைவு பெற்றிருக்கிறான். ''ஜோர்பா தி புத்தா'' ஒரு பிளவுபடாத முழுமையான மனிதன். இந்த புதிய மனிதன் இல்லாமல் பூமியிலே எவ்வித வருங்காலமும் நிலைபெறாது.

ஓஷோ தன்னுடைய சொற்பொழிவின் வாயிலாக மனித மனத்தின் மன வளர்ச்சிக்காக எல்லாவித கோணங்களையும் வெளிப்படுத்தி உள்ளார். புத்தர், மகாவீரர், கிருஷ்ணா, சிவன், சாண்டில்யன், நாரதர், ஜீஸஸ் போன்ற மகான்களை மட்டு மல்லாமல், பாரத ஆன்மிக வானத்தின் அநேக நட்சத்திரங்களான ஆதிசங்கரர், கோரக், கபீர், நானக், முல்க்தாஸ்,ரவிதாஸ், தரியாதாஸ், மீரா போன்றவர்களைப் பற்றியும் ஆயிரக் கணக்கான சொற்பொழிவுகள் நிகழ்த்தியுள்ளார்.

அவருடைய சொற்பொழிவால் வாழ்க்கையில் தொடப் படாத எந்த எல்லையும் கிடையாது. யோகா, தந்த்ரா ஜென். ஹஸீத், சூஃபி போன்ற தனிப்பட்ட சாதகங்கள் மீது, பரம்பரையின் புரிந்து கொள்ள முடியாத இரகசியங்கள் மீது, அவர் மிகவும் தெளிவாக வியாக்கியானம் செய்துள்ளார். மேலும் அரசியல், கலை, விஞ்ஞானம், மனோவியல், தரிசனம், கல்வி, குடும்பம், சமுதாயம், ஏழ்மை, மக்கள் கூட்டம், சூழ்நிலை, சம்பவிக்கக் கூடிய யுத்தம் இவைகளை மட்டுமின்றி உயிரை கொல்லுகின்ற எய்ட்ஸ் போன்ற விஷ நோயின் மீதும் அவருடைய புரட்சிகரமான ஜீவதிருஷ்டி பட்டிருக்கிறது.

சீடர்கள், சாதகர்களுக்கு மத்தியிலே அவரால் நிகழ்த்தப்பட்ட சொற்பொழிவுகள் அறுநூற்று ஐம்பதுக்கும் அதிகமான புத்தக வடிவில் வெளிவந்துள்ளன. முப்பதுக்கும் மேலான அயல்

மொழிகளில் அவை மொழிபெயர்க்கப்பட்டுள்ளன. அவர் சொல்கிறார் ''என்னுடைய தகவல் எதுவும் ஒரு கொள்கைக் குட்பட்டதோ ஒரு குறிப்பிட்ட சிந்தனைக்குரியதோ அல்ல. என்னுடைய தகவல்களோ உள்ளத்தை மாற்றக்கூடிய இரசாயனமாகும். ஒரு விஞ்ஞானமாகும்.''

ஓஷோ 1931ஆம் ஆண்டு டிசம்பர் மாதம் 11வது நாளன்று மத்திய பிரதேசத்தை சார்ந்த குச்வாடா எனும் ஊரில் அவதரித்தார். 1953ஆம் ஆண்டு மார்ச் மாதம் 21வது நாளன்று அவருடைய வாழ்க்கையில் ஒரு அதிமுக்கியமான பூரண ஞானம் உதித்தது. அவர் ஒரு ஞானியாகப் பரிணமிக்கத் துவங்கினார். 1990ஆம் ஆண்டு ஜனவரி 19ம் நாள் ஓஷோ கம்யூன் இன்டர்நேஷனலில் அவர் தம் தேகத்தை விட்டு விட்டார்.

ஓர் அழைப்பு

ஓஷோவின் சொற்பொழிவுகளைப் படிப்பதும், அதனை செவி மடுப்பதும் நமக்கு ஒருவித ஆனந்தமாயுள்ளது. இதன் வாயிலாக நீங்கள் உங்களுக்குள்ளேயே ஒரு அபூர்வ புரட்சியின் காலடி ஓசைகளை செவியுறுவீர்கள். ஆனால் இது வெறும் ஒரு ஆரம்பமே. அதுவும் மங்கலகரமான ஆரம்பம். அவருடைய சொற்பொழிவுகளைப் படிக்கும்போது உங்களுக்கு நன்கு விளங்கி இருக்கும். ஓஷோவினுடைய மூலாதார தகவலே தியானம்தான். தியான பூமியிலே தான் அன்பு, ஆனந்தம், உற்சாகம் இவைகளின் மலர்கள் மலர்கின்றன. தியானம் என்பது ஆரம்பம் முதல் கடைசி வரை ஒரு புரட்சியே.

நிச்சயமாக இத்தகையதொரு புரட்சிகரமான ஆரம்பம் உங்களுக்குள்ளும் நிகழ வேண்டும் என்று நீங்களும் விரும்புவீர் கள். நீங்களும் இத்தகையதொரு சூழ்நிலையை உருவாக்கி உங்களை நீங்களே அறிந்து கொள்ளவும், ஆன்மிக அனுபவத்தின் திசையை நோக்கிப் பாதச் சுவடுகளை பதியவும், அந்தத் திசையை நோக்கி பலரும் முன்னேறக்கூடிய அளவுக்கு ஒரு நிலையத்தை ஏற்படுத்தவும் விரும்புவீர்கள்.

இதே போன்ற ஒரு தியான மையத்தை, உற்சாகமயமான சூழ்நிலையை உருவாக்குகின்ற ஒரு சக்தி மையத்தை ஓஷோ புனேயில் உருவாக்கினார். அதுதான் ஓஷோ கம்யூன் இன்டர் நேஷனல், இங்கே ஓஷோவின் முன்னிலையில் ஆயிரக்கணக் கானோர் வந்து தியானத்தின் ஆழ்நிலையை தொட்டிருக்கின்றனர். தியானத்தின் வாயிலாக இந்த மையம் உறுதிவாய்ந்த ஒரு தியான சக்தியாக எவ்வாறு உருவாகியுள்ளதென்றால், ஓஷோவின் உடல்

தொடர்பின்றியும் இன்றும்கூட நீங்கள் அதன் ஆற்றலை இந்த ஞானசேத்திரத்தில் உணரலாம்.

உலகின் ஏறக்குறைய நூற்றுக்கும் மேலான நாடுகளிலிருந்தும் மக்கள் இங்கே வருகை தந்து, இந்நிலையத்தின் சூழலில் தியானத்தின் இன்பத்தை சுவைத்தவாறு உள்ளனர். உலகிலே எத்தனைவிதமான மக்கள் உள்ளனரோ, அவரவர்கள் பின்பற்றும் வண்ணம், ஓஷோ அவர்களுக்கெல்லாம் விசேஷத் தன்மையோடு தியான விதிகளை ஏற்படுத்தி உள்ளார். இன்று உலக அரங்கின் அனைத்து சாதகங்களும் செயல்முறை விதியோடு ஒரே நிழலின் கீழ் அமைக்கப்பட்டு உள்ளன. உலக அரங்கிலே ஓஷோ கம்யூன் இன்டர்நேஷனல் மட்டுமே எத்தகையதொரு உன்னதமான கேந்திரமாக உள்ளதெனில்: இங்கே எல்லாவித சமயங்களைச் சார்ந்தவர்களும், எல்லா நாடுகளிலிருந்தும் வந்து, தங்கியிருந்து, தமக்கு அனுகூலமான தியானத்தைப் பிரயோகித்து ஒரே நேரத்தில் மாற்றத்தை உணர்கின்றனர். இத்தகைய ஒரு புதிய மனிதனின் ஜன்மபூமிதான் ஓஷோ கம்யூன் எனப்படுவது. இது ஒரு புரட்சிகரமான தலம்

இங்கே நீங்களும் வரவேற்கப்படுகிறீர்கள்.

மேற்கொண்டு அறிந்து கொள்ள தொடர்பு கொள்ள வேண்டிய முகவரி:

ஓஷோ கம்யூன் இன்டர்நேஷனல்,
17, கோரே கா(ன்)வ் பார்க்,
புனே - 411 001.
மஹாராஷ்டிரா.

போன்: 0212 - 628562
ஃபேக்ஸ் : 0212 - 624181
e-mail- MAIL @ OSHO. net

முன்னுரை

பகவான் ஸ்ரீ ரஜனீஷ் ஓர் உயர்ந்த வழிகாட்டி. தெரியாத பெரு வழியில் நமக்குத் தெளிவு தருபவர் - பாதையில் மலைகளும், பள்ளத்தாக்குகளும், காடுகளும், ஆறுகளும் ஒளியும் இருட்டும் நிறைந்த பாதையில் நமக்குத் தெளிவு தருகிறார்.

சிலர் பாதையில் தைரியமாகப் பயணம் செய்திருக்கிறார்கள். அவர்கள் கூறுவது இதயத்திற்கு இதம் அளிக்கிறது. பயணத்தின் அற்புத மௌனம், அழகு, மகிழ்ச்சி ஆகியவை பற்றி அவர்கள் கூறுவது வார்த்தைக்கு அப்பாற்பட்டது.

திலோபா இவ்வழியில் பயணம் செய்திருக்கிறார்; அதில் பாடலால் நிரப்பினார். அவர் நிரம்பி வழிந்தார். அவரது மாணவர் நரோபா தயாராக இருந்தபோது தமது இறுதி அனுபவத்தை மகாமுத்திரைப் பாடலாக வெளிப்படுத்தினார்.

ஆயிரம் ஆண்டுகளுக்குப் பின் பகவான் ரஜனீஷ், திலோபாவின் பாடலைப் பாடி, பாதையில் மறுபடியும் ஒளியேற்றுகிறார். தந்த்ரா மார்க்கத்தின் செய்தியை, தமது ஒப்பற்ற ஞானத்தால் அன்போடு உலகிற்கு வெளிப்படுத்துகிறார்.

உரிய காலத்தில் - வெயில் நாளில் மழைபோல் - செய்தி வெளிப் படுகிறது. பகவான் என்பவர் ஊற்று; தந்த்ரா என்பது ஆறுதலளிக்கும் தண்ணீர். கடுமையான முயற்சியை எதிர்பார்க்கும்போது, ‘இயல்பாக நெகிழ்ச்சியோடு இருங்கள்’ என்பது வழியாகிறது. கடுமையான தேடலை எதிர்பார்க்கும்போது, ‘தேடினால் கிடைக்காது’ என்பதே பதில்.

மறுப்பும், கட்டுப்பாடும் சமயங்களின் உபதேசப் பொருளாக இருக்க, தந்த்ரா மார்க்கத்தின் செய்தியோ, முழுவதும் ஏற்றல் என்பதா கிறது. அன்பும்-ஓய்வும், விழிப்பும்-ஏற்றலும் கொண்ட வழி இது.

பகவான் நமக்குத் தரும் இக்கொடை ‘ஆழமாகப் புரிந்து கொள்ளுதலை’ விளக்குகிறது. அவரது ஒளியும் சிரிப்பும், நம் இறுதிப் பயணமாம் உள்நோக்கிச் செல்லும் பயணத்தில் நம்மை ஊக்கப்படுத்தும்.

சுவாமி பிரேம்கீத்

உள்ளே...

1. இறுதி ஒருமை அனுபவம் — 12
2. பிரச்சினைகளின் வேர் — 42
3. இருளும் ஒளியும் — 69
4. உள்ளீடற்ற மூங்கிலாக இருங்கள் — 92
5. இயல்பாம் உண்மை — 116
6. மகா உபதேசம் — 145
7. பாதையற்ற பாதை — 170
8. வேரினை அறுப்போம் — 200
9. அப்பாலும் (அதற்கு) அப்பாலும் — 224
10. உன்னத ஞானம் — 245

மகாமுத்திரை என்ற தமது பாடலில் திலோபா கூறுகிறார்:

"மகாமுத்திரை எல்லா வார்த்தைகளையும்
குறியீடுகளையும் கடந்தது.
ஆனால் சிரத்தையுள்ள நரோபா,
உனக்கு இது நிச்சயம் சொல்லப்பட வேண்டும்.

வெற்றிடத்திற்குப் பற்றுக்கோடு தேவையில்லை
மகாமுத்திரை சூனியத்தில் கால்கொள்கிறது
முயற்சி ஏதும் இல்லாமல்.
ஆனால் நெகிழ்ச்சியோடு இயல்பாக இருக்கும்போது
நுகத்தடியை முறிக்கலாம்
இவ்வாறு விடுதலை பெறலாம்."

1. இறுதி ஒருமை அனுபவம்

இறுதி ஒருமை என்பது உயர்வற உயர்நலம் கொண்டது. அது ஓர் அனுபவமே இல்லை - ஏனெனில் அப்பொழுது அனுபவிப்பவர் இல்லாது போகிறார். அனுபவிப்பவர் இல்லாதபோது, அதைப் பற்றி என்ன சொல்வது? யார் சொல்வது? அனுபவத்தைப் பிறர்க்கு உணர்த்துவது யார்? அனுபவிப்பவர் மறையும் போது அனுபவிக்கப்படும் பொருளும் சேர்ந்து மறைந்து விடுகிறது - கரைகள் மறைகின்றன, ஆறு மட்டுமே எஞ்சி நிற்கிறது. அறிவு மட்டுமே அங்கு இருக்கும், அறிபவன் இல்லை.

எல்லா அருளாளர்களிடமும் உள்ள பிரச்சனை இதுதான். இறுதி உயர்வை அவர்கள் அடைகிறார்கள், ஆனால் அதைப் பிறர்க்குச் சொல்ல முடிவதில்லை. அறிவுப்பூர்வமாகப் புரிந்துகொள்பவருக்கு அதை உணர்த்த முடியாது. அவர்கள் அதோடு இரண்டறக் கலந்துவிட்டனர். அவர்கள் இருப்பே அதை உணர்த்தும், ஆனால் அறிவுப்பூர்வமான பரிமாற்றம் சாத்தியம் இல்லை. நீ ஏற்கத் தயாராக இருந்தால் அவர்களால் அதைத் தர முடியும். நாம் அனுமதித்தால் அது நமக்குள் நிகழ அவர்கள் வழிசெய்வர். நாம் தயரராக இருக்கவேண்டும். ஆனால் வார்த்தைகளோ, குறியீடுகளோ துணை செய்யமாட்டா. கோட்பாடுகள், கருத்துக்கள் சிறிதும் பயன்படா.

இந்த அனுபவம் 'தொடர்ந்து அனுபவித்தல்' ஆகும். இது ஒரு செயல்பாடு (Process). இதற்குத் தொடக்கம் உண்டே தவிர முடிவு இல்லை. இதில் நுழையலாம், ஆனால் இதைப் பெறும் உரிமை கிட்டாது. ஒரு துளி கடலில் கலப்பதைப் போன்றதும், கடல் ஒரு துளியில் கலப்பதைப் போன்றதும் ஆகும் இவ்வனுபவம். இது ஒரு ஆழமான சேர்க்கை, ஒருமைப்பாடு. இதில் நாம் உருகிப் போய்விடுகிறோம். மிஞ்சி நிற்பது எதுவும் இல்லை, எனவே யார் இதைப் பற்றி எடுத்துக் கூறுவது? உலகிற்குத் திரும்பி வருவது யார்? இந்த இருட்டிற்குத் திரும்பி வந்து நம்மிடம் சொல்வது யார்? சொல்ல ஒருவருமே இருக்க மாட்டார்.

உலகில் உள்ள எல்லா அருளாளர்களும் இவ்வனுபவத்தைப் பிறர்க்கு எடுத்துரைக்க இயலாமையை எப்பொழுதும் உணர்ந்தே இருக்கின்றனர். சேர்க்கை சாத்தியமாகிறது, ஆனால் அதைப் பிறர்க்கு வெளிப்படுத்துவதுஎன்பது, சாத்தியமில்லாமல் போகிறது. ஆரம்பத்தி லிருந்தே இதை உணரவேண்டும். சேர்க்கை, கலப்பனுபவம் என்பது முற்றிலும் வேறான ஒன்று. இரு இதயங்கள் சங்கமிக்கும் அன்புச் செய்கை அது. அதை வெளிப்படுத்துதல் என்பது தலைகளுக்கு இடையே உள்ள தொடர்பு. ஆனால் கலப்பனுபவமோ இதயங்களுக்கு இடையே நிகழ்வது. அது ஓர் உணர்வு. பிறர்க்கு வெளிப்படுத்துதல் என்பது அறிவுப்பூர்வமானது. அங்கு வெறும் வார்த்தைகளே உண்டு. வார்த்தைகளோ உயிரற்றவை, உயிருள்ள எதையும் உணர்த்தும் ஆற்றல் அற்றவை. அன்றாட வாழ்க்கையில் பெறும் உணர்ச்சி அனுபவத்தைக் கூட வார்த்தைகள் விளக்கும் சக்தி அற்றவை.

இளமையில் நான் விடியற்காலையில் எழுந்து ஆற்றுக்குப் போவது வழக்கம். அது ஒரு சிறிய கிராமம். மிகவும் சோம்பலான ஆறு, ஓடாதது போலவே இருக்கும். அதுவும் விடியற்காலையில் சூரியன் எழாதபோது அதன் ஓட்டத்தைக் காணவே முடியாது. அவ்வளவு சோம்பலும் மௌனமும் உடைய ஆறு. காலையில் குளிக்க யாரும் வராதபோது அது மிகவும் மௌனமாகவே இருக்கும். பறவை ஓசைகூடக் கேட்காது அப்பொழுது. மாமரங்களின் வாசனை ஆறு முழுதும் வீசும்.

ஆற்றின் தொலைதூர மூலைக்குச் செல்வது என் வழக்கம்; வெறுமனே உட்கார மட்டுமே, அங்கிருப்பதற்கே. எதுவும் செய்யத் தேவையில்லை, அங்கு வெறுமனே இருந்தாலே போதும், அது ஒரு அழகான அனுபவம். நான் குளிப்பேன், நீந்துவேன், சூரியன் உதித்ததும், அக்கரைக்குச் செல்வேன். அது பரந்த மணல்வெளி. அங்கு கதிரவன் ஒளியில் என்னை உலர்த்திக் கொள்வேன், சிலசமயம் தூங்கிவிடுவதும் உண்டு.

நான் திரும்பி வரும்போது என் தாயார் என்னிடம், ''காலை முழுதும் என்ன செய்து கொண்டிருந்தாய்?'' என்று கேட்பாள். 'ஒன்று

மில்லை' என்பேன். உண்மையில் நான் ஒன்றுமே செய்யவில்லைதானே. "அது எப்படி முடியும்? பல மணி நேரங்களாக நீ இங்கு இல்லை. ஒன்றுமே செய்யாது உன்னால் எப்படி இருக்கமுடியும்? நீ ஏதாவது செய்திருக்கவேண்டும்" என்பாள் அவள். அவள் சொன்னது சரியே; ஆனால் நான் சொன்னதும் தவறன்று.

நான் ஒன்றுமே செய்யவில்லை. ஆற்றோடு இருந்தேன். நிகழ்ச்சிகள் தாமாகவே நடக்க அனுமதித்தேன். அத நீந்த வேண்டும் என்று விரும்பினால், நினைவில் கொள்ளுங்கள், அது விரும்பினால், நான் நீந்துவேன். என் பங்கில் எதுவும் இல்லை, நான் எதையும் வலிந்து செய்யவில்லை. தூக்கம் வந்தால், தூங்கச் செல்வேன். நிகழ்ச்சிகள் தாமாகவே நடக்கும், ஆனால் செய்பவர் இருக்கமாட்டார். ஆற்றின் அருகில்தான் சதோரியை (Satori) முதன்முதலில் அனுபவித்தேன். ஒன்றுமே செயல் புரியாது சும்மா இருந்தபோது, நிகழ்ந்தவை பல.

ஆனால் தாய் வலியுறுத்திச் சொல்வாள், 'நீ ஏதாவது செய்தி ருக்கவேண்டும்.' நான் பதில் கூறுவேன், 'சரி, குளித்தேன், சூரியனில் உலர்த்திக் கொண்டேன்." அதனால் அவள் மனநிறைவு அடைவாள். ஆனால் எனக்கு நிறைவு இருக்காது. ஏனெனில் ஆற்றில் நிகழ்ந்ததை வார்த்தைகளால் விளக்கமுடியாது. 'நான் குளித்தேன்' என்பது மிகச் சாதாரண விளக்கம். ஆற்றோடு விளையாட்டு, ஆற்றில் மிதப்பது, நீந்துவது ஆகியவை ஆழ்ந்த அனுபவம். 'நான் குளித்தேன்' என்று சாதாரணமாக அதை விளக்கி விட முடியாது; அல்லது 'குளித்தேன், பின் கரையில் நடந்தேன்,' என்பது எப்பொருளையும் தரவில்லை.

அன்றாட வாழ்வில் கூட வார்த்தைகள் பயனற்றுப் போவதை உணரலாம். அவ்வாறு உணராது போனால் நாம் வாழ்கிறோம் என்பதே பொய்யாகிவிடும். மேலோட்டமான பொருளை மட்டுமே சொற்கள் தரும்.

வார்த்தைக்கு அப்பாற்பட்ட ஒன்று முதன்முதலாக நடக்க ஆரம்பிக்கும்போது, வாழ்க்கை நம் கதவைத் தட்டுகிறது என்பது பொருள். அப்பொழுது நாம் வார்த்தைக்கு அப்பால் செல்கிறோம்.

ஊமையாகிப் போகிறோம். உள்ளே ஒரு வார்த்தை கூட எழுவதில்லை. சொல்லுவது எல்லாம் அர்த்தமற்றதாகிவிடும்; முக்கியமில்லாது போகும். வார்த்தைகளால் அதைச் சொல்வது என்பது நிகழ்ந்த அனுபவத்திற்கு நாம் செய்யும் துரோகம் ஆகிவிடுவது போலத் தோன்றும். நினைவில் கொள்ளுங்கள், மகாமுத்திரை என்பதே இறுதி அனுபவம்.

அண்டத்தோடு முற்றிலும் கலப்பது மகாமுத்திரை. நாம் ஒருவரை நேசிக்கும்போது, சிலசமயம் உருகிக் கலப்பதுபோல் உணர்கிறோம். அப்பொழுது இரு உடல்கள் தனித்தனியாக இருப்பதில்லை; இரண்டுக் கும் இடையே ஒரு பாலம், தங்கப் பாலம் உண்டாகிறது. உள்ளே இருமை மறைகிறது. துருவங்களுக்கு இடையே ஓர் உயிராற்றல் செயல்படுகிறது. இது நமக்கு நிகழ்ந்தால் மட்டுமே, மகாமுத்திரை என்ன என்பது புரியும். அதன் ஆழமும் உயரமும் பல்லாயிரம் முறை பெரியது. முழுமையோடு, இப்பிரபஞ்சத்தோடு முழுமையாகக் கலப்பது அது. இருப்பின் மூலத்தில் கரைவது அது.

இது மகாமுத்திரையைப் பற்றியதோர் பாடல். மிகவும் அழகான இதனைத் திலோபா பாடல் என்றழைத்தார். நாம் இதைப் பாடலாம், ஆனால் சொல்ல முடியாது. ஆழமான இந்நிகழ்வைப் பாடினால் ஒரு பகுதி புரியும் - பாடுவது முக்கியமன்று, எப்படிப் பாடுகிறோம் என்பதே முக்கியம்.

பல அருளாளர்கள் அவர்களது இறுதி உயர்வனுபவத்தைப் பெற்ற பின்னர் வெறுமனே ஆடுவர். அவர்களால் வேறு எதுவும் செய்ய முடியாது. தங்கள் முழு இருப்பின் மூலம், உடலின் மூலம் ஏதோ ஒன்று சொல்கிறார்கள். உடல், மனம், உயிர் என எல்லாம் அதில் ஈடுபடுகின்றன. அவர்கள் ஆடினர். அது வெறும் சாதாரண ஆட்டமன்று. உண்மையில் எல்லா ஆட்டமும் அருளாளர்களால் தான் பிறந்திருக்கிறது. பரவசத்தை, மகிழ்ச்சியை, ஆனந்தத்தை வெளிப்படுத்த இது ஒருவழி. இதில் தெரியாத ஒன்று தெரிந்ததற்குள் ஊடுருவிச் செல்கிறது; பூமிக்கு அப்பால் உள்ளது பூமிக்குள் வருகிறது. வேறு என்ன செய்யமுடியும்? ஆடலாம், பாடலாம் அவ்வளவுதான். இது மகாமுத்திரையைப் பற்றியதோர் பாடல்.

யார் பாடுவது? திலோபாவோ இப்பொழுது இல்லை. அந்த உணர்வே பாடலாகிறது. இது திலோபாவின் பாடல் அன்று; அந்த அனுபவமே உணர்வோடு பாடுகிறது. எனவே பரவசத்தைப் பாடும் மகாமுத்திரைப் பாடல், பாடப்பட்ட பின்னும் பரவசத்தைத் தரும். திலோபா இதில் ஒன்றும் செய்வதற்கில்லை, அவர் உருகிக் கரைந்து விட்டார். தேடுபவர் தொலையும்போது மட்டுமே இலக்கு அடையப் பெறுகிறது. அனுபவிப்பவர் மறையும்போது மட்டுமே, அனுபவம் அங்கிருக்கும். தேடினால் கிடைக்காது, ஏனெனில் தேடும்போது தேடுபவர் வலிமை பெறுகிறார். தேடாதபோது அதைக் காணலாம். தேடும் முயற்சியே தடையாகிறது. அதிகமாகத் தேடத்தேட, அகந்தை மேலும் வலிமையடைகிறது. தேடுவது அகந்தையே. எனவே தேடவேண்டாம்.

மகாமுத்திரைப் பாடலின் ஆழம்மிக்க செய்தி இதுவே. தேட முயற்சி செய்யாமல் சும்மா இருங்கள், எங்கும் போகவேண்டாம். யாரும் கடவுளை அடைவதில்லை. காரணம் அவரது முகவரி நமக்குத் தெரியாது. எங்கு செல்வது? தெய்வீகத்தை எங்கே கண்டறிவது? வரைபடம் ஏதும் இல்லை, வழியும் இல்லை, கடவுள் எங்கிருக்கிறார் என்று சொல்ல யாரும் இல்லை. வெறும் கடவுளை ஒருபோதும் அடைவதில்லை. நிகழ்வது எப்பொழுதுமே நேர்மாறானது. கடவுள் நம்மிடம் வருகிறார். நாம் தயாராக இருக்கும்போது அவர் கதவைத் தட்டுகிறார். நாம் தயாராக இருக்கும்போது அவர் நம்மை அடைகிறார். 'தயார்' என்பது ஏற்கும் தன்மை. முழுவதும் ஏற்கத் தயாராகும்போது, அகந்தை அங்கு இல்லை. உள்ளே ஒருவரும் இல்லாத வெறும் கோயிலாகிறோம் நாம்.

'உள்ளீடற்ற வெறும் மூங்கிலாக இருங்கள்' என்று கூறுகிறார் திலோபா. அப்பொழுது திடீரென்று தெய்வீகத்தின் உதடுகள் நம்மீது பொருந்தும், உள்ளீடற்ற மூங்கில் புல்லாங்குழல் ஆகிவிடும் - மகாமுத்திரைப் பாடல் தொடங்குகிறது. திலோபா உள்ளீடற்ற மூங்கிலாகி விட்டார். தெய்வீகம் வந்துவிட்டது, பாடல் தொடங்கிவிட்டது. இது திலோபாவின் பாடலன்று; இறுதி ஒருமை அனுபவத்தின் பாடல்.

இந்த அழகிய நிகழ்வில் நுழைவதன் முன்னர் திலோபாவைப் பற்றிச் சில செய்திகள். அவரைப் பற்றி அதிகமாக ஒன்றும் தெரியாது; அத்தகைய மனிதர்களைப் பற்றி ஒன்றுமே தெரிந்துகொள்ளவும் முடியாது. அவர்கள் எதையும் விட்டுச் செல்வதில்லை, வரலாற்றின் ஒரு பகுதியாக ஆவதில்லை. மனித சமுதாயம் இயங்கும்போது அவர்கள் இயங்குவதில்லை; எனவே பிரதான போக்குவரத்தில் ஒரு பகுதியாக ஆவதில்லை. ஆசையின் மூலம் மனிதகுலம் இயங்கும்போது, திலோபா போன்றோர் ஆசையின்மைக்குள் நுழைகின்றனர். சமுதாயத்தின் சந்தடியிலிருந்து ஒதுங்கி வாழ்வதால், வரலாற்றுச் செய்திகள் அவர்களைப் பற்றிக் கிடைப்பதில்லை.

சமுதாயத்திலிருந்து எந்த அளவிற்கு விலகி வாழ்கிறார்களோ, அந்த அளவிற்கு அவர்கள் புராணத்தன்மை பெறுகின்றனர், ஒரு காலத்தில் நிகழும் நிகழ்ச்சியாக இல்லாமல் புராணமாகவே அவர்கள் மாறிவிடுகின்றனர். காலத்தைக் கடந்து நித்தியத்தில் வாழ்வதால் இந்நிலை ஏற்படுகிறது. நம்முடைய சாதாரண மனிதநிலையிலிருந்து பார்க்கும்போது அவர்கள் மறைந்துவிடுகிறார்கள். மறையும் அக்கணத்தை மட்டுமே நாம் நினைத்துப் பார்க்கிறோம்; ஆனால் அவர்கள் அக்கணமே நம்முள் ஒரு பகுதி ஆகிவிடுகின்றனர். எனவேதான், திலோபாவைப் பற்றி அவர் யார் என்று ஒன்றுமே தெரியவில்லை.

அவரது இந்தப் பாடல் மட்டுமே எஞ்சி நிற்கிறது. இது அவரது கொடை; அவரது மாணவர் நரோபாவிற்கு அளிக்கப்பட்டது. இந்தக் கொடையை வேறு எவருக்கும் தரமுடியாது. ஆழ்ந்த அன்பின் நெருக்கம் இருக்கவேண்டும்; அப்பொழுதுதான் இக்கொடையைப் பெறும் தகுதி உண்டாகும். நரோபா என்ற மாணவருக்குத் திலோபா அளித்தது இப்பாடல். அதற்குமுன் நரோபாவைப் பலவழிகளிலும் சோதித்தார் திலோபா. அவரது அன்பு, நம்பிக்கை எல்லாமே சோதிக்கப்பட்டன. அவை சந்தேகம் ஏதுமின்றி அவரிடம் நிறைந்திருந்தபோது இப்பாடல் அளிக்கப்பட்டது.

நானும் இங்கே உங்களுக்காக ஒரு பாடல் பாட இருக்கிறேன்; ஆனால் அதைப் பெற நீங்கள் தயாராக இருக்கவேண்டுமே. தயார்

என்பது சிறிதும் சந்தேகமற்ற நிலையைக் குறிக்கும். ஆனால், சந்தேகத்தை மறைக்கக்கூடாது. அது ஆழ்மனத்தின் ஓர பகுதியாகி உங்களைப் பாதிக்கும். சந்தேகப்படும் மனத்தோடு சண்டை போடாதீர்கள், அதை அடக்கவும் செய்யாதீர்கள். மாறாக அதில் அதிக ஆற்றலைச் செலுத்துங்கள். சந்தேகப்படும் மனத்தை அலட்சியப்படுத்துங்கள்.

இதுவே திறவுகோல். அன்பு, நம்பிக்கை ஆகியவற்றை நோக்கி உங்கள் ஆற்றலை மேலும் மேலும் செலுத்துங்கள். ஏனெனில் இதே சக்திதான் சந்தேகமாக மாறுகிறது. அதுவே நம்பிக்கையாகவும் ஆகிறது. சந்தேகத்தை அலட்சியப்படுத்துங்கள். அதை அதிகம் கவனித்தால் நாம் அதற்கு ஒத்துழைக்கிறோம் என்று ஆகிவிடும். எனவே அதை எதிர்க்கவும் வேண்டாம், அதோடு ஒத்துழைக்கவும் வேண்டாம். அதை அலட்சியப்படுத்தினால் போதும், அவ்வளவே.

இப்பொழுது நீங்கள் மூன்று சொற்களைப் புரிந்துகொள்ள வேண்டும்:- சந்தேகம், நம்பிக்கை, சிரத்தை. சந்தேகப்படுவது என்பது எதிர்மறை நோக்கு. எதைச் சொன்னாலும் முதலில் அதை எதிர்மறையிலேயே நோக்குகிறோம். நாம் அதற்கு எதிராக இருப்பதே இதற்குக் காரணம்.

அதற்கான காரணங்களை நாமே உருவாக்குகிறோம். அடுத்து நம்பிக்கை. இதுவும் சந்தேகப்படுதலைப் போன்றது. நம்பிக்கையுள்ள மனம் எல்லாவற்றையும் உடன்பாட்டில் நோக்கி அதற்கான காரணங்களைக் கண்டறிய முயற்சிக்கிறது. சந்தேகப்படும் மனம் நம்பிக்கையை மறைக்கிறது; நம்பும் மனமோ சந்தேகத்தை மறைக்கிறது. இரண்டுமே ஒன்றுதான்; அவற்றின் தன்மை வேறன்று.

மூன்றாவது வகை மனத்தில் சந்தேகமே முழுவதும் அழிந்துவிட்டது. சந்தேகம் அழியும்போது, நம்பிக்கையும் அழியும். விசுவாசம் என்பது நம்பிக்கை அன்று, அது அன்பு. அது, பாதியானதன்று, முழுமையானது. ஆனால் நம்பிக்கையோ பாதியானது. மேலும் நம்பிக்கையில் சந்தேகம் உண்டு. ஆனால் விசுவாசத்தில் நம்பிக்கையும்

இல்லை சந்தேகமும் இல்லை. அது வரையறுக்கப்பட்ட ஒன்று அன்று. அது ஆழமான அன்பு.

விசுவாசத்தை எதிர்த்து நம்பிக்கையைப் படைக்காதீர்கள். நம்பிக்கை, சந்தேகம் ஆகிய இரண்டையும் ஒதுக்கிவிட்டு உங்கள் ஆற்றலை மேலும் மேலும் அன்பை நோக்கிச் செலுத்துங்கள். நேசிக்கும் போது அதிகமாக நேசியுங்கள். குருவை மட்டுமன்று, உங்களைச் சுற்றியிருக்கும் மரங்கள், கற்கள், ஆகாயம், பூமி ஆகிய எல்லாவற்றையும். அப்பொழுது உங்கள் இயல்பே அன்பின் செய்கையாகிவிடும். அந்நிலையில் உண்டாவது சிரத்தை. அவ்வாறு உள்ளவர்க்கே மகா முத்திரைப் பாடலைக் கொடையாகக் கொடுக்க முடியும். நரோபா இந்நிலையில் தயாராக இருந்த போது, திலோபா இந்தக் கொடையை அவருக்குக் கொடுத்தார்.

எனவே குருவோடு கொள்ளும் உறவு அறிவோடு தொடர்புடையது அன்று. சந்தேகமும், நம்பிக்கையும் அறிவோடு தொடர்புடையவை. ஆனால் குருவின் உறவு இதயத்தின் பாற்பட்டது. நம்பிக்கையும் சந்தேகமும் இதயத்திற்குத் தெரியாது. அதற்குத் தெரிந்ததெல்லாம் சிரத்தை அல்லது விசுவாசம் ஒன்றே. இதயம் ஒரு சிறு குழந்தையைப் போன்றது. சிறு குழந்தை தந்தையின் கையைப் பிடித்துக்கொண்டு அவர் செல்லுமிடமெல்லாம் செல்லுகிறது. அங்கு நம்பிக்கையும் இல்லை, சந்தேகமும் இல்லை. குழந்தை பிளவுபடாத ஒன்று. சீடன், குழந்தை யாகும் போதுதான் குரு அவனுக்கு உணர்வின் சிகரமாம் இந்தக் கொடையைத் தரமுடியும்.

நாம் ஆழமான பள்ளத்தாக்காக இருந்தால் மட்டுமே உணர்வின் சிகரத்தை ஏற்க முடியும். பள்ளத்தாக்கே சிகரத்தை எதிர்கொள்ள முடியும். ஒரு சீடன் முழுவதும் பெண்மையோடு இருக்க வேண்டும். அப்பொழுது தான் இப்பாடல் கூறும் செயல்பாடு நிகழ ஏதுவாகும்.

குரு திலோபா நரோபாவிடம் சொல்கிறார்,

"மகாமுத்திரை என்பது எல்லா வார்த்தைகளுக்கும், குறியீடுகளுக்கும் அப்பாற்பட்டது. ஆனால் சிரத்தை யுள்ள நரோபா, உனக்கு இது நிச்சயம் சொல்லப்பட வேண்டும்."

வார்த்தைகளுக்கும், குறியீடுகளுக்கும் அப்பாற்பட்டது என்றால், அதை எப்படிச் சொல்வது? ஏதாவது வழி இருக்கிறதா? ஆம், ஒரு வழி உண்டு. ஒரு நரோபா இருந்தால் ஒரு வழி கிடைக்கும். ஆகவே வழி என்பது, கிடைக்கும் சீடனைப் பொறுத்தது.

குருவிடம் சரணடைந்த மனத்தோடும், அவர் சொல்லுவதை அப்படியே கேட்கும் தன்மையோடும், சீர் தூக்கிப் பார்க்கத் தனக்கு என ஓர் மனம் இல்லாத தன்மையோடும் உள்ள சீடனுக்குச் சொல்ல வார்த்தைகளும் குறியீடுகளும் தேவை இல்லை.

வார்த்தை என்பது வெறும் கருவி. மனத்தோடு இணைப்பு அதிகமானால் வார்த்தைகளையே கேட்போம். உண்மை வார்த்தையை நிழல் போல் தொடரும். மனம் இல்லாத போது அந்த நிழல் கண்ணுக்குத் தெரியாது. உணர்வில் தோன்றும் குமிழிகள் அவை. 'நரோபா, உனக்கு இது கட்டாயம் சொல்லப்பட வேண்டும்' என்கிறார். சொல்ல முடியாத ஒன்றைக் கட்டாயம் சொல்லவேண்டும் என்கிறார். காணமுடியாத ஒன்றைச் சீடனுக்குக் காட்ட நினைக்கிறார். எனவே, இது குரு சீடர் ஆகிய இருவரையும் பொறுத்தது. நரோபா போன்ற மாணவர் கிடைத்ததால் திலோபா அதிர்ஷ்டசாலி. ஆனால் இது போன்ற மாணவர் கிடைக்காத தால் பல குருமார்கள் பெற்றவை அவர்களோடேயே மறைந்து போய்விட்டன.

சில சமயம் சீடனைக் கண்டுபிடிக்கக் குருமார்கள் பல்லாயிரக்கணக் கான மைல்கள் நடந்திருக்கிறார்கள். இந்தியா முழுவதும் அலைந்து திரிந்த திலோபா திபெத்திற்குச் சென்றே நரோபாவைக் கண்டறிய வேண்டியதாயிற்று. குரு சொன்னதை முழுவதுமாய் ஏற்றதும், நரோபா முற்றிலும் மாறிவிட்டார். பின் திலோபா அவரைப் பார்த்து, 'இப்பொழுது

நீ சென்று, உனக்கே சொந்தமான நரோபாவைக் கண்டறிய வேண்டும்,' என்றார்.

நரோபாவும் அதிர்ஷ்டசாலியே. அவருக்கு மார்பா என்றொரு சீடர் கிடைத்தார். மார்பாவிற்கு, மிலரேபா என்பவர் கிடைத்தார். ஆனால், அவருக்கு உயர்ந்த சீடர் யாரும் கிடைக்காததால், அவரோடு அந்த மரபு மறைந்து போயிற்று. மதம் பலமுறை பூமிக்கு வந்து மறைந்து போயிருக்கிறது. இனிப் பலமுறையும் வரும், மறையும். மதம் என்பது கோயிலோடு மட்டும் நின்றுவிடாது. அது ஒரு பிரிவாகவும் ஆக முடியாது. தனி மனிதக் கலப்பு அனுபவத்தையும், அதை உணர்த்தும் தன்மையையும் பொறுத்தே அது அமைகிறது. திலோபாவின் மதம் நரோபா முதல் மிலரேபா வரை நான்கு தலைமுறையே இருந்தது; பின் மறைந்தது.

மதம் என்பது பாலைவனச்சோலை போன்றது. பாலைவனம் பரந்து கிடப்பது, அதன் சிறு பகுதிகளில் சில சமயம் சோலை தோன்றுகிறது. அது இருக்கும்போதே, அதனை நாடுங்கள், அதிலிருந்து பருகுங்கள். அது மிகவும் அரியது.

பல முறை இயேசுபிரான் தம் சீடர்களிடம் கூறுகிறார், ''சிறிது காலமாக நான் இங்கு இருக்கிறேன். நான் இருக்கும்போதே என்னை உண்ணுங்கள், பருகுங்கள். வாய்ப்பைத் தவறவிடாதீர்கள்'' - ஏனென்றால், பின் பல்லாயிரம் ஆண்டுகளுக்கு இயேசு போன்றவர் வரமாட்டார்கள். பாலைவனம் பரந்து கிடக்கிறது. பாலைவனச் சோலையோ சிலசமயம் தோன்றுகிறது, பின் மறைகிறது, அது எங்கிருந்தோ வருகிறது, அதற்கு பூமியில் ஓர் பற்றுக்கோடு தேவை. இல்லையேல் அதனால் இங்கு இருக்க முடியாது. இங்கு நரோபாவே பற்றுக்கோடு, அவரே நங்கூரம்.

இதையேநான் உங்களுக்கும் சொல்ல விரும்புகிறேன். நான் இங்கு இருக்கும்போதே என்னைப் பயன்படுத்திக் கொள்ளுங்கள். வாய்ப்பை நழுவவிடாதீர்கள். வேறு வேலை காரணமாக இதை நழுவவிடலாம். பயன்படுத்துவதா வேண்டாமா என்று சிந்தித்துக் கொண்டே இருந்தால்

பாலைவனச் சோலை மறைந்து விடும். அவ்வாறு பிறகு சிந்திக்கலாம். இப்பொழுது உபதேச அமுதை அருந்தி விடுங்கள். பின் சிந்திக்கப் பல பிறவிகள் உண்டு, அவசரமே இல்லை. ஆனால் கிடைக்கும்போதே அருந்துவதுதான் சிறந்தது.

இயேசு அல்லது நரோபாவிடம் அருந்தும்போது முற்றிலும் மாற்றம் உண்டாகும். மாற்றம் மிக எளிமையானது, மிகவும் இயல்பானது. விதையை ஊன்றுவதற்கு ஏற்ற மண்ணாக மாறவேண்டியதே தேவை. விதையை ஏற்கும் கருவாக இருக்கவேண்டும்.

> **''மகா முத்திரை எல்லா வார்த்தைகளையும் குறியீடு களையும் கடந்தது. ஆனால் சிரத்தையுடன் இருக்கும் நரோபா, உனக்கு இது நிச்சயம் சொல்லப்பட வேண்டும்.''**

வெளிப்படுத்த முடியாத ஒன்றை நரோபாவிற்கு வெளிப்படுத்தி ஆகவேண்டும். சீடன் தயாராக இருக்கும்போது குரு அங்குத் தோன்றித் தான் ஆகவேண்டும். ஆழமான தேவை நிறைவேற்றப்பட்டுதான் தீரவேண்டும். தேவை வலிமையானபோது முழு இருப்பும் அதற்கு ஒத்துப் போகிறது. ஆனால் தேவை இருக்கவேண்டும். இல்லையேல் திலோபா, புத்தர் அல்லது இயேசுவை அறியமுடியாது போய்விடும்.

திலோபா இந்த நாட்டில் வசித்தபோத, அவர் பேச்சை யாரும் கேட்கவில்லை. அவரோ மிக உயர்ந்த கொடையைத் தரத் தயாராக இருந்தார். என்ன நடந்தது? இந்த நாட்டில் இதுபோல் பலமுறை நடந்திருக்கிறது. அதிகமான திலோபாக்கள் இங்கு பிறந்ததே காரணம். ஆனால் திலோபா ஏன் திபெத்திற்குச் செல்ல நேரிடுகிறது? போதி தர்மர் ஏன் சீனாவிற்குச் செல்லவேண்டும்?

இந்த நாட்டில் அறிவு அதிகம். எனவே இதய உணர்வைக் காண்பது கடினம். இந்த நாட்டில் பிராமணர்களும் பண்டிதர்களும், அறிவாளிகளும், தத்துவ அறிஞர்களும் அதிகம். அவர்கள் வேதங் களையும் உபநிடதங்களையும் படித்தவர்கள். சாத்திரம் முழுவதையும் மனப்பாடம் செய்தவர்கள். இங்கு அறிவே முக்கியம். எனவேதான் இதுபோன்ற நிகழ்ச்சி பலமுறை நிகழ்கிறது.

ஒரு பிராமணர் என்னிடம் வரும்போது நான் கூட அவருக்குச் சொல்வது கடினம் என உணர்கிறேன். அதிகமாகப் படித்தவர்க்குச் சொல்வது சாத்தியம் அன்று. அவர்கள் பல கோட்பாடுகள், சாத்திரங்கள் போன்றவற்றை அறிந்தவர்கள். உணர்விற்கு அவை எல்லாம் வெறும் சுமை. வெறும் அறிவு பெறுவது மலர்ச்சி ஆகாது. அந்த அறிவு கடன் வாங்கப்பட்டது. அதை எவ்வளவு சீக்கிரம் முடியுமோ அந்த அளவில் தூக்கி எறியுங்கள்.

நமக்கு அனுபவத்தில் நிகழ்வது மட்டுமே உண்மை. நமக்குள் மலர்வது மட்டுமே உண்மையானது. உள்ளே ஏற்படும் வளர்ச்சி மட்டுமே உண்மை. அதை எப்பொழுதும் மறவாதீர்கள். கடன் வாங்கப்பட்ட அறிவைத் தவிர்க்கவேண்டும்.

அது மனத்தின் சூழ்ச்சியாகிவிடும். அறியாமையை அது மறைக்குமே தவிர, ஒருபோதும் அழிக்காது. அறிவின் பெருக்கம் அதிகரிக்க அதிகரிக்க, உள்ளே நமது ஆழ்ந்த இருப்பில், மையத்தில் அறியாமையும் இருட்டும் தங்கி நிற்கும். கடன் வாங்கப்பட்ட அறிவு மனிதனைக் குறுகிய வட்டத்தில் சுழல விடும். அத்தகைய மனிதனை ஊடுருவுதல் சிரமம். இதயத்தோடு அவனுக்குத் தொடர்பு அற்று விடுவதால் அவன் இதயத்தைக் கண்டறிதல் கடினம். எனவே திலோபா திபெத்திற்குச் சென்றதும், போதிதர்மர் சீனாவிற்குச் சென்றதும் தற்செயலாக நிகழ்ந்தவை அல்ல. இங்கு மண் கிடைக்காததால் விதை அவ்வளவு தூரம் செல்ல வேண்டியதாயிற்று.

அறிவோட அதிகப்படியான தொடர்பு போதை மருந்தைப் போன்றது. எலெஸ்டியை விட, மரிஜீவானாவை விட அது ஆபத்தானது. ஒரு வழியில் அவை தம்முள் ஒத்துக் காணப்படுகின்றன. இரண்டுமே இல்லாத ஒன்று இருப்பதைப் போன்று தோன்றச் செய்கின்றன. கனவாம் பொய்த்தோற்றம் உண்டாகிறது. வேதம் படித்தால் அது தெரிந்தது போன்று ஓர் எண்ணம் உண்டாகிறது. தர்க்கரீதியான மனம் நம்மை ஏமாற்றிவிடுகிறது. தர்க்கம் ஒருபோதும் உண்மையைக் காட்டாது. பகுத்தறிவு என்பது வெறும் விளையாட்டு. எல்லா வாதங்களும் வெறும் பொழுதுபோக்கே.

வாழ்க்கை என்பது விவாதம் ஏதும் இல்லாதது. உண்மையை நிரூபிக்கத் தேவையில்லை - தேவை இதயமே, விவாதம் அன்று; தேவை அன்பு, சிரத்தை, ஏற்றுக்கொள்ளத் தயாரான தன்மை (Receptivity).

> "மகாமுத்திரை எல்லா வார்த்தைகளையும்
> குறியீடுகளையும் கடந்தது.
> ஆனால் சிரத்தையுள்ள நரோபா,
> உனக்கு இது நிச்சயம் சொல்லப்பட வேண்டும்.
>
> வெற்றிடத்திற்குப் பற்றுக்கோடு தேவையில்லை
> மகாமுத்திரை சூனியத்தில் கால் கொள்கிறது
> முயற்சி ஏதும் இல்லாமல்.
> ஆனால் நெகிழ்ச்சியோடு இயல்பாக இருக்கும்போது
> நுகத்தடியை முறிக்கலாம்
> இவ்வாறு விடுதலை பெறலாம்."

இவற்றைவிடப் பொருத்தமான வார்த்தைகளை எங்கும் காண முடியாது. திலோபா கூறும் ஒவ்வொரு குறிப்பின் நுட்பத்தையும் புரிந்து கொள்ள முயலுங்கள்.

'வெற்றிடத்திற்குப் பற்றுக்கோடு தேவையில்லை...'

ஏதாவது ஒரு பொருள் இருந்தால், அதற்குப் பற்றுக்கோடு தேவை, ஆதாரம் தேவை. ஆனால் இருப்பதோ வெறும் சூனியம். அதற்கு ஆதாரம் ஒன்றுமே தேவையில்லை. இதுவே அறிவின் ஆழ்ந்த உணர்வு. நமதிருப்பே சூனியம். இருப்பு என்று சொல்வதே தவறு, ஏனெனில் அது ஒரு பொருள் இல்லை, வேறொன்றைப் போல் இல்லை. அது மிகப் பரந்த வெற்றிடம்; அதற்கு எல்லைகளே கிடையாது. அது அநாத்மா. நமக்குள் இருப்பது அன்று அது.

ஆத்மாவைப் பற்றிய உணர்ச்சிகள் பொய்யானவை. 'நான் இது அல்லது அது' என்பதெல்லாம் வெறும் கற்பனை.

இறுதிக்கு வரும்போது, ஆழமான உட்பகுதிக்கு வரும்போது நமக்கே தோன்றும், 'நாம் இது அல்ல அதுவும் அல்ல - ஒன்றே' என்று.

அஃகந்தை நமதியல்பன்று, பரந்த வெற்றிடமே நமதியல்பு. சிலசமயம் கண்மூடி அமர்ந்து தியானிக்கும்போது, நாம் யார் என்று உணரும்போது நமக்கே பயம் ஏற்படும். நாம் எங்கே இருக்கிறோம்? ஆழமாகச் செல்லச் செல்ல நாம் யாருமன்று, சூனியமே என்பது புரியும். எனவேதான் தியானத்தைப் பற்றிப் பலர் பயப்படுகிறார்கள். அது ஒரு மரணம் - அகந்தையின் மரணம் - அகந்தை என்பது ஒரு பொய்யான கோட்பாடு.

அறிவியல் பூர்வமான ஆராய்ச்சியின் மூலம் இயற்பியலார் (Physicists) இதே முடிவுக்குத்தான் வந்துள்ளனர். புத்தர், திலோபா, போதிதர்மர் ஆகியோர் உள்ளுணர்வின் மூலம் உணர்ந்ததை, அறிவியல் வெளிஉலகிலும் கண்டறிகிறது. பொருள் (Substance) என்பதே இல்லை என்று இப்பொழுது கூறுகிறார்கள் - பொருள் என்பது ஆத்மாவுக்கு இணையான ஒன்று.

ஒரு பாறை இருக்கிறது, அது ஒரு பொருள் என்று உணர்கிறோம். ஒருவர் மண்டையில் அடித்தால் ரத்தம் வரும், ஏன் அந்த மனிதனே இறந்தும் போகலாம். எனவே மனிதன் ஒரு பொருள். ஆனால் இயற்பியலார் சொல்கின்றனர் பொருள் என்று எதுவும் இல்லை, அதன் உள்ளே எதுவும் இல்லை என்கின்றனர். அது சக்தியின் வெளிப்பாடு (Energy phenomenon) ; பாறையில் உள்ள அலைகள் குறுக்கும் நெடுக்குமாகச் சந்தித்துப் பரவும்போது ஒரு பொருள் இருப்பதைப் போன்ற தோற்றம் ஏற்படுகிறது. ஒரு துண்டுக் காகிதத்தில் கோணல் மாணலாகப் பல கோடுகளை வரையுங்கள். ஓரிடத்தில் பல கோடுகள் சந்திக்கும்போது, ஒரு புள்ளி உண்டாகிறது. பல கோடுகள் சந்திக்கையில் பெரிய புள்ளி உருவாகிறது. உண்மையில் அந்தப் புள்ளி அங்கிருக்கிறதா? அல்லது கோடுகள் சந்திப்பதால் ஏற்படும் பொய்த் தோற்றமா?

சக்தியின் அலைகள் ஒன்றை ஒன்று வெட்டிக்கொள்ளும்போது பொருள் (Matter) உண்டாகிறது என்பது இயற்பியலார் கூற்று. இந்த ஆற்றல் அலைகள் யாவை என்று கேட்டால், அவை ஒரு பொருளன்று, அவற்றுக்கு எடை இல்லை. பொருளாகாத (Non material) கோடுகள் குறுக்கும் நெடுக்குமாகப் பாயும்போது, பாறை போன்றதொரு பொருள் தோற்றமளிக்கிறது.

ஐன்ஸ்டீனுக்கு 25 நூற்றாண்டுகளுக்கு முன்னரே புத்தர் இவ்வுண்மையைக் கண்டறிந்து விட்டார். நமக்குள்ளே ஒருவரும் இல்லை என்றார் ஐன்ஸ்டீன். ஆற்றல் அலைகள் தமக்குள் வெட்டிக் கொள்வதே ஆத்மா என்ற உணர்வைத் தருகிறது. ஆத்மா என்பது வெங்காயம் போன்றது என்றார் புத்தர். உரிக்க உரிக்க ஒவ்வொரு பகுதியாக நீங்கும், இறுதியில் எஞ்சி நிற்பது எது? முழு வெங்காயமும் உரித்தபின் உள்ளே ஒன்றும் இருப்பதில்லை.

மனிதனும் வெங்காயம் போன்றவனே. எண்ணங்களை ஒவ்வொரு அடுக்காக நீக்கினால் இறுதியில் என்ன காண்கிறோம்? ஒன்றுமில்லை. வெறுமை! அதற்கு ஆதாரம் ஏதும் தேவையில்லை. அது தன்னைத்தானே பற்றி நிற்கும். அதனால்தான் கடவுள் இல்லை என்கிறார் புத்தர்; கடவுள் தேவையில்லை, ஏனெனில் கடவுள் என்பது ஓர் ஆதாரம் **(Support)**. படைப்பவரே இல்லை என்கிறார் புத்தர். ஏனெனில் சூனியத்தை, வெறுமையைப் படைக்கத் தேவையே இல்லை. புரிந்துகொள்ள மிகவும் கஷ்டமான கருத்து இது - உணர்ந்தால் மட்டுமே புரியும்.

எனவேதான் திலோபா கூறுகிறார் :

> **''மகாமுத்திரை எல்லாச் சொற்களையும் குறியீடுகளையும் கடந்தது.''**

மகாமுத்திரை என்பது வெறுமை அனுபவம் - நாம் இல்லை என்பதே அது. நாம் இல்லாதபோது, துன்பப்படுவது யார்? வருத்தப்படுவது யார்? மகிழ்ச்சி அடைவது யார்? மகிழ்ச்சி ஏற்பட்டால் துயரத்தாலும் பாதிக்கப்படுவோம் என்கிறார் புத்தர். இன்பம் உண்டெனில் துன்பமும் உண்டு. ஏனெனில் அங்கு நாம் இருக்கிறோம். நாம் இல்லாத போது, முழுமையாக இல்லாதபோது, இன்பமும் இல்லை துன்பமும் இல்லை - இதுவே உண்மையான ஆனந்தம். பின்னடைவு என்பது அப்பொழுது இல்லை. வெறுமையை அடைவது என்பது எல்லாவற்றையும் அடைவதாம்.

உங்களை வெறுமையை நோக்கி அழைத்துச் செல்வதே என் முழு முயற்சியின் நோக்கமும் ஆகும். வெற்றிடத்தை நோக்கி நீங்கள் செல்லவேண்டும்.

''வெற்றிடத்தைத் தாங்க ஆதாரம் தேவையில்லை
மகாமுத்திரை வெற்றிடத்திலேயே கால்கொள்கிறது
முயற்சி ஏதும் இல்லாமல்.
ஆனால் நெகிழ்ச்சியோடு இயல்பாக இருக்கும்போது
நுகத்தடியை முறிக்கலாம் -
இவ்வாறு விடுதலை பெறலாம்.''

ஆத்மாவைப் பற்றிய கோட்பாட்டை உருவாக்குவது மனமே. இதை முதலில் புரிந்துகொள்ள வேண்டும். நமக்குள் எந்த ஆத்மாவும் இல்லை. (ஆத்மாவிலும் ஒன்றுமில்லை.)

ஒரு நிகழ்ச்சி : நாகேசர் என்ற புத்த பிட்சு ஒருவர் இருந்தார். அவர் ஞானி. அலெக்சாந்தரின் வைஸ்ராய் மிநாந்தர் என்பவர் இந்தியாவில் அப்பொழுது இருந்தார். மிநாந்தரின் இந்தியப் பெயர் மிலாந்தர் என்பது. தனக்கு வந்து உபதேசிக்கும்படி நாகேசரிடம் சொல்லி அனுப்பினார் மிலாந்தர். நாகேசரைப்பற்றி நிறையவே கேள்விப்பட்டிருந்தார் மிலாந்தர். நிறைய வதந்திகளும் அவைக்கு வந்தன: ''இது ஒரு அரிய நிகழ்ச்சி. முழுமையாக மலர்ச்சி அடைந்தவர் நாகேசர். அவரைச் சுற்றி இனம் புரியாத ஒரு தெய்வீக மணம் வீசுகிறது. அவர் பூமியில் நடக்கிறார், ஆனால் பூமியில் இல்லை'' என்று பேசிக் கொண்டனர் மக்கள்.

நாகேசரிடம் சென்று திரும்பி வந்த தூதுவர் மிகவும் குழம்பி நின்றார். ஏனெனில், ''சரி, அவர் அழைத்தால் நாகேசர் வருவார் - ஆனால் நாகேசர் என்று ஒருவரும் இல்லை என்று அவரிடம் சொல்லுங்கள். அவர் அழைத்தால் 'நான்' வருவேன். ஆனால் 'நான்' என்று ஒன்றும் இல்லை என்று அவரிடம் கூறுங்கள்,'' என்று நாகேசர் அவரிடம் கூறினார். நாகேசர் என்று ஒருவர் இல்லாதபோது அவர் எப்படி வர முடியும்? தூதுவர் குழம்பினார். பின் வருவது யார்? மிலாந்தரும் குழம்பிப் போனார். ''இந்த மனிதர் பேசுவது புதிராக இருக்கிறது.

இருப்பினும் அவர் வரட்டும்,'' என்றார் மிலாந்தர். அவர் கிரேக்கர். எனவே அடிப்படையில் தர்க்கவாதி.

உலகத்தில் இருவகை மனங்களே உண்டு - இந்திய மனம், கிரேக்க மனம். இந்திய மனம் எல்லை கடந்த ஆழத்தில் செல்வதால் எல்லாம் தெளிவில்லாமல் இருக்கும். கிரேக்க மனமோ தர்க்கத்தால் நேரான பாதையில் செல்வதால், அங்கு எல்லாமே வகைப்படுத்தப்பட்டு வரையறுக்கப்படுகிறது. தெரிந்ததில் செல்வது கிரேக்க மனம். இந்திய மனமோ தெரியாத ஒன்றில், அறியமுடியாத ஒன்றில் செல்லும். கிரேக்க மனம் முற்றிலும் பகுத்தறிவின் பாற்பட்டது. இந்திய மனமோ அதற்கு நேர்மாறானது. எனவேதான் என்னிடம் மிகுந்த முரண்பாடுகளை நீங்கள் காண்கிறீர்கள், கவலைப்படாதீர்கள்... கிழக்கின் முரண்பாடு ஒரு தொடர்புபடுத்தும் மார்க்கம்.

மிலாந்தர் கூறினார், ''இந்த மனிதருக்குப் பகுத்தறிவே இல்லை போலும். பைத்தியம் பிடித்துவிட்டதோ? தான் இல்லையெனில் அவரால் எப்படி வரமுடியும்? ஆனால் அவர் வரட்டும், பார்ப்போம். இங்கு வருவதன் மூலம் அவர் இருக்கிறார் என்று நான் நிரூபிக்கிறேன்.''

நாகேசர் வந்தார். வாயிலில் வரவேற்றார் மிலாந்தர். ''நான் குழம்புகிறேன். நீங்கள் வந்திருக்கிறீர்கள். இருப்பினும் தாங்கள் இல்லை என்று கூறுகிறீர்கள்,'' என்று கேட்டார்.

நாகேசர் சொன்னார், ''இப்பொழுதும் அதையே சொல்லுகிறேன். எனவே அதை இங்கேயே தீர்மானித்து விடுவோம்.''

அங்கு ஒரு கூட்டமே கூடிவிட்டது, அவை முழுதும் அங்கிருந்தது. 'கேளுங்கள்' என்றார் நாகேசர்.

மிலாந்தர் கேட்டார், ''ஒன்று இல்லையெனில் அது எவ்வாறு வர முடியும்? முதலில் கூறுங்கள். இல்லாத ஒன்று வர வாய்ப்பே இல்லையே - ஆனால் நீங்கள் வந்திருக்கிறீர்கள். ஆகவே நீங்கள் இருக்கிறீர்கள். இது சாதாரண தர்க்கம்.''

நாகேசர் சிரித்தார், "இந்த வண்டியைப் பாருங்கள்" என்று தாம் வந்த வண்டியைக் காட்டினார். "இது வண்டிதானே" என்றார். 'ஆம்' என்றார் மிலாந்தர். வண்டியில் உள்ள காளை மாடுகளை விலக்கச் சொல்லிவிட்டு நாகேசர் கேட்டார், "இந்த மாடுகள் வண்டியா?" 'இல்லை' என்றார் மிலாந்தர். இவ்வாறு ஒவ்வொரு பகுதியாக நீக்கி விட்டு, இறுதியில் சக்கரங்களையும் நீக்கி, "இச்சக்கரங்கள் வண்டியா?" என்று கேட்டார். இல்லை என்றார் மிலாந்தர். எல்லாம் அகற்றிய பின் ஒன்றுமே எஞ்சி நிற்கவில்லை. இப்பொழுது நாகேசர் கேட்டார், 'நான் வந்த வண்டி எங்கே?...நான் வண்டியை அகற்றவேயில்லை. அகற்றியவை எல்லாம் வண்டியில்லை என்று நீங்களே ஒப்புக்கொள் கிறீர்கள். இப்பொழுது வண்டி எங்கே?"

இதைப் போலவே நாகேசரும், பகுதிகளை அகற்றினால் அவர் மறைந்துவிடுவார்" என்றார் நாகேசர். ஆற்றல் கோடுகள் ஒன்றோடு ஒன்று வெட்டிக் கொள்ளும் போது புள்ளிகள் தோன்றுகின்றன. கோடுகளை அகற்றினால் புள்ளிகள் மறைகின்றன. வண்டி என்பது பகுதிகளின் சேர்க்கை, அவ்வளவே.

'நான்' என்பதும் பகுதிகளின் சேர்க்கையே. அவற்றை அகற்றி னால், நான் என்பது மறைந்து போகும். அதனால் தான் உணர்வில் இருந்து எண்ணங்களை அகற்றும் போது நான் என்று சொல்ல முடியாது. ஏனெனில், அங்கு நான் என்று எதுவும் இல்லை - வெறும் வெற்றிடமே உள்ளது. உணர்ச்சிகள் இல்லாதபோது ஆத்மா தானாகவே மறைகிறது. நாம் இருக்கிறோம், ஆனால் இல்லை. எல்லை கடந்த வெறுமை அது. அது வெறும் இன்மையே.

இதுவே இறுதி அடைவு, மகா முத்திரை. இந்நிலையில் நாம் முழுமையோடு இரண்டறக் கலந்து விடுகிறோம். எல்லையற்ற அகண்டம் இது. இங்கு சேர்க்கை மட்டுமே உண்டு. வெறுமையாக இருக்கும்போது, எல்லைகளே இல்லை. அப்போது, திடீரென்று நாம் முழுமையாகிறோம். நாம் இல்லாதபோது முழுமையடைகிறோம். இருக்கும் போது, அகந்தையாகி விடுகிறோம். இன்மையில்தான், நம் இருப்பின் பரந்த நிலை புலப்படுகிறது.

ஆனால், இவை முரண்பாடுகள்! புரிந்து கொள்ள முயற்சி செய்யுங்கள். கொஞ்சம் நரோபாவாக மாறுங்கள. இல்லையேல் இந்த வார்த்தைகளும், குறியீடுகளும் எந்தப் பொருளையும் தரா. சிரத்தை யோடு நான் சொல்வதைக் கேளுங்கள். நான் இதை அறிந்திருக்கிறேன்; இதற்கு சாட்சியாகிறேன். இருக்கும் ஒன்றைச் சொல்வது கடினம். ஆனால் இல்லாத ஒன்றை எளிதாகச் சொல்லி விடலாம். நீங்கள் நரோபாவாக இருந்தால் நான் சொல்வது உங்களுக்குப் புரியும்.

நான் கோட்பாடு எதையும் போதிக்கவில்லை. இது என்னுடைய அனுபவம். இல்லாது போனால் திலோபாவைப் பற்றி நான் கவலைப் பட்டிருக்கவே மாட்டேன். திலோபா நன்றாகவே கூறுகிறார்,

''வெற்றிடத்துக்குப் பற்றுக்கோடு தேவையில்லை.
மகாமுத்திரை வெறுமையில் நிலை கொள்கிறது''

மகாமுத்திரை என்ற சொல்லுக்குப் 'பெரிய அல்லது இறுதி அடையாளம்' என்பது பொருள். அதுவே இறுதி நிலை. அதற்கு அப்பால் எதுவும் சாத்தியமில்லை. மகாமுத்திரை எதையும் பற்றி நிற்பதில்லை. நாம் ஒன்றுமில்லாத போது எல்லாமே அடையப்பட் டாகிறது. நாம் இறக்கிறோம், கடவுளாகிறோம். அதுபோல மறைந்தால் முழுமையாகிறோம். துளி மறைகிறது. கடல் மட்டுமே இருக்கிறது.

உங்களையே பற்றி நிற்காதீர்கள், இதுவரை எல்லாப் பிறவி களிலும் அதைத்தான் செய்திருக்கிறீர்கள். இல்லையேல் உங்களுக்குப் பயம் உண்டாகிறது. எனவே அகந்தையைப் பற்றி நிற்கிறீர்கள். நாம் அற்பப் பொருள்களைப் பற்றி நிற்கிறோம். பற்றுக் கோடே சம்சாரம், அதுவே துயரம். பற்றுக் கோடற்ற ஆழத்தில், உங்களை விட்டுவிடுங்கள். அதுவாகவே மாறுங்கள். பின், மரணம் இல்லை. எந்த முடிவும் இல்லை. இல்லாத ஒன்றுக்கு ஏது முடிவு? ஏதாவது ஒன்று இருந்தால் அல்லவோ முடிவு இருக்கும். இன்மை மட்டுமே நித்தியமாக இருக்க முடியும். மகாமுத்திரை இன்மையில் கால் கொள்ளுகிறது.

இதை ஓர் அனுபவத்தின் மூலமாக விளக்குகிறேன். நாம் ஒருவரை நேசிக்கும் போது, ஒன்றும் இல்லாது ஆகிவிட வேண்டும். நான் என்பதே

அங்கு இருக்கக் கூடாது. அதனால்தான் அது கஷ்டமாகிறது. கடவுள் அன்பைப் போன்றவர் என்கிறார் இயேசுபிரான். இக்கருத்தை வைத்தே அவர் அவ்வாறு சொல்லியிருக்கிறார். அவருக்கு மகாமுத்திரையைப் பற்றித் தெரிந்திருக்கிறது. ஜெருசலத்தில் உபதேசிப்பதற்கு முன்னால் இந்தியாவுக்கும், திபெத்துக்கும் வந்திருக்கிறார். திலோபா, நரோபா போன்றவர்களைச் சந்தித்திருக்கிறார். புத்த விகாரங்களில் தங்கி வெறுமையைப் பற்றி அறிந்திருக்கிறார். தான் புரிந்து கொண்டதை யூத மொழியில் உருவாக்க நினைத்த போது எல்லாக் குழப்பமும் நேரிட்டது.

பௌத்தக் கோட்பாடுகளை யூத மொழியில் மாற்றுவது கடினம். ஏனெனில், யூத அணுகுமுறை உடன்பாட்டுச் சொற்களையே கொண்டது; ஆனால் பௌத்த மொழியோ முழுவதும் வெறுமையை அடிப்படையாகக் கொண்டது. ஆனால் அங்குமிங்குமாக இயேசுவின் வார்த்தைகளில் சில வெளிப்படுகின்றன. 'கடவுள் அன்பே வடிவானவர்' என்கிறார். அவர் எதைச் சொல்கிறார்?

நேசிக்கும்போது நாம் ஒன்றுமில்லாமல் போகிறோம். நாம் யாராவது ஒருவராக இருந்தால், அன்பு ஒருபோதும் நிகழாது. நேசிக்கும் போது காதலரிடையே, ஒரு கணமேனும், இரு வெறுமை காணப்படுகிறதே தவிர, இரு மனிதர்கள் காணப்படுவதில்லை. நேசிப்பு அனுபவம் இருந்தால் புரியும்.

இரு காதலர் ஒருவர் அருகே இன்னொருவர் அல்லது அருகருகே இரு வெறுமைகள் (Nothingnesses) - அப்பொழுதுதான் தடைகள் நீங்கிச் சந்திப்பு சாத்தியமாகும். ஆற்றல் ஓரிடத்திலிருந்து இன்னோரிடத்திற்குத் தடையில்லாமல் அப்பொழுதுதான் செல்லும். ஆழமான இந்நிலையில் தான் புணர்ச்சி என்பது நிகழ ஏதுவாகும். ஆனால் இது ஒரு கணம்தான். மறுபடியும் பழைய நிலை, பற்றுக்கோடு. எனவேதான் காதலிலும் மக்கள் பயப்படுகிறார்கள்.

ஆழ்ந்த காதலில் பைத்தியமாகவோ அல்லது இறக்கவோ மக்கள் பயப்படுகிறார்கள். முடிவற்ற ஆழத்தில் விழுந்து விடுவதே காரணம்.

அதனால் பாலுறவு மட்டிலுமே மனநிறைவுற்று, அதையே காதல் என்கிறார்கள்.

காதல் வேறு, பாலுறவு வேறு. காதலில் அது ஏற்படலாம். காதலின் ஒரு பகுதி அது. ஆனால் அதுவே காதல் ஆகிவிடாது. அது ஒரு பதிலி (Substitute). பாலுறவின் மூலம் காதலைத் தவிர்க்க நினைக்கிறோம். காதல் இருப்பதாக நினைக்கிறோம், ஆனால் காதலுக்குள் செல்வதே இல்லை. பாலுறவு என்பது கடன் வாங்கிய அறிவினைப் போன்றது. ஒன்றைப் பற்றி அறியாமலேயே அறிந்திருப்பது போன்ற உணர்ச்சியை யும், நேசிக்காமலேயே நேசிப்பது போன்ற உணர்ச்சியையும் அது தரும்.

காதலிக்கும்போது அந்நிலையில் காதலனும் இல்லை, காதலியும் இல்லை. திடீரென்று இருவரும் மறைந்து விடுகின்றனர். மகாமுத்திரை யிலும் அதுவே நிகழ்கிறது. முழு இருப்போடு கொள்ளும் முழுமையான புணர்ச்சியே மகாமுத்திரை. இரு காதலர் தம்மை ஆரத்தழுவிய நிலை தந்த்ராக் கோயில்களில், தந்த்ரா நூல்களில் சித்திரமாக்கப்பட்டிருக்கும். அது இறுதிநிலையின் குறியீடு.

''மகாமுத்திரை எதையும் பற்றி நிற்கவில்லை.
முயற்சி ஏதும் இன்றியே
நெகிழ்வாகவும் இயல்பாகவும் இருத்தல்...''

திலோபாவின் முழு மார்க்கமும் இதுவே. இது முழுமையான தந்த்ரா மார்க்கம். 'முயற்சி ஏதும் இன்றியே...' முயற்சி செய்தால் அகந்தை வலிமை பெறும். நாம் உள்ளே நுழைந்துவிடுவோம்.

ஆகவே, காதல் என்பது முயற்சியன்று. முயற்சி செய்து காதலிக்க முடியாது. முயன்றால் அது காதல் இல்லை. அது தானாகவே மலர வேண் டும். முயற்சி தேவையில்லை. ஏனெனில் அது ஒரு செய்கையன்று, நிகழ்வு. முடிவிலும் அப்படியே. நீங்கள் முயற்சியே செய்ய வேண்டாம். அதோடு வெறுமனே மிதப்போம். ஆனால் 'நெகிழ்வோடு இயல்பாக இருத்தல்' என்பதே தந்த்ராவின் அடிப்படை. இதுவே தந்த்ரா கூறும் வழி.

'முயற்சி செய்' என்கிறது யோகம். 'முயற்சி செய்யாமல் இரு' என்கிறது தந்த்ரா. யோகம் அகந்தையோடு இணைப்புடையது, ஆனால் இறுதியில் மாறும். தந்த்ராவோ ஆரம்பத்திலிருந்தே அகந்தைப் பிணைப் பில்லாதது. 'அகந்தையை விடு' என்று இறுதியில்தான் யோகம் கூறும். ஆனால் முதல் படியிலிருந்தே தந்த்ரா அதை வலியுறுத்தும்.

இதை இவ்வாறு சொல்லலாம்: யோகம் முடியுமிடத்தில் தந்திரம் தொடங்குகிறது. யோகத்தின் உச்சியே தந்த்ராவின் ஆரம்பம். தந்திராவே நம்மை இறுதி இலக்கிற்கு அழைத்துச் செல்கிறது. யோகம் தந்த்ரா நெறிக்கு நம்மைத் தயார் செய்கிறது, அவ்வளவே. முயற்சி இல்லாமல் இருத்தலே முடிவு நிலை. 'நெகிழ்வோடு இயல்பாக இருத்தல்' என்பது இதுவே.

'நெகிழ்வோடு இயல்பாக இருத்தல்' என்று எதைக் குறிக்கிறார் திலோபா? உங்களோடு நீங்களே சண்டையிடாதீர்கள், நெகிழ்ந்திருங்கள். உங்களைச் சுற்றி, உங்கள் குணநலனைச் சுற்றி ஒரு வட்டம் அமைத்துக் கொள்ளாதீர்கள். உங்களை நீங்களே அதிகம் கட்டுப்படுத்திக் கொண்டால், அதுவே பந்தமாகிவிடும். உங்களைச் சுற்றி சிறைச் சுவர்களை நீங்களே ஏன் எழுப்பிக் கொள்ளவேண்டும்? நெகிழ்வாக, மிதந்து கொண்டி ருங்கள். சூழ்நிலையோடு நகருங்கள், சூழ்நிலையோடு உடன்படுங்கள். குறிப்பிட்ட நோக்கத்தோடு இயங்காதீர்கள். நீரைப் போன்று நெகிழ்வாக இருங்கள், பனிக்கட்டியைப் போன்று இறுக்கமாக இருக்காதீர்கள். நீரோட்டம் போல் இயற்கை அணைத்துச் செல்லும் வழியில் செல்லுங் கள். எதையும் எதிர்க்காதீர்கள், உங்கள் மீது எதையும் நீங்களே திணித்துக் கொள்ளவும் வேண்டாம்.

ஆனால் சமுதாயம் முழுவதும் - நல்லதோ, தீயதோ - ஏதோ ஒன்றைத் திணிக்கவே உபதேசிக்கிறது. தந்த்ரா என்பது சமுதாயம், பண்பாடு, நாகரிகம் ஆகியவற்றிற்கு அப்பாற்பட்டது. அதிகமாகப் பண்பாட்டில் ஈடுபடும்போது, இயல்பாக இருத்தலிலிருந்து விலகிச் செல்கிறோம், வெறும் இயந்திரத்தனமாக ஆகிவிடுகிறோம் என்கிறது தந்த்ரா. ஆகவே உங்களைச் சுற்றி ஒரு வட்டம் போட்டுக்கொள்ள

வேண்டாம். ஒவ்வொரு கணமும் விழிப்போடு இருக்கப் பழகுங்கள். ஆழமாகப் புரிந்துகொள்ள வேண்டிய ஒன்று இது.

பின் ஏன் மக்கள் தங்களைச் சுற்றி ஒரு செயற்கையான வட்டத்தை உருவாக்கிக் கொள்ள முயல்கின்றனர்? அவர்களுக்கு விழிப்பு அல்லது கவனம் தேவையில்லை. ஒவ்வொரு கணமும் முடிவு எடுக்கவேண்டும். சூழ்நிலைக்குத் தக்கபடி வாழவேண்டும். அவர்கள் இதற்கெல்லாம் தயாரில்லை.

விழிப்பைத் தவிர்க்க ஒரு தந்திரத்தை ஏற்படுத்தியுள்ளனர். அதுதான் குணநலன் (Character). ஒரு அமைப்பில் (Discipline) வலிந்து திணித்துக் கொண்டால், அதுவே நம்மைக் கவனித்துக்கொள்ளும். அதற்கு விழிப்புணர்வு (Awareness) தேவையில்லை. உண்மை பேசுவது என்று ஒரு வழக்கத்தை மேற்கொள்ளுங்கள், பின் அது பற்றிக் கவலைப் பட வேண்டியதில்லை. யாராவது ஒருவர் கேட்டால் நாம் உண்மையே பேசுவோம், அது வழக்கமாகி விட்டதால. ஆனால் பழக்கமாகும் உண்மை இறந்த ஒன்று.

வாழ்க்கை அவ்வளவு எளிமையானதன்று. அது ஒரு சிக்கலான செயல். சில சமயம் பொய் தேவைப்படுகிறது, சில சமயம் உண்மை ஆபத்தாகிறது. விழிப்புடன் இருக்க வேண்டும். பொய்யின் மூலம் ஒருவர் காப்பாற்றப்படுகிறார் அல்லது யாருக்குமே துன்பம் நேரவில்லை என்னும்போது என்ன செய்வீர்கள்? நிலையான மனம் இருக்குமானால் உண்மைதான் பேசவேண்டும். ஆனால் அதனால் ஒரு வாழ்க்கை நாசமாகும்.

வாழ்க்கையைக் காட்டிலும் மதிப்புடையது ஏதும் இல்லை, உண்மைகூட அதற்கு அப்புறம்தான். சிலசமயம் உண்மையே பிறர் வாழ்க்கைக்கு இறுதி பயக்கும். அப்பொழுது என்ன செய்வீர்கள்? 'நான் உண்மையே பேசுபவன்' என்ற பழக்கத்தால் ஒரு உயிர் பலியாகிவிடும். ஓர் உயிரைக் காக்க, பொய் சொல்வதில் என்ன தவறு? மக்கள் உங்களைப் 'பொய் சொல்பவன்' என்று நினைத்தாலும் சரி. மற்றவர் உங்களைப் பற்றிக் கூறுவதை ஏன் முக்கியமாகக் கருதுகிறீர்கள்?

அது கடினம்! நிலையான ஓர் அமைப்பை உருவாக்குவது எளிது. வாழ்க்கை என்பது மாறிக்கொண்டே இருக்கிறது. ஒவ்வொரு கணமும் புதிய புதிய சூழல் உருவாகிறது. அதை எதிர்கொள்ள (Respond) வேண்டும். முழு விழிப்புணர்வோடு எதிர்கொள்ளவேண்டும், அவ்வளவே. தீர்மானம் சூழ்நிலையிலிருந்து தானாகவே வரட்டும். அதை வலிந்து திணிக்கக் கூடாது. முன்கூட்டியே எதைப் பற்றியும் எண்ண வேண்டாம். நெகிழ்வோடும், விழிப்புணர்வோடும், இயல்பாகவும் இருங்கள்.

சமயவாதி இப்படித்தான் இருக்கிறான். பழக்க வழக்கத்தின் படியே அவன் நடக்கிறான். அது ஒரு கட்டுப்பாட்டின் விளைவு. அது சுதந்திரம் ஆகாது. உணர்வுக்குச் சுதந்திரம் தேவை.

'நெகிழ்வாக இருங்கள்' இந்த வார்த்தையை ஆழமாக நினையுங்கள். இது உங்களை ஊடுருவிச் செல்லட்டும். நெகிழ்வாக இருங்கள் (Be loose) - அப்பொழுது எல்லாச் சூழலிலும், நம் போக்கு கண்ணாடி மீது ஊற்றப்பட்ட தண்ணீர்போல இயல்பாக எதிர்ப்பின்றி இருக்கும். கண்ணாடி மீது ஊற்றப்பட்ட தண்ணீர் கண்ணாடியின் வடிவைப் பெறுவதில்லையா? 'இது எனது வடிவம் இல்லை' என்று அது எதிர்ப்பதில்லை. தண்ணீர் எந்தப் பாத்திரத்தில் ஊற்றப்படுகிறதோ அந்த வடிவைப் பெறுகிறது. அதற்குத் தடை என்பது இல்லை. நெகிழ்வாக இருக்கிறது தண்ணீர். அதைப் போல இருங்கள்.

சிலசமயம் தெற்கு நோக்கி நகர வேண்டியிருக்கும், சில சமயம் வடக்கு நோக்கிச் செல்ல வேண்டியிருக்கும். திசைகளை மாற்ற வேண்டியது அவசியம். சூழ்நிலைக்குத் தக்கபடி நாம் செல்லவேண்டும். எப்படிச் செல்வது என்று தெரிந்தால், அது போதும். ஓடத் தெரிந்தால் கடல் வெகுதூரம் இல்லை.

ஆகவே, ஒரு அமைபபை உருவாக்கிக் கொள்ளாதீர்கள் - சமுதாயம் முழுவதும் ஒரு குறிப்பிட்ட அமைப்பை உருவாக்கப் பார்க்கிறது, சமயங்களும் அப்படியே. உண்மையை உணர்ந்த சில ஞானியர் மட்டுமே இதைத் தைரியமாகச் சொல்லும் துணிவு

படைத்தவர்கள். உண்மை இதுதான். இயல்பாகவும், நெகிழ்வாகவும் இருங்கள்! நெகிழ்வாக இருந்தால், இயல்பாக இருக்கலாம்.

திலோபா, 'நீதிநெறிப்படி இரு' என்று கூறவில்லை, 'இயல்பாக இரு' என்றே கூறுகிறார். இவை ஒன்றுக்கொன்று எதிரானவை. ஒழுக்கத்தோடு இருப்பவன் இயல்பாக இருக்க முடியாது. கோபம் கொள்ள நினைத்தால் அவனால் கோபம் கொள்ள முடியாது. நேசிக்க நினைத்தால் அவனால் நேசிக்க முடியாது, ஏனெனில் அங்கு ஒழுக்கம் இடையே வந்துவிடுகிறது. ஒழுக்க நெறியின்படியே அவன் நடக்கிறான், அவனது இயல்புக்கு ஏற்றபடி அன்று.

ஒழுக்க நெறிப்படி ஆனால் இயல்புக்கு மாறாக நடந்தால், ஒருபோதும் மகாமுத்திரை நிலையை அடைய முடியாது. ஏனெனில் மகாமுத்திரை என்பது மிக இயல்பான முழு நிலை, இயல்பின் உச்சநிலை. எனவே கோபம் வந்தால் கோபப்படுங்கள், தவறில்லை - ஆனால் சரியான விழிப்புணர்வை இழக்கக் கூடாது. கோபம் நம் உணர்வை ஆக்கிரமிக்கக் கூடாது, அவ்வளவே.

கோபம் இருக்கட்டும், அது ஏற்படட்டும், ஆனால் என்ன நிகழ் கிறது என்ற கவனம் தேவை. இயல்பாக, நெகிழ்வாக, விழிப்புணர் வோடு கவனித்தால், படிப்படியாக பல பொருள்கள் மறைந்துவிடுவதை உணரலாம். அவை இனி எழவே மாட்டா. நம் முயற்சியின்றியே அவை விலகி விடும். அவற்றை நாம் அழிக்க வேண்டாம், அவை தாமாகவே அழிந்து விடும்.

விழிப்புணர்வு (Awareness) ஏற்படும்போது கோபம் படிப்படியாக மறைகிறது. அது அர்த்தமற்றதாகி விடுகிறது, நீங்கும் சுமையாகி விடுகிறது. அதுபோலவே பேராசை, பொறாமை ஆகியவையும் மறைகின்றன, அவற்றின் அர்த்தமற்ற தன்மை உணரப்படுவதால்.

இந்த மதிப்பீட்டைக் கவனியுங்கள்: ஒழுக்கத்தில் 'நல்லது, தீயது' இரண்டும் உண்டு. இயல்பாகச் செயற்கைத்தன்மை இன்றி இருக்கும் போது விவேகமும் இருக்கும், அர்த்தமற்ற தன்மையும் இருக்கும்.

இயல்பாக இருப்பவனுக்கு விவேகம் உண்டு, ஆனால் நன்மை இருக்க வேண்டிய அவசியம் இல்லை. செயற்கையில் அர்த்தமற்ற தன்மை இருக்கும், ஆனால் மோசமாகாது. நன்மை, தீமை என இரண்டில்லை; விவேகம், முட்டாள்தனம் என்பவை உண்டு. முட்டாள்தனம் மற்றவர்க்குத் துன்பம் விளைக்கும், விவேகம் என்பது யாருக்கும் துன்பம் தராது. புண்ணியம், பாவம் என இரண்டில்லை. எல்லாம் விவேகமே. அதை விவேகம் என அழைத்தாலும் சரி, அறியாமை இருக்கும்போது பாவம் என்று அழைத்தாலும் சரி. அறிவே புண்ணியம், அறியாமையே பாவம்.

அறியாமையை அறிவாக (Wisdom) மாற்றுவது எப்படி? அது ஒரு மாற்றமே. அதைப் பலவந்தப்படுத்த முடியாது. நெகிழ்ச்சியோடு இயல்பாக இருக்கும்போது அது நிகழ்கிறது.

> "நெகிழ்ச்சியோடு இயல்பாக இருக்கும்போது
> நுகத்தடியை உடைக்கலாம்
> இவ்வாறு விடுதலை கிட்டும்."

நாம் முழுதும் விடுதலை பெறுகிறோம். தொடக்கத்தில் அது கடினமாக இருக்கும். பழைய பழக்க வழக்கங்கள் தடையாக அமையும். சிலருக்கு முகத்தில் புன்னகை, அகத்தில் கோபம். அவர்கள் புன்னகையிலேயே கோபம் வெளிப்படும். புன்னகையால் அவர்கள் உள்ளதை மறைக்கிறார்கள். அது போலித்தனம், செயற்கையானது. கோபத்தைப் புன்னகையிலும், வெறுப்பை அன்பிலும் மறைப்பவன் முழுதும் செயற்கையானவன், பயன்படாத பிளாஸ்டிக் மலர் போன்றவன்.

தந்த்ராவோ இயற்கையான வழியைக் காட்டுகிறது - நெகிழ்வாக, இயற்கையாக இருத்தல். அது கடினமாகத் தெரியும், ஏனெனில் பழைய பழக்க வழக்கங்களை உடைத்தெறிவது கடினம். நாம் வாழ்வதோ போலித்தனம் மிக்க சமுதாயத்தில். போலி வாழ்க்கையில் முரண்பாடு உண்டு. ஆனால் அவற்றைக் கடந்துதான் செல்லவேண்டும். நாம் தனிமையில் இருப்பதைப் போலத் தோன்றும், ஆனால் அது சில காலமே. நமது தன்மை சீக்கிரமே மற்றவர்க்குப் புரிய ஆரம்பிக்கும்.

போலிப் புன்னகையை விட உண்மையான கோபம் எவ்வளவோ மேல். கோபத்தில் போலித்தனம் இல்லையே. உண்மையான கோபம் கொள்ளத் தெரியாதவன் உண்மையானவன் அன்று. அவன் தனக்கு முரண்பாடாக நடந்துகொள்ளாதவன். அவனை நம்பலாம்.

உண்மையான கோபம் அழகானது, போலிப் புன்னகை அழகற்றது என்பது என் கணிப்பு. உண்மையான அன்பைப் போன்றே உண்மை யான வெறுப்பும் அழகானதே. அழகு என்பது உண்மையோடு தொடர்பு டையது. வெறுப்போடும் நேசிப்போடும் அதற்குத் தொடர்பில்லை. உண்மை எந்த வடிவத்திலும் அழகானதே. போலியாக வாழும் மனிதனைவிட, உண்மையில் இறந்த மனிதன் எவ்வளவோ மேல். தேவை உண்மைத்தன்மையே.

முல்லா நஸ்ருதீனின் மனைவி இறந்து போனாள். அண்டை வீட்டார் சூழ்ந்தனர். ஆனால் முல்லா அதனால் பாதிக்கப்படாமல், ஒன்றுமே நடக்காததுபோல் நின்று கொண்டிருந்தார். மற்றவர் அழுது புலம்பினர், ‘ஏன் நின்று கொண்டிருக்கிறீர்கள், நஸ்ருதீன்! அவள் இறந்து விட்டாள்’ என்று கூறினர்.

நஸ்ருதீன் சொன்னார், ‘‘இருங்கள், அவள் ஒரு பொய்க்காரி - அவள் இறந்து போனது உண்மையா என அறிய மூன்று நாட்களாவது காத்திருக்க வேண்டும்.’’

அந்த உண்மையின் அழகைப் பாருங்கள். அது போன்ற உறுதி உண்மையான மலர்ச்சியைத் தரும். உறுதி அதிகமாக அதிகமாக, படிப்படி யாகப் பல பொருள்கள் தாமாகவே நீங்கிவிடும். முயற்சியே தேவை யில்லை. அந்த லாவகத்தைப் புரிந்துகொண்டால் நாம் மேலும் மேலும் நெகிழ்வாகவும், இயல்பாகவும், தெளிவாகவும் ஆகிவிடுவோம். திலோபா கூறுகிறார்,

‘‘நுகத்தடியை முறிக்கலாம் -
இவ்வாறு விடுதலை கிட்டும்.’’

விடுதலை என்பது எங்கோ தூரத்தில் இல்லை, நம் பின்னால் மறைந்து கிடக்கிறது. தெளிவும், உறுதியும் அதன் கதவைத் திறக்கும், வழிகாட்டும். ஆனால் நாமோ பொய்யர்களாக, போலியாக அல்லவா இருக்கிறோம். அதனால்தான் விடுதலை எங்கோ தூரத்தில் இருப்பதாக நினைக்கிறோம். அவ்வாறில்லை! உண்மையின் இயல்பே விடுதலை தான். மிகவும் இயற்கையானது அது.

தண்ணீர் கடலை நோக்கி ஓடுவதைப் போலவும், நீராவி ஆகாயத்தை நோக்கி எழுவது போலவும், சூரியன் வெப்பமாக இருப்பதைப் போலவும், சந்திரன் குளிர்ச்சியாக இருப்பதைப் போலவும், விடுதலையும் உண்மைக்கு இயல்பானதே. புதிதாக அடையப்படும் ஏதோ ஒன்று அது என்று பிறர்க்குச் சொல்லத் தேவையில்லை.

லின் சீயிடம், ''உங்களுக்கு என்ன உண்டாயிற்று? நீங்கள் ஞானம் பெற்றதாகச் சொல்கிறார்களே'' என்று கேட்டபோது, தம் தோள்களைக் குலுக்கிக் கொண்டு அவர் கூறினார், ''என்ன ஏற்பட்டது? ஒன்றுமில்லை - காட்டில் விறகு வெட்டுகிறேன், ஆசிரமத்திற்குத் தண்ணீர் கொண்டு செல்கிறேன். கிணற்றிலிருந்து தண்ணீர் இறைப்பதும், விறகு வெட்டு தலும் மழைக்காலம் நெருங்குவதால் செய்கிறேன்.'' தோள்களைக் குலுக்கியது அர்த்தமுள்ள செய்கை.

அவர் சொல்கிறார், ''எதுவும் நிகழவில்லை. நீங்கள் என்ன பேசுகிறீர்கள்! கிணற்றிலிருந்து நீர் இறைப்பது, விறகு வெட்டுவது ஆகியவை இயல்பான செயல்கள். வாழ்க்கை முற்றிலும் இயற்கை யானதே. தூக்கம் வரும்போது தூங்குகிறேன். பசிக்கும்போது சாப்பிடு கிறேன். வாழ்க்கையில் செயற்கைத் தன்மையே இல்லை.''

இவ்வாறு முற்றிலும் இயல்பான வாழ்வே விடுதலை (முத்தி). புதிதாக ஒன்றை அடைந்துவிட்டோம் என்று பெருமைப்படும் செயல் அன்று அது. அது ஏதோ கிடைத்தற்கரிய அசாதாரணமான நிகழ்வு அன்று; மிகவும் இயல்பான ஒன்று, நாம் நாமாகவே இருப்பது.

ஆகவே என்ன செய்ய வேண்டும்?

போலித்தனத்தை, செயற்கையான பழக்க வழக்கங்களை விட்டுவிட வேண்டும். இயல்பாக இருக்கவேண்டும். தொடக்கத்தில் மட்டுமே இது கடினமாக இருக்கும். பழக்கத்தில் வந்துவிட்டால், உங்கள் இயல்பான தன்மையை மற்றவர்களும் புரிந்துகொள்வர். அது அத்தகைய காந்தசக்தி படைத்தது. 'இந்த மனிதர் நம்மை விட வித்தியாச மானவர், இவர் நம் மாதிரி அல்லர்' என்பதை உணர ஆரம்பித்து விடுவர். இனி நமக்கு நஷ்டமே இல்லை, செயற்கைத்தன்மை தானே நீங்கிவிடும்.

செயற்கைத்தன்மை நீங்கினால் வெற்றிடம் (Emptiness) உருவாகும். போலித்தனம் பொய் வேடம் ஆகியவை நீங்கிவிடும். வாழ்வின் இயல்பான ஓட்டம் சாத்தியமாகும்.

வெற்றிடமாக, நெகிழ்வாக, இயல்பாக இருங்கள். வாழ்க்கையின் அடிப்படைக் கொள்கை அதுவே ஆகட்டும்.

பாடல் தொடர்கிறது:

"வெளியை உற்று நோக்கும்போது வெறுமையே
தெரிந்தால்
அப்பொழுது மனத்தைக் கொண்டு மனத்தைக்
கவனித்தால்
வேறுபாடுகள் அழியும்
புத்தநிலையை அடையலாம்.

வானத்தில் அலைந்து திரியும் மேகங்களுக்கு -
வேரில்லை, புகலிடமும் இல்லை.
மனத்தில் மிதக்கும்
எண்ணங்களுக்கும் அப்படியே.
"தன்மனம்" உணரப்படும்போது
வேறுபாடு நின்றுவிடும்.

வெளியில்தான் வடிவமும் நிறமும் உண்டாகின்றன.
ஆனால் கருப்பும் வெள்ளையும் வெளியைப்
பாதிக்கமாட்டா.
எல்லாம் தன்மனத்திலிருந்தே உதயம்.
புண்ணியமும் பாவமும் மனத்தைக்
கறைப்படுத்துவதில்லை."

2. பிரச்சனைகளின் வேர்

பிரச்சனைகளுக்கு எல்லாம் வேராக அமைவது மனமே. மனம் என்றால் என்ன என்பதை முதலில் புரிந்துகொள்ள வேண்டும். அது ஒரு பொருளா அல்லது வழியா? உண்மையா, கனவு போன்றதா? மனத்தின் இயல்பைப் புரிந்தகொள்ளாதவரை, வாழ்வின் பிரச்சனைகளைத் தீர்க்கமுடியாது.

தனித்தனியாகப் பிரச்சனைகளை, எவ்வளவுதான் கஷ்டப்பட்டு, தீர்க்க நினைத்தாலும், தோல்வியே கிட்டும். இது நிச்சயம். ஏனெனில் தனிப் பிரச்சனை என்பதே கிடையாது, மனமே பெரிய பிரச்சனை. வேறு எந்த பிரச்சனையைத் தீர்த்தாலும், வோர் அப்படியே இருப்பதால், அது சரிவராது.

மரத்தின் வேரைப் பிடுங்காமல் - இலைகளையும், கிளைகளையும் வெட்டுவதைப் போன்றது இச்செயல். புது இலைகள் முளைக்கும், கிளைகள் தோன்றும். முன் இருந்தமைக்கு அதிகமாகவே தோன்றும். மரத்தை வெட்டுவதால் அது மேலும் நன்கு வளரும். அதை வேரோடு பிடுங்கி எறியாதவரை, பிரச்சனையைத் தீர்க்க முடியாது.

இதைப் போன்றதே வாழ்வில் பிரச்சனைகளைத் தீர்ப்பதும். ஒவ்வொரு பிரச்சனையாகத் தீர்க்கத் தீர்க்க, வேறு ஒன்று புதிதாகத் தோன்றும். சில சமயம் ஒன்றுக்குப் பத்தாக, புதுப் பிரச்சனைகள் தோன்றும். பிரச்சனைகள் தனித்தனியாக இல்லை. எனவே தனிப் பிரச்சனையைத் தீர்க்க முயலாதீர்கள். மனமே பிரச்சனை. ஆனால் அது மறைந்திருக்கிறது. எனவேதான் அதை வேர் என்கிறேன். வெளிப்படாதது வேர். பிரச்சனைகள் வெளியே தெரியும், அதன் மூல காரணமாம் மனம் தெரியாது - எனவேதான் நாம் ஏமாந்து போகிறோம்.

வெளிப்படுவது ஒருபோதும் வேர் ஆகாது; வேர் மறைந்தே இருக்கும். ஆகவே கண்ணுக்குத் தெரிவதோடு போரிடாதீர்கள். அது நிழலோடு சண்டை போடுவது போலாகும். அது வீண் செயல், ஒரு

மாற்றத்தையும் தராது. இதனால் அதே பிரச்சனை மறுபடியும் மறுபடியும் எழும். உங்கள் வாழ்க்கையை நோக்குங்கள், புரியும்.

'மன அமைதி பெறுவது எப்படி?' என்று என்னிடம் கேட்கிறார்கள். ''அமைதியான மனம் என்று ஒன்றும் இல்லை, நான் கேள்விப்பட்டதும் இல்லை'' என்று அவர்களிடம் நான் கூறுவேன்.

மனம் ஒருபோதும் அமைதியாக இராது. மனம் இன்மையே அமைதி. மனத்தில் அமைதியும் இல்லை, மௌனமும் இல்லை. குழப்பம் அடைவதும், இறுக்கமாக இருத்தலுமே அதன் இயல்பு. மனத்திடம் ஒருபோதும் தெளிவு இருக்காது. அதன் இயல்பே குழம்பி இருத்தல்தான். தெளிவும், அமைதியும், மௌனமும் மனம் அற்றபோதே சாத்தியம். ஆகவே, மௌனமான மனத்தை அடைய முயலாதீர்கள். அவ்வாறு செய்வத இல்லாத ஊருக்குச் செல்வதைப் போன்றது.

முதலில் மனத்தின் இயல்பைப் புரிந்துகொள்ள வேண்டியது அவசியம். பின்னரே மற்றவை செய்யப்பட வேண்டும்.

கவனித்துப் பார்த்தால், மனம் என்று ஒருபொருள் தனியாக இல்லை என்பது தெரியவரும். அது ஒரு பொருளன்று, வழி. அது ஒரு பொருளன்று, ஒரு கூட்டம். தனி எண்ணங்கள் உண்டு, ஆனால் அவை வேகமாக நகர்வதால் அவற்றின் இடையே உள்ள இடைவெளிகளைக் காண முடியாது. நமது விழிப்பின்மையே அதற்கான காரணம். ஆழ்ந்து நோக்கினால் திடீரென்று எண்ணங்கள் தனித்தனியாகத் தோன்றும். ஆனால் மனம் என்று ஒன்றும் இராது.

பல்லாயிரக்கணக்கான எண்ணங்களின் சேர்க்கை மனம் என்ற தோற்றத்தைத் தருகிறது. அது வெறும் கூட்டத்தைப் போன்றது. பல மக்களின் சேர்க்கையே கூட்டம் என்பது. ஆனால் தனியாகக் கூட்டம் என்ற ஒன்று இருக்கிறதா? அங்கிருக்கும் தனி மனிதர்களைக் காட்டிலும் அது வேறானதா? அவர்கள் ஒன்றுசேருவது கூட்டம் என்ற தோற்றத்தை அளிக்கிறது. இருப்பது தனிமனிதர்களே.

மனத்தைப் பற்றிய முதல் ரகசியம் இது. கவனியுங்கள், எண்ணங்கள் இருக்கும் ஆனால் மனம் என்று ஒன்றும் இருக்காது. இது உங்கள் அனுபவம் ஆகவேண்டும். நான் சொல்கிறேன், திலோபா சொல்கிறார் என்பதெல்லாம் பயன் தராது. இது உங்கள் அனுபவம் ஆகும்போது, திடீரென்று எல்லாமே மாற ஆரம்பிக்கும். மனத்தைப் பற்றி ஆழமாக அறிந்தால், பல செயல்கள் தாமே தொடரும்.

மனத்தை உற்றுக் கவனியுங்கள், அது எங்கே இருக்கிறது என்று நோக்குங்கள். எண்ணங்கள் மிதப்பதையும் அவற்றுக்கு இடையே இடைவெளிகளையும் உணர்வீர்கள். தொடர்ந்து கவனித்தால் எண்ணங்களைவிட இடைவெளிகளே அதிகம் என்பதை உணரமுடியும். ஒரு எண்ணம் மற்றொரு எண்ணத்திலிருந்து வேறுபட்டாக வேண்டும் - ஒரு வார்த்தை இன்னொரு வார்த்தையிலிருந்து வேறுபடுவதைப் போல இது. ஆழ்ந்து கவனிக்க இடைவெளிகள் பெருகும், அவற்றின் அளவும் விரியும். ஓர் எண்ணம் மிதக்கும், பின் ஓர் இடைவெளி - அங்கு எண்ணமே இருக்காது. அடுத்து ஓர் எண்ணம், தொடர்ந்து இடைவெளி.

கவனிக்காவிட்டால் இந்த இடைவெளிகளைப் பார்க்க முடியாது. ஓர் எண்ணத்திலிருந்து இன்னோர் எண்ணத்திற்குத் தாவினால், இவ்விடைவெளியை ஒருபோதும் பார்க்க முடியாது. விழிப்புடன் நோக்கினால் இடைவெளிகளே அதிகம் தெரியும். முழுமையான விழிப்புணர்வில் நீண்ட இடைவெளிகள் புலப்படும். அத்தகைய இடைவெளிகளில்தான் சதோரி அனுபவம் தோன்றும். அவற்றில் உண்மை நம் கதவைத் தட்டும். விருந்தாளி வருவதும் இவ்விடைவெளி களில்! கடவுள் உணர்வு என்பது இந்த இடைவெளிகளில் மட்டுமே நிகழும். விழிப்புணர்வு முழுமை பெறும்போது வெறுமையாம் மிகப்பெரிய இடைவெளி மட்டுமே எஞ்சி நிற்கும்.

அது மேகங்களைப் போன்றது; மேகங்கள் நகர்கின்றன. அவை அடர்த்தியாக இருக்கும்போது அதன்பின் மூடப்பட்டுள்ள ஆகாயம் தெரிவதில்லை. உற்றுநோக்கினால் ஒரு மேகம் நகர்கிறது, இன்னொரு மேகம் காட்சிக்கு இன்னமும் வரவில்லை - திடீரென்று ஆகாயத்தின் நீலநிறம் தெரிகிறது.

நமக்குள்ளேயும் இதுவே நிகழ்கிறது. நாம் பரந்த நீலநிற ஆகாயம் ஆகிறோம். எண்ணங்களே மேகங்கள். அவை நமக்குள் நகர்கின்றன, நிறைகின்றன. ஆனால் இடைவெளிகளும் உண்டு, ஆகாயமும் உண்டு. ஆகாயத்தைப் கண்டுணர்தல் சதோரி. ஆகாயமாகவே இருத்தல் சமாதி. மனத்தை ஆழ்ந்து நோக்குதலே சதோரியிலிருந்து சமாதி செல்லும் பாதையாகும்.

மனம் தனி ஒரு பொருளாக இருப்பதில்லை. எண்ணங்கள் மட்டுமே இருக்கின்றன. இது முதலாவது.

இரண்டாவது : எண்ணங்கள் நம்மிலிருந்து வேறானவை. அவை நம் இயல்போடு சேர்ந்தவை அல்ல. அவை வந்து போகும். ஆனால் நாம் இருக்கிறோம். நிலையாக இருக்கும் ஆகாயம் நாம். ஆகாயம் வருவதும் இல்லை, போவதும் இல்லை. மேகங்கள் வந்து போகின்றன. அவை நிலையற்றவை. ஓர் எண்ணத்தைப் பற்றி நிற்க நினைத்தால் கூட, அவ்வாறு நீண்டநேரம் இருக்க முடிவதில்லை. அது நீங்கிவிடும். அதற்குப் பிறப்பும், இறப்பும் உண்டு. எண்ணங்கள் நம்முடையவை அல்ல. அவை நமக்குச் சொந்தம் இல்லை. விருந்தாளிகள் போல அவை வந்து போகின்றன. அவை வீட்டுக்குச் சொந்தக்காரர் அல்ல.

ஆழ்ந்து கவனியுங்கள், நாம் விருந்தளிப்பவர் ஆகிவிடுவோம். எண்ணங்கள் விருந்தினர் ஆகிவிடும். விருந்தினராக இருக்கும் வரை அவை அழகானவை. ஆனால் விருந்தளிப்பவர் நாம் என்பதை மறந்து விட்டால் அவை வீட்டுக்குச் சொந்தக்காரர் ஆகிவிடும். நாம் குழப்பத்தில் ஆழ்வோம். இதுதான் பெரிய தவறு. நாம் வீட்டுக்குரியவர், வீடு நமக்குச் சொந்தம், விருந்தாளிகள் நம் வீட்டிற்குச் சொந்தம் கொண்டாடினால், விபரீதம்! விருந்தினரை வரவேற்கலாம், கவனிக்கலாம் ஆனால் அவர் களோடு ஐக்கியப்படக்கூடாது; இல்லையேல் அவை நம்மை ஆளும்.

எண்ணங்களை நமக்குள் ஆழமாகச் செலுத்தினால், மனம் பிரச்சினை தரும். அவற்றை ஒரு குறிப்பிட்ட தூரத்திலேயே விலக்கி விட்டால், அவை வெறுமனே வந்து சென்றுவிடும். எப்பொழுதும் இருப்பதே நமதியல்பு, நம் தாவோ (Tao). வந்து போகும் மேகத்தைக்

கவனிக்காத ஆகாயமாகவே இருங்கள். அணுகுமுறையை மாற்றுங்கள். விருந்தினர் மீது கவனம் குவியாது, விருந்து தரும் தம் மீது ஊன்றி நிற்கட்டும். விருந்தினர் தாமே வந்து சென்றுவிடுவர். வரும் விருந்தினரில் நல்லவரும் உண்டு, கெட்டவரும் உண்டு. ஆனால் அவர்களைப்பற்றிக் கவலைப்படத் தேவையில்லை. ஒரு நல்ல எஜமானர் எல்லா விருந்தினரையும் ஒரே மாதிரியே கவனிப்பார். நன்மை, தீமை பற்றி அவருக்குக் கவலையில்லை. அது அவரது வேலையில்லை.

எண்ணத்தை நல்லது, தீயது என்று பிரிப்பதால் என்ன செய்கிறோம்? நல்ல எண்ணத்தை அருகே கொண்டு வந்தும், தீய எண்ணத்தை மேலும் விலக்கியும் பிரிவினைக் காரியத்தைச் செய்கிறோம். சீக்கிரமே நல்ல எண்ணத்தோடு ஐக்கியம் ஆகிவிடுகிறோம். நல்ல எண்ணம் நமக்கு எஜமானர் ஆகிவிடும். எஜமானர் ஆகும் எந்த எண்ணமும் தொல்லை தரும். ஏனெனில் எண்ணம் என்பது உண்மை ஆகாது; எண்ணம் என்பது பாசாங்கு செய்பவரைப் போன்றது. அதனோடு ஐக்கியப்படுவது என்பதே ஒரு நோய்.

ஒரே ஒன்றுதான் தேவை என்பார் குர்டெய்ஃப் - வந்து போவதோடு ஐக்கியப்படாமல் இருப்பதே அது. காலை வருகிறது, நண்பகல் வருகிறது, மாலை வருகிறது, இரவு வருகிறது, மறுபடியும் காலை. இவையெல்லாம் வந்து போகின்றன. நாம் இருக்கிறோம். ஆனால் நாமாக அல்ல; அது கூட ஓர் எண்ணமே. தூய உணர்வே நாம், வெறும் பெயர் நாமன்று. நம் பெயர் கூட வெறும் எண்ணமே. தூய உணர்விற்குப் பெயர் இல்லை, வடிவம் இல்லை, தூய்மை மட்டுமே உண்டு. பெயரின்மை, உருவின்மை, தூய்மை ஆகிய மூன்று மட்டுமே அதற்கு உண்டு. இந்த விழிப்புணர்வு மட்டுமே உண்மை.

எண்ணங்களால் மனமாகிறோம், உடலாகிறோம் பெயரும் வடிவும் உண்டாகின்றன. 'நாமரூபம்' என்று இந்துக்கள் இதனை அழைப்பர். அப்பொழுது வீட்டுக்குரியவர் மறைந்து போகிறார். நித்தியம் மறக்கப்பட்டு அநித்தியம் மட்டுமே முக்கியம் ஆகிறது. உலகம் அநித்தியம், தெய்வீகம் நித்தியம்.

அடைய வேண்டிய இரண்டாவது எண்ணம் இது. ஆம் நாம் விருந்தளிப்பவர் (Host); எண்ணங்கள் விருந்தாளிகள் (Guest).

மூன்றாவது, தொடர்ந்து கவனிக்கும்போதே, உணரப்படும். எண்ணங்கள் வெளியிலிருந்து வருபவை. எந்த எண்ணமும் நமதில்லை. அவை வரும் வழியாக நாம் அமைகிறோம். பறவை ஒரு கதவின் வழியாக வீட்டிற்குள் வந்து மற்றொரு வழியாக வெளியில் செல்கிறது. அதுபோல எண்ணமும் நமக்குள் வந்து, பின் வெளியேறுகிறது.

எண்ணங்கள் நம்முடையவை என்று நினைத்துக் கொண்டிருக்கிறோம். அது மட்டுமன்று, எண்ணங்களோடு சண்டையும் போடுகிறோம். 'இது என்னுடைய எண்ணம், இது உண்மை' என்கிறோம், வாதம் செய்கிறோம், நிரூபிக்க முயல்கிறோம். எந்த எண்ணமும் நமதில்லை, எந்த எண்ணமும் அசல் உண்மையன்று. எல்லா எண்ணங்களும் கடன் வாங்கப்பட்டவையே. இவை நமக்கு முன்னரே பலருக்கு உதித்தவை. அறிவியல், பொருளுக்குள் ஆழ்ந்து செல்லச் செல்ல, பொருள்கள் எல்லாம் வெறும் எண்ணங்களே என்று உணரமுடியும். அவ்வாறு இருக்கலாம், நான் இயற்பியல் அறிஞர் இல்லை. அறிஞர் எட்டிங்டன் இதையே கூறுகிறார். நமக்குள் ஆழ்ந்து சென்றாலும் பொருள்கள் எல்லாம் வெறும் எண்ணங்களாகவே தோன்றும். ஒரே செயலின் இரு பகுதிகள் இவை; பொருள் என்பது வெறும் எண்ணம். எண்ணம் என்பது ஒரு பொருளே.

'எண்ணம் என்பது ஒரு பொருள்' என்பதற்கு என்ன பொருள்? எண்ணத்தைப் பொருளைப் போலவே வெளியே எறிந்து விடலாம் என்பது பொருள். பொருளைப் போலவே எண்ணத்தாலும் ஒருவர் மண்டையை உடைக்கலாம். கத்தியைப் போன்றே எண்ணத்தாலும் ஒருவரைக் கொல்லலாம். எண்ணத்தைக் கொடையாகப் பிறருக்குக் கொடுக்கலாம், தொற்றுநோயாகவும் தரலாம். எண்ணங்கள் எல்லாம் பொருள்கள், படைகள், ஆனால் அவை நமக்குரியன அல்ல. அவை நம்மிடம் வந்து, சிறிது நேரம் இருந்துவிட்டு, பின் சென்றுவிடும். உலகம் முழுதும் எண்ணங்களாலும், பொருள்களாலும் நிரம்பி வழிகிறது.

பொருள்கள் எண்ணங்களின் ஸ்தூலப்பகுதிகள், எண்ணங்கள் பொருள்களின் சூக்குமப் பகுதிகள்.

எண்ணங்களே பொருளாக இருப்பதால்தான் பல ஆச்சரியங்கள் நிகழ்கின்றன. நம்மைப் பற்றியும் நம் நலனைப் பற்றியும் ஒருவர் நினைத்தால் அது நிகழ்கிறது. ஏனெனில் அவர் நம்மீது தொடர்ந்து சக்தியைச் செலுத்துகிறார். அதனால்தான் பெரியவர் ஆசிகள் நமக்குப் பயன்படுகின்றன, உதவி செய்கின்றன. மனத்தை வென்ற ஒருவர் ஆசி நமக்குக் கிடைப்பதால், அது உண்மையாகி விடும். எண்ணத்தை வீணாக்காதவன், சக்தியைச் சேகரிக்கிறான், ஆகவே அவன் சொல்வது எதுவும் உண்மையாகிறது.

கீழை மரபுகளில், மனம் இல்லாமல் போக வழிமுறைகளைப் போதிக்கின்றனர். தொடக்கமே மனமின்மைதான். எதிர்மறைப்போக்கு நிறுத்தப்படவேண்டும் என்பதை அழுத்திச் சொல்லுவர். ஏனெனில், மனமற்ற தன்மையை நோக்கிச் செல்லும்போது எதிர்மறைத் தன்மை வந்து சேரும். நாம் பயங்கரமான சக்தியாவோம். மனமற்ற நிலையை அடையும் முன்பு முற்றிலும் நேரிடைத்தன்மை (Positive) அமைய வேண்டும். வெள்ளை மந்திரத்திற்கும் (White Magic), கருப்பு மந்திரத்திற்கும் (Black Magic) இடையே உள்ள வேறுபாடே இதுதான்.

எண்ணங்களின் சக்தியைச் சேகரித்து அதில் எதிர்மறைத் தன்மையைச் சேர்க்காது இருத்தல் வெள்ளை மந்திரம் (White Magic). அப்படிப்பட்டவர் அதிகமான எண்ணச் சக்தியைச் சேர்த்து உடன்பாட்டு வழியில் பயன்படுத்துவார். அதுவே எதிர்மறை ஆகும்போது கருப்பாகிறது. உடன்பாட்டில் வெண்மை, எதிர்மறையில் கருப்பு. எண்ணம் என்பது மிகப் பெரிய சக்தி, மிகுந்த ஆற்றல் வாய்ந்தது.

இது மூன்றாவது உண்மை. இதைப் புரிந்துகொண்டு நமக்குள் கவனித்து அறியவேண்டும்.

எண்ணமே ஒரு பொருளாகச் செயல்படுவதைச் சிலசமயம் காண முடியும். ஆனால் அதிகமான உலகியல் ஈடுபாடு காரணமாக இது

தற்செயலாக நிகழ்வது என்று நினைக்கிறோம். இதைப் புறக்கணித்தால், கவனிக்காது இருந்தால், மறந்து விட்டால் - உண்மை புரியும். பலமுறை ஒருவர் இறந்து விட்டதாக நினைக்கிறோம். இதுவும் தற்செயலாக நிகழ்வதாகக் கருதுகிறோம். சில சமயம் நண்பர் ஒருவரைப் பற்றிய நினைப்பு ஏற்படுகிறது, அவர் வந்தால் நன்றாக இருக்கும் என்று நினைக் கிறோம் - உடனே அவர் வந்து நின்று கதவைத் தட்டுகிறார். இதுவும் தற்செயல் என்று எண்ணுகிறோம். இது தற்செயலாக நிகழ்வதில்லை. உண்மையில் எதுவும் தற்செயலாக நிகழ்வதில்லை, எல்லாவற்றிற்கும் ஒரு காரணம் உண்டு. நம் எண்ணங்கள் நம்மைச் சுற்றி ஓர் உலகையே உருவாக்குகின்றன.

எண்ணங்கள் எல்லாம் பொருள்களே. எனவே அவற்றிடம் கவனமாக இருங்கள். கவனமாக அவற்றைக் கையாளுங்கள்! கவனிக்காது போனால் நமக்கும் துயரம், மற்றவர்க்கும் துயரம். பிறர்க்குத் துயரம் (அறியாமலேயே) இழைத்தாலும்கூட, நம்மை நாமே துயரப் படுத்திக் கொள்கிறோம். எண்ணம் என்பது இருமுனைக் கத்தி. மற்றவரை வெட்டும்போது அது நம்மையும் வெட்டிவிடும்!

இரண்டு அல்லது மூன்று ஆண்டுகளுக்கு முன்பு உரிஜெல்லர் என்ற இஸ்ரேலியர், பி.பி.சி தொலைக்காட்சியில் எண்ணங்களின் வலிமை பற்றிய தனது சோதனையை நிகழ்த்திக் காட்டினார். நினைத்த மாத்திரத்திலேயே அவரால் எதையும் செய்ய முடியும்.

ஆயிரக்கணக்கான மக்கள் அதைக் கண்டு களித்தனர். அவரைச் சுற்றிப் பத்தடிப் பரப்பில் பல செயல்கள் நிகழ்ந்தன. எண்ணங்களே பொருட்கள், அவை மிகவும் சக்தி வாய்ந்தவை. ரஷ்யாவில் மிகைலோவனா என்ற பெண்மணி வெகு தூரத்திலிருந்தே பல காரியங் களைச் செய்து காட்டினாள். அவள் நினைத்த மாத்திரத்திலேயே அவை நடக்கும். கம்யூனிஸ்ட் நாடான ரஷ்யா இதை நம்பால் பரிசோதனைகள் செய்து கொண்டிருக்கின்றனர். அவள் இச்செயலைச் செய்யும்போது, அவளுக்கு அரை மணி நேரத்தில் இரண்டு பவுண்டு எடை குறையும். இது எதைக் குறிக்கிறது. எண்ணங்களின் மூலம் நாம் ஆற்றலைத் தூக்கி

எறிகிறோம். இதைத் தொடர்ந்து செய்துகொண்டிருக்கிறோம். தேவையில்லாமல் நம்மையும் அழித்துக் கொண்டு நம்மைச் சுற்றி யிருப்பவரையும் அழிக்கிறோம்.

மனத்தால் சும்மா இருக்க முடியாது. பயங்கரமானது அது. தொடர்ந்து எதையாவது வெளியிட்டுக் கொண்டேயிருக்கும். மனம் தொடர்ந்து பலரோடு ஒலிபரப்பிக்கொண்டேயிருப்பதால் உலகம் மேலும் மேலும் துன்பத்துக்குள்ளாகிறது.

பின்னோக்கிச் செல்லச் செல்ல உலகம் மிகவும் அமைதியாக இருக்கும். புத்தர் இருந்தபோது, லாவோட்சு இருந்தபோது, உலகம் மிக அமைதியாகவும், இயல்பாகவும் இருந்தது. அது ஒரு சொர்க்கமாகவே இருந்தது. ஏன்? மக்கள் தொகை மிக மிகக் குறைவு என்பது ஒரு காரணம். சிந்தனையைக் காட்டிலும் உணர்வுக்கு அதிக இடம் கொடுத்தது இன்னொரு காரணம். பிரார்த்தனை முதலிடத்தைப் பெற்றது முக்கியமான காரணம். அவர்கள் காலையில் செய்யும் முதல் செயல் பிரார்த்தனை. இரவில் இறுதிச் செயல் பிரார்த்தனை. நாள் முழுவதும், நேரம் கிடைக்கும் போதெல்லாம் உள்ளே பிரார்த்தனை.

பிரார்த்தனை என்றால் என்ன? நம்முடைய வாழ்த்துக்களை எல்லோருக்கும் அனுப்புவது, தம் கருணையை எல்லோருக்கும் தருவது. எதிர்மறை எண்ணங்களுக்கு மாற்று மருந்தாவது பிரார்த்தனை.

எண்ணங்களைப் பற்றிய மூன்றாவது உண்மை இது. அவை பொருள்கள், ஆற்றல் மிகக் சக்திகள், அவற்றை மிகக் கவனமாகக் கையாள வேண்டும்.

சாதாரணமாக விழிப்புணர்வு இல்லாமல் எதையும் சிந்திக்கிறோம். எண்ணங்களிலேயே பல கொலைகள் செய்பவனையும், மனத்துக்குள் ளேயே எல்லாவிதமான பாவங்களைச் செய்பவனையும் அடையாளம் காண முடியாது. உடலால் செய்ய முடியாத போது, அவை மனத்தில் நிகழலாம். ஒருவரைக் கொலை செய்ய முடியாத போது, அவரைக் கொல்வதாக மனதுக்குள் நினைத்துக் கொள்கிறோம். நம் எண்ணத்தை இன்னொருத்தருக்குச் செலுத்தவும் கூடும். அதனால்தான், உண்மையை

உணர்ந்தவர்கள் பூமியில் நடக்கும் எந்தச் செயலுக்கும் ஒவ்வொருவரும் காரணம் என்கிறார்கள். வியட்நாமில் நடப்பதற்கு நிக்ஸன் மட்டுமே காரணமில்லை. அது பற்றி நினைக்கும் எல்லோரும் காரணம். ஒருவரை மட்டும் குறை சொல்ல முடியாது; அவர்தான் மனமற்றவர்.

பொறுப்பை இன்னொருவர் மேல் சுமத்தாதீர்கள். நமக்கும் பொறுப்பு உண்டு. இது ஒரு கூட்டுச்செயல். ஒரு நோய் எங்கோ தோன்ற லாம். ஓர் எரிமலை பல்லாயிரக்கணக்கான மைல்களுக்கப்பால் வெடிக் கலாம். ஆனால், இவை தொடர்புடையவை.

ஒளியைவிட எண்ணம் அதிவேகமாகச் செல்லும். காலம், இடம் ஆகியவை அதில் இல்லை. நாம் இங்கு இருப்போம், ஆனால் நம் எண்ணம் அமெரிக்காவில் இருக்கும். மக்கள் என்னிடத்தில் வந்து, 'நாங்கள் யாருக்கும் எந்தத் தீங்கும் செய்தது இல்லை. ஆனாலும் கஷ்டப்படுகிறோம்' என்கிறார்கள். நாம் ஒன்றும் செய்யாமலிருக்கலாம். ஆனால், அவற்றைப் பற்றி நினைக்கிறோமே. செய்வதைவிட நினைப் பது சூட்சுமமானது. செயலிலே இருந்து ஒருவர் தன்னைக் காப்பாற்றிக் கொள்ளலாம்; ஆனால் நினைப்பதிலிருந்து காப்பாற்றிக் கொள்ள முடியாது. நினைப்பதைக் கட்டுப்படுத்துதல் அவ்வளவு எளிதன்று.

'நினைப்பின்றி இருத்தல்' என்பது கட்டாயமான ஒன்று. பாவத்தி லிருந்து, குற்றத்திலிருந்து, ஏன் நம்மைச் சுற்றி இருக்கும் எல்லாவற்றி லிருந்தும் நம்மை முற்றிலும் விடுவிப்பது அதுவே. 'புத்தர்' என்பதன் பொருளும் அதுவே.

மனமில்லாமல் இருப்பவர் புத்தர். எனவேதான் அவரைக் கர்மம் பற்றுவதில்லை. அவருக்கு எதிர்காலக் கடமை ஏதும் கிடையாது. அவர் வசிக்கிறார், நடக்கிறார், அசைகிறார், சாப்பிடுகிறார், பேசுகிறார், பல செயல்களைச் செய்கிறார். எனவே கர்மம் சேர்ந்துதானே ஆகவேண்டும். கர்மம் என்பது செயல் அன்றோ? ஆனால் கொலை செய்தால் கூடப் புத்தரிடம் கர்மம் சேராது என்பர். கொலை செய்யாமல் இருந்தால்கூட

நம்மைக் கர்மம் பற்றுகிறது. ஆனால் கொலை செய்தால்கூட அவரைக் கர்மம் பற்றாது, ஏன்?

மிகவும் எளிமை; புத்தர் எதைச் செய்தாலும் மனம் என்பது இன்றிச் செய்கிறார். அது இயல்பாகத் தானாகவே நிகழ்கிறது, அது செயல் இல்லை. அதைப் பற்றி அவர் நினைப்பது இல்லை, ஆனால் அது நிகழ்கிறது. செய்பவர் அவர் அல்லர். அவர் வெற்றிடமாகவே இருக்கிறார், மனம் என்பது இல்லாததால், செய்யவேண்டும் என்று அவர் நினைப்பது கிடையாது. ஆனால் இருப்பு (Existence) நிகழ அனுமதித்தால், அவரும் அதை நிகழ அனுமதிக்கிறார். எதிர்ப்பதற்கு அவரிடம் அகந்தை இல்லை, ஒன்றைச் செய்வதற்கும் அகந்தை இல்லை.

'ஒன்றுமில்லாமல் வெற்றிடமாய் இருப்பது' என்பதன் பொருள் இதுவே. 'அநத்தம்' (ஒன்றுமே இல்லாமல் இருப்பது) என்று இதனைக் குறிப்பிடுவர். பின் நாம் எதையும் சேர்ப்பதில்லை. நம்மைச் சுற்றி நிகழும் எதற்கும் நாம் பொறுப்பாளி இல்லை. அவற்றைக் கடந்து விடுகிறோம் (Transcend).

ஒவ்வொரு எண்ணமும் நமக்கும் பிறர்க்கும் ஏதாவது ஒன்றைப் படைத்து விடுகிறது. எனவே கவனமாக இருங்கள்!

கவனம் என்று சொல்லும்போது, நல்ல எண்ணங்களையே நினையுங்கள் என்று நான் சொல்லவில்லை. நல்ல எண்ணங்களை நினைக்கும் போது, பக்கத்திலேயே தீய எண்ணங்களும் வந்துவிடும். கெட்டது இல்லாமல் நல்லது எவ்வாறு இருக்கும்? நேசிக்கிறோம் என்னும்போதே, பின்னால் வெறுப்பும் மறைந்து கிடக்கும். வெறுப்பை நினைக்காது நேசத்தை மட்டும் எவ்வாறு நினைப்பது? வெறுப்பைப் பற்றிய நினைப்பு வெளிப்படாமல் இருக்கலாம், ஆனால் அடி மனத்தில் அது மறைந்து கிடக்கும் - இரண்டும் சேர்ந்தே இயங்கும்.

கருணையைப் பற்றி நினைக்கும்போதே, கொடுமையைப் பற்றியும் நினைக்கிறோம். கொடுமையைப் பற்றி எண்ணாதபோது, கருணையைப் பற்றிய எண்ணம் எவ்வாறு வரும்? வன்முறை இல்லாமல்

அஹிம்ஸை பற்றி நினைக்கமுடியுமா? 'அஹிம்ஸை' என்று சொல்லும் போதே வன்முறை (ஹிம்ஸை) நுழைந்துவிடும். பாலுறவு இல்லாமல் பிரம்மச்சரியம் பற்றி நினைக்கமுடியுமா? காமம் (Sex) இல்லாமல் இருப்பதுதானே பிரம்மசரியம். காமம் பற்றிய எண்ணத்தின் அடிப்படையில் பிரம்மசரியம் அமையுமானால், அது என்ன பிரம்மசரியம்?

இல்லை, எண்ணங்கள் அற்ற நிலையில் முற்றிலும் வேறுபட்ட நிலை அமைகிறது, வெறுமனே கவனியுங்கள், உணர்வோடு இருங்கள், ஆனால் நினைக்காதீர்கள். ஏதாவது எண்ணம் நுழைந்தால்... அது நுழையும், அவை நம்முடையவை அல்ல, காற்றில் மிதந்து கொண்டிருப்பவை. சுற்றிலும் எண்ணங்களால் ஆன மண்டலம் சூழ்ந்து கிடக்கிறது. காற்றைப் போலவே, நம்மைச் சுற்றிலும் எண்ணம், அவை தாமாகவே நுழைந்துவிடும். விழிப்புணர்வு அதிகமாக அதிகமாக அது நின்றுவிடும். அது உருகிப்போகும். ஏனெனில் விழிப்புணர்வு என்பது எண்ணத்தைக் காட்டிலும் ஆற்றல் மிக்கது.

விழிப்புணர்வு (Awareness) என்பது எண்ணத்திற்கு நெருப்பு போன்றது. விளக்கு எரியும்போது இருட்டு தானாகவே விலகிவிடும். விளக்கை அணைத்தால் உடனே மறுபடியும் எங்கும் இருட்டுதான். விளக்கு எரியும்போது இருட்டால் வர இயலாது. எண்ணங்கள் இருட்டைப் போன்றவை. விழிப்புணர்வு என்பது நெருப்பு. ஒளி இருக்கும்போது இருட்டு எப்படி நுழைய முடியும்?

உணர்வு ஒருங்கிணைந்து விழிப்பு ஏற்படும்போது, எண்ணங்கள் நம்மை ஊடுருவிச் செல்ல முடியாது. அதனால் நாம் மூடிக் கிடக்கிறோம் என்று கூற முடியாது, முற்றிலும் திறந்தே கிடக்கிறோம். எண்ணங்கள் நமக்குள் நுழைய முடியாதபோது, அவை நம்மை விட்டு விலகிச் செல்லும். அவை நம்மை நோக்கி வரும்போது அவற்றுக்குப் புறமுதுகு காண்பித்தால் அவை வந்தவழியே திரும்பிவிடும். பின் நாம் எங்கும் நடமாடலாம், ஏன் நரகத்திற்குக் கூடச் செல்லலாம் - எதுவும் நம்மைப் பாதிக்காது, பாதிக்க முடியாது. ஞானம் பெறுதல் என்பதன் பொருள் இதுவே.

இப்பொழுது திலோபாவின் சூத்திரத்தைப் புரிந்துகொள்ள முயற்சிப்போம்:

> "வெளியை உற்று நோக்கும்போது வெறுமையே தெரிந்தால்
> அப்பொழுது மனத்தைக் கொண்டு மனத்தைக் கவனித்தால்
> வேறுபாடுகள் அழியும்,
> புத்தநிலையை அடையலாம்."

"வெளியை உற்றுநோக்கும்போது வெறுமையே தெரிந்தால்..." இது ஒரு மார்க்கம், தந்த்ரா கூறும் மார்க்கம் - வெளியை நோக்குதல், ஆகாயத்தை நோக்குதல், பாராமல் பார்த்தல், வெறுமைக் கண்ணுடன் பார்த்தல் என்பது. நோக்குதல், ஆனால் எதையும் நோக்காது இருத்தல், வெறும் பார்வை.

பைத்தியக்காரன் கண்களில் சிலசமயம் வெறுமையைக் காணலாம். ஞானிகளும் பைத்தியக்காரர்களும் சில விஷயங்களில் ஒன்று போலவே இருப்பர். பைத்தியக்காரன் நம்மை நோக்குகிறான், ஆனால் நம்மை நோக்குவதில்லை. நம்மைக் கண்ணாடியாக்கி நம்மூலம் வேறு ஒன்றைக் காண்கிறான். நம் மூலம் நமக்கப்பால் நோக்குகிறான் அவன். நம்மை நோக்குவதில்லை, வெறுமனே நோக்குகிறான், அவ்வளவே. அவன் பார்வை நம்மை நோக்கி அமைவதில்லை. அப்பார்வையின் குறி நாம் அன்று.

எந்த ஒன்றையும் நோக்காது ஆகாயத்தை நோக்குங்கள். ஒன்றை உற்றுநோக்கினால் மேகம் போன்ற ஒன்று வரக்கூடும். 'ஏதாவது ஒன்று' என்பது மேகம், 'ஒன்றுமில்லை' என்பது ஆகாயம். ஒரு பொருளை எதிர்நோக்கினால், அந்தப் பார்வையே ஒரு பொருளை உண்டாக்கி விடும். மேகம் வரும்போது அதை உற்றுநோக்குகிறோம். அவ்வாறு செய்யாதீர்கள். மேகங்கள் இருந்தாலும், அவற்றைக் கவனிக்க வேண்டாம் - வெறுமனே நோக்குங்கள். அவை கிடக்கட்டும். திடீரென்று ஒன்றைக் குறிப்பிட்டு நோக்காத நிலை ஏற்படும். மேகங்கள் மறைந்து,

பரந்து விரிந்த ஆகாயம் மட்டுமே எஞ்சி நிற்கும். அது கஷ்டமாகத் தெரிகிறது, ஏனெனில் பார்வை ஒன்றன் மீது குவிதலே நம் பழக்கமாகி விட்டது.

பிறந்த அன்று ஒரு குழந்தையை நோக்குங்கள். அதன் கண்கள் முனிவனைப் போன்று அல்லது பைத்தியக்காரனைப் போன்று காணப் படும். பார்வை நெகிழ்ச்சியோடு மிதந்து கொண்டிருக்கும். மையத்தை நோக்கி அது இரு கண்களையும் கொண்டு வரலாம், ஓரங்களில் மிதக்கவும் செய்யலாம். பார்வை நிலைத்து நிற்காது. அதன் அமைப்பு ஸ்திரப்படாத ஒன்று. எனவே பார்க்காமல் பார்க்கிறது குழந்தை. அது பைத்தியப் பார்வை. நமக்கும் அத்தகைய பார்வை அவசியம் தேவை. ஏனெனில் இரண்டாவது குழந்தைத் தன்மையை நாம் அடைந்தே ஆகவேண்டும்.

சமுதாயத்திலிருந்து வெளியேறி இருப்பதால் பைத்தியக்காரனைக் கவனியுங்கள். சமுதாயம் என்பது சில வரையறுக்கப்பட்ட பணிகளால், விளையாட்டுகளால் ஆனது. ஆனால் பைத்தியக்காரனுக்கோ குறிப்பிட்ட எந்தப் பணியும் கிடையாது, அவன் முழுமையாக வெளியேறியவன். ஒரு ஞானியும் அப்படியே, ஆனால் வேறுவிதத்தில். அவன் பைத்தியம் இல்லை. ஆனால் உலகம் முழுதும் பைத்தியம்தான், அது சில நிலைத்த கருத்துக்களைக் கொண்டது - எனவேதான் ஞானியும் பைத்தியம்போல் தெரிகிறான். பைத்தியக்காரனைக் கவனியுங்கள், அந்தப் பார்வைதான் நமக்குத் தேவை.

திபெத்தில் பழங்காலத்தில் சாதகர்களைப் பைத்தியக்காரன் கண்களை நோக்கச் சொல்வார்கள். அங்கு பைத்தியக்காரனுக்குப் பெரிதும் மதிப்புண்டு. பைத்தியம் இல்லாமல் புத்த மடாலயம் இல்லை. உற்று நோக்கும் பொருளாக அவன் அமைகிறான். சாதகர்கள் பைத்தியக் காரனை, அவன் கண்களை உற்றுநோக்குவர், பின் அவனைப் போலவே உலகைக் காண முயலுவர். அவை அழகான நாட்கள்.

மேலைநாடுகளைப் போலக் கீழை நாடுகளில் பைத்தியக்காரர்கள் அவ்வளவு சிரமப்பட்டதில்லை. மாறாக மதிக்கப்பட்டனர். பைத்தியக்

காரனுக்குத் தனிச் சிறப்பு இங்கே உண்டு. சமுதாயம் அவனை மதித்தது, கவனித்துக் கொண்டது - ஏனெனில் அவனிடத்துக் குழந்தையின் சில இயல்புகளும், ஞானிகளின் சில இயல்புகளும் காணப்பட்டன. சமுதாயத்திலிருந்து, பண்பாட்டிலிருந்து, நாகரிகத்திலிருந்து அவன் மாறுபட்டவன். ஞானி மேல்நோக்கி விழுகிறார், பைத்தியக்காரன் கீழ்நோக்கி விழுகிறான். இதுவே வேறுபாடு - இருவரும் வெளியேதான் விழுகிறார்கள். அவர்களிடையே சில ஒற்றுமைகள் உண்டு. பைத்தியக் காரனைக் கவனியுங்கள், அவனைப் போலவே ஓரிடத்துக் குவியாது பார்க்க முயலுங்கள்.

ஹார்வர்டில் சில மாதங்களுக்கு முன் ஒரு பரிசோதனை செய்தனர், ஆச்சரியம்! அவர்களால் நம்பவே முடியவில்லை. நாம் பார்க்கும் உலகம் இருக்கிறதா, இல்லையா என்பதைக் கண்டறிய முயற்சித்தனர் - ஏனெனில், சென்ற சில ஆண்டுகளில் பலவிதச் செய்திகள் வெளிப்பட்டன.

இருப்பதுபோல் நாம் உலகத்தைப் பார்ப்பதில்லை, எதிர்பார்ப்பது போல் மட்டுமே பார்க்கிறோம், அதில் சிலவற்றை ஏற்றிப் பார்க்கிறோம்.

பசிபிக் கடலில் உள்ள ஒரு தீவை முதன்முறையாக ஒரு பெரிய கப்பல் சென்றடைந்தது. தீவில் உள்ள யாரும் அதைப் பார்க்கவே இல்லை. அம்மக்களுக்குச் சிறு படகுகளையே பார்த்துப் பழக்கம். இத்தகைய பெரிய கப்பலை யாருமே கண்டதில்லை. எனவே அத்தகைய பெரிய காட்சியைக் காண அவர்கள் கண்கள் மறுத்துவிட்டன.

ஹார்வர்டு பல்கலைக்கழகத்தில் ஒரு சோதனை நடைபெற்றது. ஓர் இளைஞனுக்குத் தூள்தூளாக உடைந்த கண்ணாடிகள் கொண்ட மூக்குக் கண்ணாடி பொருத்தப்பட்டது. அவன் அதை ஏழுநாட்கள் அணிய வேண்டும் என்பது நிபந்தனை. முதல் மூன்று நாட்கள் அவன் மிகவும் சிரமப்பட்டான். உலகமே தாறுமாறாகத் தெரிந்தது. அவனுக்குக் கடுமையான தலைவலி, தூக்கமே இல்லை. கண்ணை மூடினால் கூட அதே தாறுமாறான உருவங்கள். அவனால் நடக்கக்கூட முடியவில்லை.

எது உண்மை வடிவம் என்று அவனால் தீர்மானிக்க முடியாது போயிற்று. ஆனால் ஓர் அற்புதம் நிகழ்ந்தது!

மூன்று நாட்களுக்குப் பிறகு அவனுக்கு அது பழகிப் போயிற்று. தாறுமாறான வடிவம் மறைந்தது. கண்ணாடி மாறவில்லை. ஆனால் இளைஞனோ உலகைப் பழையபடியே பார்க்க ஆரம்பித்தான். ஒரு வாரத்திற்குள் எல்லாம் சரியாகிவிட்டது. தலைவலியில்லை, எந்தப் பிரச்சனையும் இல்லை. கண்ணாடியே இல்லாதது போன்ற உணர்வு அவனுக்கு. கண்ணாடியோ மாறவில்லை - ஆனால் கண்கள் அதற்குப் பழக்கப்பட்டுவிட்டன.

நாம் பார்ப்பது என்ன என்பதே நமக்குத் தெரியாது. அப்பொருள் அங்கே இருக்கிறதா, இல்லையா என்பது யாருக்கும் தெரியாது. அது அங்கு இல்லாமல் இருக்கலாம், அல்லது வேறு மாதிரி இருக்கலாம். நாம் பார்க்கும் உருவங்கள், நிறங்கள் எல்லாமே கண்களால் காட்டப்படுவது. பழைய வழியில் உற்று நோக்கும்போது, நாம் முன்னமே பாதிக்கப்பட்ட வழியில்தான் அது அமைகிறது. ஆனால் பைத்தியக்காரனிடம் இருப்பது நெகிழ்ந்த நோக்கு (Liquid look); பார்வை, பார்க்காமல் இருத்தல் ஆகிய இரண்டுமே அதில் உண்டு.

இது மிக அழகானது. சிறப்பான தந்திர உத்திகளில் இத்தகைய நோக்கும் ஒன்று.

'வெளியை உற்று நோக்குகையில் வெறுமையைக் கண்டால்...'

பார்க்காதீர்கள், வெறுமனே நோக்குங்கள். தொடக்கத்தில் சில பொருட்கள் தெரியும், அது பழைய பழக்கத்தால் வருவது. பழக்கத்தினாலேயே கேட்கிறோம், பார்க்கிறோம், புரிந்துகொள்கிறோம்.

குர்டெய்::ஃபின் முக்கியமான சீடர்களில் ஒருவர் பி.டி. ஒஸ்பென்ஸ்கி. அவர் தமது சீடர்களிடம் ஒன்றை வலியுறுத்துவார் - அதை ஒவ்வொருவரும் வெறுத்தனர். அதை வலியுறுத்தியதாலேயே பலர் அவரைவிட்டு விலகினர். 'நேற்று நீங்கள் சொன்னீர்கள்...' என்று சொன்னால், உடனே அவர், 'அப்படிச் சொல்லாதீர். நீங்கள் நேற்று

இதைச் சொன்னீர்கள் என்பதைப் புரிந்துகொண்டேன்' என்று திருத்துவார். 'பைபிளில் இது சொல்லப்பட்டிருக்கிறது...' என்று கூறினால், 'இது பைபிளில் கூறப்பட்டிருப்பதாக நான் புரிந்து கொள்கிறேன் என்று கூறுங்கள்' என்று திருத்துவார். ஒவ்வொரு வாக்கியத்திலும், 'இது நீங்கள் புரிந்துகொண்டது என்பதை நினைவில் கொள்ளுங்கள்' என்பதை வலியுறுத்துவார்.

அவரது சீடர்கள் மறுபடியும் மறுபடியும் மறந்து போய்க்கொண்டே இருந்தார்கள். அவரோ ஒவ்வொரு நாளும் அதை விடாப்பிடியாக நினைவுபடுத்துவார். 'இது நான் புரிந்துகொண்டது' என்று முதலில் கூறும்படி வலியுறுத்துவார். நம் போக்குப்படியே நாம் கேட்கிறோம்; பார்த்தல், கேட்டல் ஆகியவற்றில் நிலையான போக்கைப் பின்பற்றுவதே இதற்குக் காரணம்.

இதை விட்டுவிட வேண்டும். இருப்பை உணர்வதற்கு, நிலைத்த போக்குகளை (Fixed Attitude) விட்டுவிட வேண்டும். கண்கள் ஒன்றையும் வெளிக்காட்டக் கூடாது, அவை வெறும் ஜன்னல்களாக இருத்தல் வேண்டும். காதுகள் எதையும் வெளிக்கொணரக் கூடியது, அவை வெறும் கதவுகளாக இருத்தல் வேண்டும்.

ஒரு நிகழ்ச்சி; குர்டெய்ஃப்பின் சக மாணவர் இந்தப் பரிசோதனையை முயற்சித்தார். ஒரு திருமண நிகழ்ச்சியில் அழகான ஆனால் எளிமையான பரிசோதனை ஒன்றை அவர் செய்தார். திருமணத்துக்கு வந்தவர்கள் ஒருவர் சொல்வதை இன்னொருவர் கேட்பதில்லை என உணர்ந்தார். ஒருவரிடம், 'இன்று என் பாட்டி இறந்துவிட்டாள்' என்றார். 'நல்லது, நல்லது. அழகு!' என்று பதில் சொன்னார் அந்த மனிதர். சொன்ன செய்தியை அவர் புரிந்துகொண்டதாகவே தெரியவில்லை. இறுதியில் மாப்பிள்ளையிடமே அந்தச் செய்தியைக் கூறினார். மாப்பிள்ளையோ பதிலுக்கு, 'கிழவனே! நீயும் சீக்கிரமே அவ்வாறு செய்' என்றார்.

ஒருவர் சொல்வதை மற்றவர் கேட்பதே இல்லை. நாம் எதிர்பார்ப்பதை மட்டுமே கேட்கிறோம். எதிர்பார்ப்பு என்பதே நாம் அணியும்

மூக்குக்கண்ணாடி. நம் கண்கள் ஜன்னல்களாக அமைய வேண்டும் - இதுவே உத்தி.

கண் பார்வைக்கு அப்பால் எதுவும் செல்லக்கூடாது, இல்லையேல் அங்கு ஒரு மேகம் உருவாகும். அப்பொழுது இல்லாதது மட்டுமே தெரியும், அது நுட்பமானதொரு பொய்த்தோற்றம். கண்களில், காதுகளில் தெளிவிருந்தால், எல்லாப் புலன்களும் தெளிவு பெறும். காட்சி (Perception) தெளிவாகும் -அப்பொழுது மட்டுமே இருப்பு தன்னை வெளிப்படுத்திக் கொள்ளும். இருப்பை (Existence) உணர்ந்தால், நாம் ஒரு புத்தர் ஆவோம். ஏனெனில் இருப்பில் எல்லாமே தெய்வீகம்தான்.

'வெளியே உற்று நோக்குகையில் வெறுமையே தெரிந்தால் அப்பொழுது மனத்தால் மனத்தைக் கவனித்தால்...'

முதலில் ஆகாயத்தை உற்று நோக்குங்கள். மண்ணில் மல்லாந்து படுத்துக்கொண்டு ஆகாயத்தை உற்றுநோக்குங்கள். வேறு எதையும் நோக்கவேண்டாம். தொடக்கத்தில் இது சரியாக அமையாது, மறுபடியும் மறுபடியும் மறதி ஏற்படும். தொடர்ந்து கவனிக்க முடியாது. வெறுப் படைய வேண்டாம். தொடர்ந்த பழக்கத்தினால் உண்டாகும் தோல்வி இது. மறுபடியும் மறுபடியும் நெகிழ்ச்சியோடு, ஒன்றையும் குறித்து நோக்காது (Defocusing), வெறுமனே ஆகாயத்தை நோக்குங்கள். வேறு எதுவும் செய்ய வேண்டாம். அங்கு எதையும் பார்க்க முயற்சிக்காம லேயே வெறும் ஆகாயத்தை மட்டும் நோக்கும் காலம் சீக்கிரமே வரும்.

பின் உங்களுக்குள் இருக்கும் ஆகாயத்திடம் இதை முயலுங்கள்.

'...அப்பொழுது மனத்தை மனத்தால் கவனித்தால்...'

கண்களை மூடி வேறு எதற்காகவும் காத்திராமல் உள்ளே நோக்குங்கள் - அதே இன்மைப் பார்வை (absent look). எண்ணங்கள் அங்கு பரவிக்கிடந்தாலும் அவற்றைக் கவனிக்காதீர்கள். வெறுமனே பார்த்துக் கொண்டிருங்கள். எண்ணங்கள் வந்தாலும் நல்லது, வரா விட்டாலும் நல்லதே. அப்பொழுது எண்ணங்களுக்கு இடையே உள்ள இடைவெளிகளை நோக்க முடியும். போகப் போக எண்ணங்கள்

இருக்கும்போதே இடைவெளிகளைத் தொடர்ந்து காணமுடியும். மேகங்களுக்குப் பின்னால் மறைந்து கிடக்கும் ஆகாயம் புலப்படும்.

இத்தகைய காட்சிக்குப் பழக்கப்பட்டு விட்டால், எண்ணங்கள் படிப்படியாக நீங்க ஆரம்பிக்கும். அவற்றின் எண்ணிக்கையும் குறையும். இடைவெளிகளின் அகலம் அதிகமாகும். பல நிமிடங்கள் எண்ணங்களே தோன்றமாட்டா. உள்ளே வெறும் அமைதி தெரியும். எல்லாமே ஆனந்தமாகத் தெரியும். இத்தகைய நோக்கு இயல்பாகி விட்டால், நம் கட்டுப்பாடுகள் விலகும்.

'... வேறுபாடுகள் அழியும்...'

பின் அங்கு நல்லதும் இல்லை, தீயதும் இல்லை. அழகும் இல்லை, அழகின்மையும் இல்லை.

'... புத்தநிலையை அடையலாம்.'

புத்தநிலை என்பது மிக உயர்ந்த விழிப்புணர்வு. வேறுபாடுகள் இல்லாதபோது, ஒருமையுணர்வு மட்டுமே எஞ்சி நிற்கிறது. அதை 'ஒன்று' என்றுகூடச் சொல்ல முடியாது. ஏனெனில் ஒன்று என்பது கூட இரட்டையின் ஒரு பகுதியே. அந்நிலையில் நிலைத்திருக்கலாம். ஆனால், அதை 'ஒன்று' என்று சொல்ல முடியாது. ஆழத்தில் இரண்டு இருந்தால்தானே 'ஒன்று' என்பது அமையும்? எனவே, 'ஒன்று' எஞ்சியிருக்கிறது என்று சொல்வதைக் காட்டிலும், 'இரண்டு' மறைந்து விட்டது என்று சொல்வது பொருந்தும். பன்மை மறைந்துவிட்டது. எல்லையற்ற பரந்த ஒருமைத்தன்மை மட்டுமே இப்பொழுது உண்டு.

ஓர் மரம் இன்னொரு மரத்தில் கலந்து, பூமி மரங்களோடு கலந்து, மரங்கள் ஆகாயத்தில் கலந்து, ஆகாயம் அதற்கு அப்பால் உள்ளத்தில் ஐக்கியமாகி... என்னுள் நீங்கள் கலந்து, நான் உங்களுக்குள் கலந்து... எல்லாம் ஒன்றுக்குள் ஒன்று கலந்து... வேறுபாடுகள் நீங்கி, அலையோடு அலை கலப்பதைப் போன்று... ஒரு விசாலமான துடிப்புள்ள ஒருமை காணப்படும். ஞானி பாவிக்குள்ளும், பாவி ஞானிக்குள்ளும் கலந்து விடுவர். நன்மை தீமையாகும், தீமை நன்மையாகும்... பகல் இரவாகும்

இரவு பகலாகும். வாழ்க்கை மரணத்தில் கலக்கும். மரணம் வாழ்க்கையில் கலக்கும்... எல்லாம் ஒன்றாகி விடும்.

இந்தக் கணத்தில்தான் புத்தநிலை அடையப்படுகிறது. நன்மை யில்லை, தீமையில்லை, பாவமில்லை, புண்ணியமில்லை, இருட்டில்லை, ஒளியில்லை - எதுவுமில்லை, வேறுபாடுகளே இல்லை. கண்களின் பயிற்சி காரணமாகவே வேறுபாடுகள் எழுகின்றன. வேறுபாடு என்பது படிப்பால் வருவது; இருப்பில் (Existence) அது இல்லை. வேறுபாடு நம்மிடமிருந்தே வெளிப்படுகிறது. அதை நாம் தாம் உலகிற்குத் தரு கிறோம். கண் செய்யு மாயாஜாலம் இது. அது நம்மிடமே தன் விளையாட்டைக் காட்டுகிறது.

> "வானத்தில் அலைந்து திரியும் மேகங்களுக்கு -
> வேரில்லை, புகலிடமும் இல்லை
> மனத்தில் மிதக்கும்
> எண்ணங்களுக்கும் அப்படியே.
> தன்மனம் உணரப்படும்போது
> வேறுபாடு நின்றுவிடும்"

வானத்தில் அலைந்து திரியும் மேகங்களைப் போலவே, எண்ணங ்களுக்கும் வேரும் இல்லை, புகலிடமும் இல்லை. இது, நம் அக ஆகாயத் திற்கும் பொருந்தும். அவை அலைந்து திரிவதால், அவற்றோடு சண்டையிடத் தேவையில்லை, அதைத் தடுக்கவும் வேண்டாம்.

இதை ஆழமாகப் புரிந்து கொள்ள வேண்டும். தியானத்தில் ஈடுபாடு வரும்போது, நினைப்பதை நிறுத்த முயல்கிறோம். அவ்வாறு செய்தால், அவற்றை ஒரு போதும் நிறுத்த முடியாது. நிறுத்த மேற் கொள்ளும் முயற்சியே ஓர் எண்ணம்தான். தியானிக்க வேண்டும் என்ற முயற்சியும் ஓர் எண்ணம்தான். புத்தநிலையை அடைய வேண்டும் என்பதும் ஓர் எண்ணம்தான். ஓர் எண்ணத்தை மற்றோர் எண்ணத்தால் எவ்வாறு நிறுத்த முடியும்? இன்னொரு மனத்தை உருவாக்கி, இருக்கிற மனத்தை நிறுத்துவதா? அப்பொழுது புதிய மனத்தைப் பற்றிக்

கொள்வோம். இவ்வாறு ஒன்றைவிட்டு இன்னொன்றைப் பற்றுவதற்கு எல்லையே இருக்காது.

எதிர்க்க வேண்டாம் - எதிர்ப்பது யார்? நாம் யார்? வெறும் எண்ணமே. எனவே எண்ணங்கள் சண்டையிடும். போர்க்களமாக நாம் அமையக்கூடாது. எண்ணங்களைப் பார்த்துக் கொண்டிருக்கும் சாட்சியாக இருங்கள். அப்பொழுது, அவை தானே நின்று போகும். நமக்குள் விழிப்புணர்வு அதிகமாக, அதிகமாக நம் முயற்சியே இல்லாத போது, அவை நின்று போகும். நாம் அவற்றைத் தடுக்க நினைத்தால், அவை இருந்து கொண்டே இருக்கும். எண்ணங்கள் மிகவும் பிடிவாதமானவை. அவை ஹடயோகிகளைப் போன்றவை. அவற்றைத் தூக்கி எறிந்தால், பல்லாயிரம் மடங்கு பெருகி நம்மிடமே வந்து சேரும். பின் நாம் சோர்ந்து போவோம்.

திலோபாவிடம் ஒருவர் வந்தார். தான் புத்தநிலையை அடைய வேண்டும் என்று விரும்பினார். திலோபா அந்நிலையை அடைந்தவர் என்பதும் அவருக்குத் தெரியும். அப்பொழுது, திலோபா திபெத்தின் ஒரு மூலையில் உள்ள ஒரு கோவிலில் தங்கியிருந்தார். அந்த மனிதர் திலோபாவை நோக்கி, 'நான் என் எண்ணங்களை நிறுத்த விரும்பு கிறேன்' என்றார்.

திலோபா கூறினார், 'அது மிக எளிது. நான் ஒரு வழியைச் சொல்லித் தருகிறேன். அதைப் பின்பற்றுங்கள். உட்கார்ந்து கொண்டு குரங்குகளைப் பற்றி நினைக்காதீர்கள், அது போதும்' என்றார். அந்த மனிதர் சொன்னார், 'இவ்வளவு எளிமையா. குரங்குகளைப் பற்றி நினைக்கக் கூடாது, அவ்வளவுதானே. ஆனால் நான் ஒருபோதும் அவற்றைப் பற்றி நினைத்ததில்லையே!' திலோபா கூறினார், 'இப்பொழுது செய்யுங்கள், நாளைக் காலை வந்து சொல்லுங்கள்.'

பாவம், அந்த மனிதருக்கு என்ன ஆயிற்று தெரியுமா! அவரைச் சுற்றி எங்கும் ஒரே குரங்குகள். இரவு அவரால் கண்ணைக் கூட கொட்ட முடியவில்லை. கண்ணைத் திறந்தால், சுற்றி ஒரே குரங்குகள்; கண்ணை மூடினாலோ அங்கும் அவைதான். முகத்தைக் காட்டிப் பழிக்கின்றன.

'இந்த உத்தியை திலோபா நமக்கு ஏன் கொடுத்தார்' என்று ஆச்சரியப் பட்டார். காலையில் எழுந்தார், குளித்தார், கண்ணை மூடி உட்கார்ந்தார். அவரைச் சுற்றிக் குரங்குகள்.

மாலையில் பைத்தியம் பிடித்தவர் போல் ஓடிவந்தார். 'எப்படி யாவது காப்பாற்றுங்கள். எனக்கு இது வேண்டாம். நான் சரியாகத்தான் இருந்தேன். எனக்கு எவ்வகைத் தியானமும் வேண்டாம், உங்கள் ஞானமும் வேண்டாம். இந்தக் குரங்குகளிடமிருந்து காப்பாற்றினால் போதும்' என்று கெஞ்சினார்.

குரங்குகளைப் பற்றி நினைத்தால் அவை நம்மிடம் வராமல் போகலாம். ஆனால், தேவையில்லை என்றால் அவை தாமாகவே நம்மிடம் வரும். அவ்வளவு எளிதாக அவை நம்மை விட்டுவிட மாட்டா. குரங்குகளைப் பற்றி நினைக்காத போதும் நம்மைப் பற்றி நாம் என்ன நினைக்கிறோம்? குரங்களுக்குக் கோபம் வந்துவிடும். எனவே, இதனை அனுமதிக்க முடியாது.

இது மக்களிடம் நிகழ்கிறது. நகைச்சுவையோடு கூறுகிறார் திலோபா. ஓர் எண்ணத்தை தடுக்க நினைத்தால் நம்மால் முடியாது. மாறாக அதைத் தடுக்க நினைக்கும் முயற்சியே அதற்குச் சக்தி ஊட்டுகிறது. அதைத் தவிர்க்க எடுக்கும் முயற்சியே அதை மேலும் கவனிப்பதாகிறது. எனவே, ஒன்றைத் தவிர்க்க நினைக்கும் போதும், நாம் அதன்மேல் அதிக கவனம் செலுத்துகிறோம். ஓர் எண்ணத்தை நீக்க நினைக்கும் போதும் நாம் அது பற்றி அதிகம் சிந்திக்கிறோம். இதை நன்றாக நினைவில் கொள்ளுங்கள். இல்லையேல், குரங்குகளால் தொல்லைப்பட்ட அந்த மனிதரின் நிலைமைக்கு நாமும் தள்ளப்படு வோம். எண்ணங்களைத் தடுக்கத் தேவையில்லை. அவற்றிற்கு வேரே இல்லை. வீடற்ற நாடோடிகள் அவை. அவற்றைப் பற்றிக் கவலைப்பட வேண்டாம். அவற்றை உற்று நோக்காமல், வெறுமனே கவனியுங்கள். அது போதும்.

அவை வந்தால் நல்லது, கவலைப்படாதீர்கள். கவலைப்பட ஆரம்பித்தால், நாம் அவற்றோடு சண்டையிடத் தயாராகிவிட்டோம்

என்பது பொருள். மரங்களுக்கு இலைகள் போல மனத்திற்கு எண்ணங்கள். அவற்றை எதிர்க்கவும் வேண்டாம். அவற்றோடு சேரவும் வேண்டாம். அவற்றைப் பாராட்டவும் வேண்டாம், குறை கூறவும் வேண்டாம். நமக்குள் இருந்துகொண்டு, மதிப்பீடு எதுவும் செய்யாது, நோக்காமல் நோக்க வேண்டும்.

இவ்வாறு நோக்க நோக்க எண்ணங்கள் மறையும். நோக்கத்தின் ஆழத்தைப் பொறுத்து, அவற்றின் மறைவும் இருக்கும். ரகசியத்தை வெளிப்படுத்தும் திறவுகோல் இதுவே. புத்தநிலையே அந்த ரகசியம்.

> "வானத்தில் அலைந்து திரியும் மேகங்களுக்கு -
> வேரில்லை, புகலிடமும் இல்லை
> மனத்தில் மிதக்கும்
> எண்ணங்களுக்கும் அப்படியே.
> தன்மனம் உணரப்படும்போது
> வேறுபாடு நின்றுவிடும்."

எண்ணங்கள் மிதப்பதையும், அவை நம் இயல்பு அல்ல என்பதையும் அவை மிதக்கும் வெளியே நம் இயல்பு என்பதையும் உணர்ந்துவிட்டால் நாம் மனத்தை, நமது உணர்வைப் புரிந்துகொண்டவர்கள் ஆவோம். பின், வேறுபாடு நின்று போகும். அப்பொழுது நன்மையும் இல்லை, தீமையும் இல்லை; எல்லா ஆசைகளும் மறைந்து போகும். விருப்பு வெறுப்பற்ற நிலை அது.

ஒன்றை ஏற்கும்போது நாம் நெகிழ்வாகவும், இயல்பாகவும் ஆகிவிடுகிறோம்; இருப்போடு (Existence) மிதக்க ஆரம்பிக்கிறோம். ஏனெனில் நமக்கு என்று இலக்கு எதுவும் இல்லை. அப்பொழுது ஒவ்வொரு நிமிடத்தையும் மகிழ்ச்சியோடு அனுபவிக்க ஆரம்பிக்கிறோம். விருப்பும் எதிர்பார்ப்பும் இல்லாத போது, ஒரே மகிழ்ச்சிதானே! அப்பொழுது நாம் எதையும் கேட்பதில்லை. நிகழ்வதை அப்படியே ஏற்றுக்கொள்கிறோம். அப்பொழுது உட்கார்ந்து மூச்சு விடுவதேகூட அழகாகத் தோன்றுகிறது. வாழ்க்கையின் ஒவ்வொரு கணமும் அற்புதம் நிறைந்ததாக விளங்குகிறது.

> "வெளியில்தான் வடிவமும் நிறமும் உண்டாகின்றன,
> ஆனால் கருப்பும் வெள்ளையும் வெளியைப்
> பாதிக்கமாட்டா.
> எல்லாம் தன் மனத்திலிருந்தே உதயம்
> புண்ணியமும் பாவமும் மனத்தைக்
> கறைப்படுத்துவதில்லை."

வெளியில்தான் வடிவங்களும் நிறங்களும் உருவாகின்றன. மேகங்கள் பல வடிவம் கொள்கின்றன. யானை, சிங்கம் - இப்படி நாம் விரும்பும் பல வடிவங்கள்... அவை வரும், போகும்... 'ஆனால் கருப்பும் வெள்ளையும் வெளியைப் பாதிக்கமாட்டா...' என்ன நிகழ்ந்தாலும் ஆகாயம் மாறுவதில்லை. காலையில் சிவப்பாக இருக்கிறது. ஆனால் இரவில் அந்தச் சிவப்பு எங்கே போகிறது? முழு ஆகாயமும் கருப்பாக, இருட்டாக இருக்கிறது இரவில். காலையில் அந்தக் கருப்பு எங்கே போகிறது? வானமோ மாறாமல், பாதிக்கப்படாமல் அப்படியே இருக்கிறது.

துறவியின் வழியும் இதுவே: ஆகாயத்தைப் போல மாறாமல் இருப்பது, எதனாலும் பாதிக்கப்படாமல் இருப்பது. ஒரு நல்ல எண்ணம் வந்தால், 'நல்ல எண்ணங்கள் என்னை நிறைக்கின்றன' என்று அவன் சொல்வதில்லை. அவ்வாறு சொன்னால் எண்ணங்களோடு அவன் ஒட்டிக்கொள்கிறான் என்பது பொருள். அதுபோலவே கெட்ட எண்ணமும் அவனோடு ஒட்டிக்கொள்வதில்லை. நன்மை-தீமை, பகல்-இரவு எல்லாம் வந்து போகின்றன. அவன் வெறுமனே கவனிக்கிறான் அவ்வளவே. இளமை போய் முதுமை வருகிறது. அவன் அதையும் கவனித்துக் கொண்டிருக்கிறான். ஆக ஆகாயத்தைப் போல, வெளியைப் போல மாறாமல் இருப்பதே துறவிக்குரிய இயல்பு.

நாம் எண்ணத்தோடு ஒட்டிக் கொண்டுவிட்டோம் என்பதே வெறும் எண்ணம்தான். நல்லவனாக-தீயவனாக, ஞானியாக-பாவியாக மாறிவிட்டோம் என்று நினைப்பதே வெறும் எண்ணம்தான். ஏனெனில் நம் அகவெளி எதுவாகவும் மாறுவதில்லை. அது வெறும் இருப்பு (Be-
தந்த்ரா: - 5

ing) மட்டுமே, இன்னொன்றாக மாறாது. மாறுவது (Becoming) என்பது ஒரு உருவம், பெயர், நிறம் ஆகியவற்றோடு ஐக்கியமாவது - அவையோ வெளியில்தான் உண்டாகின்றன. நாம் ஏற்கனவே இருப்பாக (Being) இருக்கிறோம் - மற்றொன்றாக மாறத் தேவையில்லை.

ஆகாயத்தை உற்றுநோக்குங்கள்: வசந்தம் வருகிறது, அருமை யான சூழல். பறவைகள் பாடுகின்றன, மலர்கள் மலர்கின்றன, எங்கும் நறுமணம் - பின் இலையுதிர் காலம் வருகிறது, அதன்பின் கோடை; பின் மழைக்காலம் - எல்லாம் மாறிக்கொண்டே இருக்கிறது. ஆனால் எதுவுமே ஒட்டிக்கொள்வதில்லை. எல்லாம் அருகில் இருப்பதுபோல ஆனால் வெகுதொலைவில் தெரிகின்றன!

துறவி ஆகாயத்தைப் போன்றவன். அவன் உலகத்தில் வசிக்கிறான் - பசி வருகிறது, பசியின்மை வருகிறது; கோடையும் குளிரும் வரு கின்றன; நல்லதும் தீயதும், மகிழ்ச்சியும் சோகமும் - இப்படி எல்லாம் மாறி மாறி வந்தாலும் அவன் பாதிக்கப்படுவதில்லை. சாட்சியாக அவற்றைக் கவனிக்கிறான், அவ்வளவே. எவற்றோடும் ஐக்கியப் படுவதில்லை.

எதனோடும் ஐக்கியப்படாமல் இருப்பது துறவு; அது மிகப் பெரிய் மலர்ச்சி. அதைவிடப் பெரிய மலர்ச்சி சாத்தியமில்லை.

> **''வெளியில்தான் வடிவமும் நிறமும் உண்டாகின்றன,**
> **ஆனால் கருப்பும் வெள்ளையும் வெளியைப்**
> **பாதிக்கமாட்டா.**
> **எல்லாம் தன் மனத்திலிருந்தே உதயம்.**
> **புண்ணியமும் பாவமும் மனத்தைக்**
> **கறைப்படுத்துவதில்லை.''**

புத்தர் இறுதி உண்மையை, ஞானத்தை அடைந்தபோது, 'நீங்கள் எதை அடைந்தீர்கள்?' என்று அவரைக் கேட்டனர். புத்தர் சிரித்தார். 'ஒன்றுமில்லை - ஏனெனில் நான் அடைந்தது ஏற்கெனவே எனக்குள் இருந்ததே. அது புதிதான ஒன்று அன்று. என்றும் என்னோடு இருப்பது

அது, என் இயல்பே அதுதான். முன்னர் அது பற்றிய எண்ணம் இல்லை. இப்பொழுது அந்த விழிப்புணர்வு ஏற்பட்டுவிட்டது, அவ்வளவே. புதையல் எப்பொழுதும் அங்கே இருந்தது. நான்தான் அதை மறந்திருந்தேன்' என்று கூறினார்.

நாம் மறந்துவிட்டோம், அவ்வளவே - அது நமது அறியாமை. இயல்பைப் பொறுத்தவரை புத்தருக்கும் நமக்கும் இடையே எந்த வேறுபாடும் இல்லை. நாம் அதை நினைப்பதில்லை, அவரோ அதை மறப்பதில்லை! அவர் விழித்திருக்கிறார், நாம் உறங்குகிறோம். ஆனால் எல்லோர் இயல்பும் ஒன்றே.

திலோபா கூறுவதுபோல் வாழ முயற்சி செய்யுங்கள் - ஆகாயத்தில் இருப்பதைப்போல் உலகில் வாழுங்கள். ஒருவர் நம்மிடம் கோபம் கொண்டால், திட்டினால் - வெறுமனே கவனியுங்கள். வெறும் கவனமான நோக்கு (Watch and look) போதும். எதனாலும் பாதிக்கப்படாத நோக்காக, நோக்கமில்லாத நோக்கமாக அது அமைதல்வேண்டும். திடீரென்று நோக்கு தெளிவாகும்போது, நாம் முழுமையாக விழித்திருக்கிறோம். நாம் புத்தராகி விடுகிறோம், ஞானம் பெறுகிறோம் - முழுமையான விழிப்புணர்வு உண்டாகிறது.

அதனால், புத்தர் பெறும் லாபம் என்ன? ஒன்றுமில்லை. மாறாகப் பலவற்றை இழக்கிறார். துன்பம், கவலை, பேராசை, பொறாமை, வெறுப்பு, உடைமை, வன்முறை - என எல்லாவற்றையும் இழக்கிறார். அவர் அடைவதோ புதிதாக ஒன்றுமில்லை. ஏற்கெனவே இருப்பது அடையப்படுகிறது. இருப்பதை அவர் மறவாது உணர்கிறார், அவ்வளவே.

3. பாடல் தொடர்கிறது :

"காலம் காலமாய் உள்ள இருட்டால்
ஒளிவிடும் சூரியனை மறைக்க முடியாது;
சம்சாரத்தின் நீண்ட கல்பங்கள்
மனத்தின் திவ்விய ஒளியை ஒருபோதும் மறைக்க மாட்டா.

வெற்றிடத்தை விளக்க வார்த்தைகள் பேசப்பட்டாலும்
அதன் இயல்பை உள்ளபடி அவற்றால் ஒருபோதும்
வெளிப்படுத்த முடியாது.
'மனம் ஒளியைப் போன்றே பிரகாசமானது' என்று
சொன்னாலும்
அது வார்த்தைகளுக்கும் குறியீடுகளுக்கும் அப்பாற்பட்டது.
மனத்தின் இயல்பு வெற்றிடமே;
ஆனாலும் அது
எல்லாவற்றையும் தழுவி நிற்கிறது
எல்லாவற்றையும் தன்னுள் அடக்கி நிற்கிறது.''

3. இருளும் ஒளியும்

இருட்டின் இயல்பைப் பற்றி முதலில் சிறிது தியானிப்போம். மிகவும் புதிரான ஒன்று அது. நாம் அதில் பெரிதும் ஈடுபடுவதால், அது பற்றித் தியானிக்காமல் இருக்க முடியாது. இருட்டின் இயல்பை அறிந்தே ஆக வேண்டும். ஏனெனில் தூக்கத்தின் இயல்பும், மரணத்தின் இயல்பும், அறியாமையின் இயல்பும் அத்தகையதே.

இருட்டின் மேல் தியானிக்க ஆரம்பித்ததும், முதலில் விளங்குவது - இருட்டு என்பதே இல்லை, அது வெறும் தோற்றமே என்பதுதான். ஒளியைவிடப் புதிரானது இருட்டு. எங்கும் இருட்டு என்பதே இல்லை, அதைக் கண்டுபிடிக்க முடியாது, அது வெறும் இன்மை (Absence), அதற்கு என்று தனி இருப்பு ஏதும் இல்லை. ஒளி இன்மையைக் குறிப்பது இருட்டு.

ஒளி இருந்தால், இருட்டு இருக்காது; ஒளி இல்லாதபோது அது இருக்கும். ஆக, ஒளி இல்லாமையே இருட்டு. ஒளி வந்து போகிறது. ஆனால் இருட்டோ அப்படியே நிற்கிறது. ஒளியை உண்டாக்கலாம், அழிக்கலாம்; ஆனால் இருட்டைப் படைக்கவும் முடியாது, அழிக்கவும் முடியாது. இல்லாமலேயே எப்பொழுதும் இருப்பது இருட்டு.

இரண்டாவதாக, அது இல்லாமல் இருப்பதால் அதை ஒன்றும் செய்ய முடியாது. அவ்வாறு செய்ய நினைத்தால் நம் முயற்சி தோற்றுப் போகும். இருட்டைத் தோற்கடிக்க முடியாது. இல்லாத ஒன்றை எவ்வாறு தோற்கடிப்பது? ஆனால் தோற்றபின் நாம் நினைப்போம், 'இருட்டு சக்தி வாய்ந்தது எனவே என்னைத் தோற்கடித்து விட்டது' என்று. இது முட்டாள்தனம். இருட்டிற்குச் சக்தி ஏதும் இல்லை. இருட்டு நம்மைத் தோற்கடிக்கவில்லை, நம் முட்டாள்தனமே நம்மைத் தோற்கடித்து விட்டது. அதோடு சண்டையிடத் தொடங்கியது முதல் தவறு. இல்லாத ஒன்றோடு சண்டை போடலாமா? இப்படித்தான் நாம் இல்லாத பல பொருள்களோடு சண்டையிடுகிறோம்.

நீதிநெறி (Morality) முழுவதுமே இருட்டை எதிர்க்கும் சண்டை தான். எனவேதான் அது முட்டாள்தனமாகிறது. வெறுப்பு என்பது உண்மையன்று, அன்பு இல்லாமையே அது. கோபம் என்பது உண்மை யன்று, கருணையின்மையே அது. அறியாமை என்பது உண்மையன்று, ஞானமின்மையே - புத்தநிலை இல்லாமையே அது. பால் உணர்வு என்பதும் பிரம்மசரியமின்மையே. இவ்வாறு இல்லாத ஒன்றோடு சண்டையிட்டுக் கொண்டே இருக்கிறது நீதிநெறி. அதில் ஒரு நாளும் வெற்றி கிட்டாது, கிட்டமுடியாது முடிவில் முயற்சியெல்லாம் வீணாகித் தோல்வியே மிஞ்சும்.

சமயத்திற்கும் நீதிநெறிக்கும் இடையே உள்ள வேறுபாடு இதுதான்: நீதிநெறி இருட்டோடு மோத நினைக்கிறது; சமயமோ உள்ளே மறைந்துகிடக்கும் ஒளியை ஒளிரச் செய்ய முயற்சிக்கிறது. இருட்டைப் பற்றி அது கவலைப்படுவதில்லை, மாறாக உள்ளொளியைக் கண்டறிய முயல்கிறது. ஒளி வந்ததும், இருட்டு தானே மறையும். ஒளி வந்ததும் இருட்டை நீக்க நாம் எதுவும் செய்ய வேண்டியது இல்லை.

இருட்டிடம் நேரடியாக ஏதும் செய்ய முடியாது. அதனிடம் ஏதாவது செய்ய விரும்பினால் ஒளியிடம் முயலுங்கள், இருட்டிடம் அன்று. விளக்கைப் போடலாம் அணைக்கலாம் - ஆனால் இருட்டை அவ்வாறு செய்ய முடியுமா? எனவே இருட்டை நீக்க ஒளி வழியாகவே, மறைமுகமாகச் செல்லவேண்டும்.

இல்லாதவற்றோடு சண்டையிடாதீர்கள். மனம் அதற்காகத் தூண்டப்படலாம். ஆனால் சக்தி விரயம்தான் மிஞ்சும். மனத்தால் தூண்டப் பெறாதீர்கள். ஒரு பொருள் உண்மையில் இருக்கிறதா, இல்லையா என்று பாருங்கள். இல்லாத ஒன்றோடு சண்டையிடாதீர்கள். 'எதன் இல்லாமை அது' என்று கண்டு இருப்பதை நாடுங்கள் - அப்பொழுது பாதை சரியாக இருக்கும்.

மூன்றாவது: இருட்டு என்பது நமது + இருப்போடு பல்லாயிரம் வழிகளில் தொடர்புடையது.

கோபம் வரும்போதெல்லாம், நம் உள்ளொளி மறைந்து விடுகிறது. உண்மையில் ஒளி மறைந்து இருள் சூழ்வதாலேயே கோபம் வருகிறது. முழு உணர்வோடு இருக்கும்போது கோபம் வராது. முயற்சி செய்யுங்கள்: உணர்வு போய் கோபம் இருக்கும் அல்லது உணர்விருக்கும் கோபம் இராது. உணர்வும் கோபமும் சேர்ந்திரா. இதனால் என்ன தெரிகிறது? உணர்வு (Consciousness) என்பது ஒளியைப் போன்றது, கோபம் என்பது இருட்டைப் போன்றது - இரண்டும் ஒருசேர இருக்க முடியாது. ஒளி இருந்தால், இருட்டு இருக்காது; முழு உணர்வோடு இருந்தால் கோபம் சாத்தியமில்லை.

மக்கள் என்னிடம் வந்து, 'கோபம் கொள்ளாமல் இருப்பது எப்படி? என்று கேட்கிறார்கள். அவர்கள் தவறான கேள்வியைக் கேட்கிறார்கள் - தவறான கேள்விக்குச் சரியான விடை கிடைப்பது மிகக் கடினம். முதலில் சரியாகக் கேள்வியைக் கேளுங்கள். இருட்டை ஒழிப்பது எப்படி என்று கேட்காதீர்கள். கவலையை நீக்குவது எப்படி என்று கேட்பதைவிட மனத்தை ஆராய்ந்து, முதலில் கவலைகள் இருக்கின்றனவா என்று பாருங்கள். போதுமான அளவு உணர்வின்மையே அவை இருப்பதற்கான காரணம். எனவே, மேலும் மேலும் உணர்வோடு இருப்பது எப்படி என்று கேளுங்கள். கோபம் கொள்ளாமல் இருப்பது எப்படி என்று கேட்டால் நீதிமானுக்குப் பலியாவீர்கள். உணர்வு அதிகமாக அதிகமாக, கோபம் இருக்காது, காமம் இருக்காது, பேராசை இருக்காது. அப்பொழுது சரியான பாதையில் செல்கிறோம் என்பது பொருள். நாமும் சமயப் பயிற்சியாளர் ஆவோம்.

நீதிநெறி (Morality) என்பது பொய்யான காசு. அது மக்களை ஏமாற்றும். அது சமயமே அன்று. சமயத்திற்கும் நீதிநெறிக்கும் தொடர்பில்லை. இருட்டுக்கும் சமயத்திற்கும் ஏது தொடர்பு? சமயம் என்பது விழிப்புணர்வு உண்டாக்கும் நேரிடை முயற்சி. நம் குணநலம் பற்றி அதற்குக் கவலையில்லை. குணநலனை மாற்ற முடியாது, அலங்கரிக்க மட்டுமே முடியும். அதைப் பலவாறு அழகுபடுத்தலாம், ஆனால் ஒருபோதும் மாற்ற முடியாது.

ஒரு மாற்றம் (transformation) மட்டுமே சாத்தியம். அது ஒரு புரட்சி. குணங்களால், செயல்களால் வருவது அன்று அது; நம் இருப்போடு (being) தொடர்புடையது. இருப்பு என்பது நேரிடை நிகழ்வு (Positive Phenomenon). விழிப்போடு, கவனமாய், உணர்வாய் இருந்தால் இருட்டு மறைகிறது. நமது இயல்போ ஒளிமயமானது.

நான்காவது... பின் நாம் சூத்திரத்தில் நுழையலாம். தூக்கம் என்பது இருட்டைப் போன்றது. ஒளி இருக்கும்போது தூக்கம் வராமை இயல்புதான். இருட்டுக்கும் தூக்கத்திற்கும் தொடர்புண்டு. எனவேதான் இரவில் தூங்குவது எளிமையாக இருக்கிறது. இருட்டு நம்மைச் சுற்றித் தூக்கத்திற்குச் சாதகமான சூழ்நிலையை உருவாக்கும்.

தூக்கத்தில் என்ன நேரிடுகிறது? படிப்படியாக உணர்வு இழக்கிறோம். இடைவெளியில் கனவு ஏற்படுகிறது. கனவு காணுதல் என்பது பாதி உணர்வு. மீதி உணர்வின்மை. முழு உணர்வின்மை நோக்கிச் செல்லும்போது பாதி வழியில் கனவு ஏற்படுகிறது. கனவுகள் பாதியில் மட்டுமே நிகழும், முடிவில் அன்று. கனவு என்றாலே பாதி தூக்கம் - பாதி விழிப்பு. எனவேதான் இரவு முழுதும் தொடர்ந்து கனவு கண்டால், நமக்குச் சோர்வு ஏற்படுகிறது. கனவு காண முடியாதபோதும் சோர்வு ஏற்படும் - கனவுகள் ஒரு குறிப்பிட்ட காரணத்திற்காகவே இருக்கின்றன.

விழித்திருக்கும்போது - எண்ணம், உணர்ச்சி, மனத்தில் தங்கும் அரைகுறைச் செய்திகள் - எனப் பலவற்றைச் சேகரிக்கிறோம். தெருவில் ஓர் அழகான பெண்ணைப் பார்த்தால், திடீரென்று ஆசை எழுகிறது. ஆனால் அந்த ஆசையை உள்ளே அமுக்கிவிட்டு, நம் வேலையைத் தொடர்கிறோம். நிறைவடையாத ஆசை தேங்கி நிற்கிறது. அதை நிறைவடையச் செய்ய வேண்டும். இல்லையேல் ஆழ்ந்த உறக்கம் சாத்தியமில்லை. அந்த ஆசை நம்மை மறுபடியும் மறுபடியும் இழுக்கும்.

எஞ்சி நிற்கும் ஆசை நம்மைத் தூங்கவிடாது; மனம் கனவை உருவாக்கும். மறுபடியும் சாலை, அழகான பெண் நடக்கிறாள், அவளை அடைய ஆசை. அது இப்பொழுது நிறைவேறத் தடை யாரும் இல்லை.

கனவு என்பது நமது தனிப்பட்ட உலகம். கனவில் ஆசை நிறைவேறு கிறது, கனவும் முடிகிறது. இனி ஆழ்ந்த உறக்கம் வருகிறது.

கனவுகளை அனுமதிக்காமல் போனால்... அமெரிக்காவில் பல தூக்க பரிசோதனைக கூடங்கள் இருக்கின்றன. அவற்றில், ஒரு மனிதன் கனவு காண முடியாது போனால், மூன்று வாரங்களில் பைத்தியமாவான் என்று கண்டுபிடித்திருக்கிறார்கள். கனவு காணும்போது கண்ணிமைகள் வேகமாய்த் துடிக்கும். கனவு காணாதபோது இமை அமைதியாக இருக்கும். கனவு காணும்போது இமைகள் தொழிற்படத் தொடங்கும். ஒருவன் கனவு காணும்போதெல்லாம் அவனை எழுப்பினால், மூன்று வாரத்திற்குள் அவன் பைத்தியம் ஆகிவிடுவான்.

தூக்கம் என்பது அவ்வளவாகத் தேவையில்லை. கனவு காணாத போது ஒரு மனிதனை எழுப்பினால், அவன் சோர்வாகக் காணப்படு வான், ஆனால் பைத்தியம் ஆகமாட்டான். இதிலிருந்து கனவுகள் அவசியம் தேவை என்று தெரிகிறது. நம் இருப்பு பொய்யாகும்போது, இந்துக்கள் கூறும் மாயை ஆகும்போது - கனவு தேவைப்படுகிறது. கனவு நமது உணவு, அவையே நமக்கு வலிமை தரும். கனவு இல்லாமல் போனால் நாம் பைத்தியமாவோம். கனவுகள் பைத்தியத்தின் ஒருவகை வெளிப்பாடு. கனவு வெளிப்பட்டபின் தூக்கம் தானாகவே வரும்.

நனவிலிருந்து கனவு, கனவிலிருந்து தூக்கம். சாதாரணமாக ஒரு மனிதன் தூங்கும்போது 8 முறை கனவு காண்கிறான். இரு கனவுகளுக்கு இடையில் ஆழ்ந்த உறக்கம் வரும். அவ்வுறக்கத்தில் உணர்வெல்லாம் நீங்கி, முழு இருட்டே எஞ்சி நிற்கிறது. இருப்பினும் எல்லைக்கு அருகில் நிற்கும் நாம் எந்நேரமும் விழித்து எழலாம். வீடு எரிகிறது, அதை அணைக்க விழிப்பிற்கே செல்லவேண்டும். நாம் ஒரு தாயாக, குழந்தை அழ ஆரம்பித்தால், அதன் அழுகையை நிறுத்த நனவிற்கே ஓட வேண்டியிருக்கிறது. எனவே விளிம்பில் நிற்கிறோம்.

மரணத்தின்போது சரியாக மையத்தில் நிற்போம். மரணமும் உறக்கத்தைப் போன்றதே. தூக்கத்தில் இருளில் மூழ்குகிறோம், அதாவது

முழுமையாக உணர்வின்மையில் மூழ்குகிறோம். புத்தநிலைக்கு எதிர்முனை இது. புத்தரோ முழுவதும் விழிப்புணர்வு பெற்றவர்.

எல்லோரும் உறங்கும்போது யோகி விழித்திருக்கிறான் என்கிறார் கிருஷ்ணர். அதனால் யோகி தூங்குவதே இல்லை என்பது பொருளில்லை. அவன் உடம்பு மட்டும் தூங்குகிறது. அவனுக்கு ஆசை இல்லை, நிறைவேறாத ஆசை இல்லை, எனவே கனவு இல்லை. நம் போல் தூக்கமும் இல்லை - அவனது உணர்வு தெளிவாகச் சுடர்போல் ஒளிவிடுகிறது.

இரவில் ஒவ்வொரு நாளும் தூங்கும்போது, ஆழ்ந்த மயக்கத்தில் மூழ்குகிறோம். மரணம் என்பது இன்னும் ஆழமான மயக்கம். இவை இருட்டைப் போன்றவை. மரணத்தைப் போன்றிருப்பதால்தான் நாம் இருட்டைக் கண்டு பயப்படுகிறோம். சிலர் தூக்கத்தைக் கண்டும் பயப்படுகிறார்கள், அது மரணத்தைப்போல இருப்பதால்.

தூங்க நினைத்தாலும், அவ்வாறு செய்ய முடியாதவர்களைச் சந்தித்திருக்கிறேன். பயமே அதற்குக் காரணம். சோர்வு காரணமாகத் தூங்க விரும்புவதாகக் கூறும் அவர்கள், தூக்கத்தைக் கண்டு தங்களுக்குள் பயப்படுகிறார்கள். 90% தூக்கமின்மைக்குக் காரணம், தூக்கத்தைக் கண்டு பயப்படுதலே. இருட்டைப் போலவே, தூக்கம், மரணம் ஆகியவற்றைக் கண்டும் பயம் ஏற்படுகிறது.

இவையெல்லாம் வெறும் இருட்டே, நமது இயல்பு வெறும் ஒளியே என்பதைப் புரிந்து கொண்டால், எல்லாம் மாற ஆரம்பிக்கும். பின் தூக்கம் தேவையில்லை, ஓய்வு போதும். பின் மரணமும் இல்லை, உடை மாற்றமே. ஆனால் நம் இயல்பாம் அகஒளியை உணர்ந்தால் மட்டுமே இது சாத்தியம்.

இப்பொழுது சூத்திரத்தில் நுழையலாம்:

"காலம் காலமாய் உள்ள இருட்டால்
ஒளிவிடும் சூரியனை மறைக்க முடியாது;
சம்சாரத்தின் நீண்ட கல்பங்கள்
மனத்தின் ஒளியை ஒருபோதும் மறைக்கமாட்டா.''

விழிப்புணர்வு பெற்றவர்க்கு, 'காலம் காலமாய் உள்ள இருட்டால் ஒளிவிடும் சூரியனை மறைக்க முடியாது' என்பது புரியும்.

பல பிறவிகளாக இருட்டில் அலைந்திருக்கலாம். ஆனால் அது நம் அகஒளியை அழிக்காது. இருட்டால் ஒளியை அழிக்க இயலாது. சிறுஒளிகூட இருட்டை அழித்து விடுமே. இருட்டு ஒளியை அழிப்பது என்பது ஒருபோதும் இயலாத ஒன்று.

ஆனால், மக்கள் முரண்பட நினைக்கிறார்கள்: இருள் ஒளிக்கு எதிரி என்பது அவர்கள் கருத்து. இது முட்டாள்தனம். இல்லாத இருட்டு, இருக்கும் ஒளிக்கு எவ்வாறு முரணாக முடியும்? ஒளியின்மைதானே இருட்டு. ஒன்று இருக்கும்போது மற்றது இல்லை. பின் ஒன்றை ஒன்று எவ்வாறு எதிர்க்கும்?

'நான் என்ன செய்வது? கோபத்தால் பாதிக்கப்பட்டேன், பேராசையால் பாதிக்கப்பட்டேன்' என்றெல்லாம் கூறுகிறோம். இது முற்றிலும் பொருந்தாத ஒன்று. பேராசையும், கோபமும் நம்மை எதிர்க்க முடியாது. அவை இருட்டு; நமதியல்போ ஒளி. எதிர்க்க வாய்ப்பே இல்லை. கோபம் வரும்போது அகஒளி முற்றிலும் மறக்கப்படுகிறது என்பதே பொருள். இந்த மறதியே இயல்பை மறைக்கிறதே தவிர இருட்டு அன்று.

எனவே உண்மையான இருட்டு என்பது மறதியே. மறதியால் விளைவதே கோபம், பேராசை, காமம், வெறுப்பு, பொறாமை ஆகியவை. அவை நம்மை எதிர்ப்பதில்லை. நாம் தாம், அவற்றுக்கு அழைப்பு அனுப்புகிறோம், அவை அதை ஏற்கின்றன. அவை விருந்தாளிகளாய் வருகின்றன. அவற்றை அழைத்ததை நாம் மறந்துவிடுகிறோம். நமதியல்பை மறப்பதால் அதை மறக்கிறோம். ஆக நம்மை மறந்தால் மற்றவற்றையும் மறக்க நேரிடும். மறதியே உண்மையான இருட்டு.

எல்லாம் மறதியில்தான் நிகழ்கின்றன. குடிகாரனைப்போல மறதியில் நாம் செயல்படுகிறோம். நாம் யார், எங்கே போகிறோம், என்ன செய்கிறோம் என்பதே அப்பொழுது தெரிவதில்லை. குறிக்கோள்

இல்லாத நிலை அது. எனவேதான், எல்லாச் சமய உபதேசங்களும் 'தன்னை மறக்காத நிலையை' வலியுறுத்துகின்றன. மறதி என்பது நோயானால், தன்னை மறவாமை (Self-remembering) அதற்கு மருந்தாகிறது.

உங்களை மறவாமல் இருக்க முயலுங்கள். 'நான் என்னை நினைப்பதா? என்னை நான் அறிவேன். நீங்கள் என்ன சொல்கிறீர்கள்?' என்று நீங்கள் கேட்கலாம். முயற்சி செய்யுங்கள்: ஒரு சிறு பயிற்சி. கைக்கடிகாரத்தை உங்கள் முன் வைத்துக் கொள்ளுங்கள். அதன் வினாடி முள்ளை நோக்குங்கள். 'நான் இக்கடிகாரத்தின் வினாடி முள்ளை நோக்குகிறேன்' என்பதை மட்டும் நினையுங்கள். மூன்று விநாடி கூடத் தொடர்ந்து உங்களால் நினைக்க முடியாது. பலமுறை மறந்து போவீர்கள்.

அப்பொழுதுதான் வேறு பல விஷயங்கள் நினைவிற்கு வரும். நண்பரைச் சந்தித்தல், அந்தக் கடிகாரம் சுவிட்ஸர்லாந்தில் செய்ததை நினைத்தல் - இப்படிப் பல விஷயங்கள் நினைவிற்கு வரும். எண்ணத்தை இவற்றிலிருந்து மீட்டு மீண்டும் பழைய நிலைக்கு வரவேண்டும்.

ஒரு நிமிடம் தொடர்ந்து 'தன்னை நினைப்பதில்' சித்தி பெற்றால், நான் உங்களைப் புத்தர் ஆக்கிவிடுவேன். ஒருநிமிடம், அறுபது வினாடிகள் போதும். 'இவ்வளவு எளிமையா?' என்று நீங்கள் நினைக்கலாம். உங்கள் மறதி எவ்வளவு ஆழமானது என்று உங்களுக்கே தெரியாது. ஒரே எண்ணத்தோடு ஒரு நிமிடம் கூட இருக்கமுடியவில்லை. அவ்வளவு இருட்டு. இதை உணர்ந்தால் ஒளியாவோம், மறந்தால் இருட்டாவோம். இருட்டில் எல்லாவகைத் திருடர்களும், கொள்ளைக் காரர்களும் வந்து நம்மைத் தாக்குவர், எல்லாவித அசம்பாவிதங்களும் நிகழும்.

'தன்னை அறிதல்' (Self - remembering) என்பதே திறவுகோல். மேலும், மேலும் நினைக்க (Remember) முயலுங்கள். அவ்வாறு செய்யச் செய்ய, நாம் மையப்படுகிறோம், நாம் நாமாகவே இருக்கிறோம், பயணப்படும் மனம் பின்னோக்கி ஆத்மாவில் கலந்துவிடுகிறது. இல்லையேல் நாம் வேறெங்கோ சென்றுவிடுவோம், மனம் தொடர்ச்சி

யாகப் புதிய விருப்பங்களைப் படைத்துக்கொள்ளும், நாம் மனத்தைப் பின்பற்றி அதேசமயம் பல திசைகளில் அதைத் துரத்திக் கொண்டே இருப்போம். அதனால்தான் நமக்குள் பிளவு ஏற்படுகிறது. நாம் ஒருமையில் இருப்பதில்லை, நமது அகஒளி காற்றில் இலையாய் அலைபாய்கிறது.

அகஒளி (Inner Flame) ஸ்திரப்படும்போது, திடீரென்று ஒரு மாற்றம் ஏற்படுகிறது, புது இருப்பு பிறக்கிறது. அந்த இருப்பு ஒளியின் இயல்பினது. இப்பொழுது இருளாய் இருக்கிறோம், பல பிறவிகள் ஆனாலும், இன்னமும் புதிதாய்ப் பிறக்கவில்லை. உண்மையான பிறப்பு இனிமேல்தான் நிகழப்போகிறது. மறதியிலிருந்து தன்னை அறிதலை நோக்கி நம் அகஇயல்பை மாற்றவேண்டும்.

எதை வேண்டுமானாலும் செய்யுங்கள். 'இதைச் செய், அதைச் செய்யாதே' என்று எந்தக் கட்டுப்பாடும் உங்களுக்கு நான் விதிக்க மாட்டேன். என் முறை வெகு எளிதானது. 'எதை வேண்டுமானாலும் செய்யுங்கள்' என்பதே என் விதிமுறை. ஆனால் 'தன்னை நினைந்தே' செய்யுங்கள். 'நாம் செய்கிறோம்' என்பதை மறக்காதீர்கள். நடந்தால் 'நாம் நடக்கிறோம்' என்பதை நினைவுகொள்ளுங்கள். இதை வாயால் வெளிப்படுத்த வேண்டாம், அது உதவி செய்யாது, அதுவே பாதை யிலிருந்து விலக்கிவிடும். நடந்து கொண்டே, 'நான் நடக்கிறேன், நான் நடக்கிறேன்' என்று சொல்ல வேண்டியதில்லை. அதுவே மறதி ஆகிவிடும். வெறுமனே நினையுங்கள், போதும், அதை வாயால் சொல்ல வேண்டிய அவசியம் இல்லை.

நான் உங்களிடத்துப் பேசுவதால், வாயால் வெளியே சொல்ல வேண்டியிருக்கிறது. ஆனால் நீங்கள் நடக்கும்போது நடத்தல் தொழிலை மட்டும் நினைவுகூர்ந்தால் போதும். ஒவ்வொரு அடியும் முழு விழிப் புணர்வோடு எடுத்து வைக்கவேண்டும். சாப்பிடும்போது சாப்பிடுதலை மட்டும் கவனத்தில் கொள்ளுங்கள். சீக்கிரமே பல செயல்கள் செய்ய முடியாது போதலை உணர்வீர்கள்.

தன்னை நினைத்தலோடு மாமிசம் சாப்பிட முடியாது, வன்முறையில் இறங்க முடியாது, யாரையும் துன்புறுத்த இயலாது. அந்நிலையில் திடீரென்று ஒவ்வொருவரிடத்தும் அதே ஒளியே சுடர்விடுவதைக் காணலாம். நம் அக இயல்பை அதிகம் உணர உணர, மற்றவரை ஊடுருவி அறியமுடியும். சாப்பிடுவதற்காக எப்படிக் கொல்ல முடியும்? அது முடியவே முடியாது. பயிற்சியால் இதைப் பெற முடி யாது. திருடனாக இருக்கக்கூடாது என்று முயற்சித்தால், அது பொய்யாகும், திருடானாவோம். அஹிம்சையைப் பயிற்சி செய்தால்... அதன்பின் ஹிம்ஸை ஒளிந்து இருக்கும்.

சமயம் என்பது பயிற்சியால் அமைவதன்று. நீதிநெறியை அனுஷ்டிக்கலாம். அது போலி முகங்களை உருவாக்கும். சமயமோ உண்மை இயல்பைத்தான் உருவாக்கும். இருப்பை எவ்வாறு அனுஷ்டிப்பது? அது பற்றி விழிப்புணர்வு அதிகமாகலாம், அவ்வளவே. அப்பொழுது எல்லாம் மாறத்தொடங்கும். நாம் மேலும் மேலும் ஒளியின் இயல்பாகிறோம், எனவே இருட்டு மறைகிறது.

''காலம் காலமாய் உள்ள இருட்டால்
ஒளிவிடும் சூரியனை மறைக்க முடியாது...''

பல காலமாய், பல பிறவிகளில் நாம் இருட்டில் இருக்கிறோம் - ஆனால் நம்பிக்கை இழக்கவேண்டாம். எண்ணிலாப் பிறவிகள் இருளில் வாழ்ந்தாலும், இக்கணத்திலேயே ஒளிபெறலாம்.

ஒரு வீடு நூறாண்டுகளாகப் பூட்டிக்கிடக்கிறது என்று வைத்துக் கொள்வோம். வெறும் இருட்டு. உள்ளே சென்று விளக்கைப் பொருத்து கிறோம். 'நான் நூறாண்டுகளாக இருக்கிறேன், இவ்வொளியோ சிறுகுழந்தை' என்று இருட்டு கூறுமா? 'நான் மறைய மாட்டேன், 100 ஆண்டுகளாவது நீங்கள் விளக்கினை எரிக்கவேண்டும், அப்பொழுது தான்...' என்று அது பேசுமா? இல்லை. பழைய இருட்டை நீக்கத் துளி ஒளி போதும். இருட்டு அங்கு இவ்வளவு நாளாக ஊன்றிக் கிடக்கிறதே என்று கேட்கலாம். இல்லை. இருட்டு என்பது இல்லாத பொருள். அது ஒளிக்காகக் காத்திருக்கிறது. ஒளி பிறந்த கணமே அது மறைகிறது.

நேரிடை இருப்பு (Positive existence) இல்லாததால் அதனால் ஒளியை எதிர்க்க முடியாது, தடுக்க முடியாது.

'திடீரென்று ஞானம் பெறுதல் சாத்தியம் என்று நீங்கள் கூறுகிறீர்களே. அப்பொழுது பழைய பிறவிகளும் இறந்தகாலக் கர்மங்களும் என்ன ஆகும்?' என்று என்னிடம் கேட்கிறார்கள். அவை இருட்டைப் போன்றவை. நீங்கள் கொலைகாரனாகவோ, திருடனாகவோ, ஹிட்லராகவோ, செங்கிஸ்கானாகவோ அல்லது மோசமான ஒரு ஆளாகவோ இருக்கலாம். அதனால் கவலையில்லை. நம்மை நினைந்து விட்டால் அங்கு ஒளி பரவி இருட்டு அகல்கிறது. நமதியல்பாம் ஒளி வெளிப்பட்டதும், இறந்தகாலம் மொத்தமாய் உடனே நீங்குகிறது. அதனால் ஒருகணம் கூட இனிமேலும் இருக்க முடியாது. நம்மைப் பற்றிய விழிப்புணர்வு இல்லாமையால் கொலை செய்தோம். விழிப்புணர்வு ஏற்பட்டதும், நாம் என்ன செய்கிறோம் என்பதை உணர்ந்ததும், நம்மால் அவ்வாறு செய்ய முடியாது.

சிலுவையின் மீது இயேசு கூறினார், 'தந்தையே! இவர்கள் தாம் செய்வதை அறியாமல் இருக்கிறார்கள். எனவே இவர்களை மன்னியும்.' அவர் பேச்சின் பொருள் என்ன? - ''இவர்கள் ஒளியின் இயல்பினர் அல்லர்; தங்களை அறியார். முழுமறதியில் காரியம் செய்கின்றனர். இருட்டில் செல்வதால் தடுக்கி விழுகின்றனர். தங்கள் செயலுக்கு அவர்கள் பொறுப்பாக மாட்டார்கள். அவர்களை மன்னியுங்கள்'' - என்பதே. தன்னை அறியாதபோது தன் செயல்களுக்கு ஒருவன் எப்படித்தான் பொறுப்பாக முடியும்?

குடிகாரன் ஒருவன் குடிபோதையில் கொலை செய்தால், அவன் உணர்வில்லாது செய்துவிட்டான் என்று நீதிமன்றம் அவனை மன்னிக்கிறது. ஏன்? ஒருவனைக் குடிக்குப் பொறுப்பாக்கலாம், ஆனால் கொலைக்குப் பொறுப்பாக்க முடியாது. பைத்தியக்காரன் ஒருவன் இன்னொருவனைக் கொலை செய்தால், அவன் தானாக இல்லாத காரணத்தால் மன்னிக்கப்படவேண்டும்.

பொறுப்பு என்பது தன்னை அறிதலாம்.

இதுவரை செய்ததைப் பற்றிக் கவலைப்படாதீர்கள். உங்களுக்கு விழிப்புணர்வு இல்லாததால் நிகழ்ந்தவை அவை. உள்ளொளியை ஏற்றுங்கள் - நாடி, அதை அடையுங்கள் - திடீரென்று இறந்தகாலம் முழுவதும் மறைந்துவிடும். அவை எல்லாம் கனவில் நடந்தது போல் இருக்கும். முழு உணர்வு இல்லாததால் அவை கனவில் நடந்தவையே. கர்மங்கள் எல்லாம் கனவில் நடந்தவையே. கனவின் கூறுகளாலேயே அவை ஆக்கப்பட்டிருக்கின்றன.

கர்மங்கள் நிறைவேறும் வரைக் காத்திருக்க வேண்டாம். அப்பொழுது நித்தியத்திற்காகக் காத்திருக்க வேண்டும். அப்பொழுதும் முழுமையாக விடுதலை பெறமுடியாது. ஏனெனில் நித்தியத்திற்காகக் காத்திருக்க முடியுமா? நாம் பல செயல்களைச் செய்கிறோம், நகர்ந்து கொண்டே இருக்கிறோம், எல்லாம் ஒரு நச்சு வளையம். அது ஒருபோதும் நிறைவடையாது, முற்றுப்பெறாது. பின்முடிவுதான் எங்கே? இல்லை, அதற்குத் தேவையே இல்லை. வெறுமனே விழிப்போடு இருந்தால், திடீரென்று எல்லாக் கர்மங்களும் விழுந்துவிடும். விழிப்பு ஏற்பட்ட கணத்திலேயே நீங்கிவிடும், அப்பொழுது இறந்தகாலம் முழுதும் வெறும் அர்த்தமற்றதாக ஆகிவிடும்.

கீழை நாடுகள் கண்டறிந்த மிக அடிப்படையான செய்தி இது. கிறிஸ்தவத்திற்கு இது புரியவில்லை. தீர்ப்பு, இறுதிநாள் என்றெல்லாம் பேசுகிறார்கள். பின் ''அறியாது செய்யும் இவர்களை மன்னியும்'' என்ற கிறிஸ்துவின் வாசகம் தவறானது. யூதர்களுக்கும், முகமதியர்க்கும்கூட இது புரியவில்லை.

இந்துக்கள் மிகவு தைரியம் மிக்கவர்கள். பிரச்சனையை ஊடுருவிச் சென்றிருக்கிறார்கள். செயல் பிரச்சனையன்று, இருப்பே பிரச்சனை. உள்ளொளியாம் இயல்பை உணர்ந்துவிட்டால், இந்த உலகைக் கடந்துவிடுகிறோம், இறந்தகால நிகழ்ச்சிகள் வெறும் கனவாய்ப் போகின்றன. எனவேதான், இவ்வுலகே ஒரு கனவு என்கிறது இந்து சமயம். நாம் மட்டும் கனவு அல்லர், இவ்வுலகே ஒரு கனவுதான். கனவு காண்பவன் மட்டுமே கனவு ஆவதில்லை; மற்ற எல்லாம் வெறும் கனவே.

'கனவு காண்பவன் மட்டுமே கனவு ஆவதில்லை': இவ்வுண்மையின் அழகைப் பாருங்கள். கனவு காண்பவன் கனவு ஆக முடியாதே - அவன் இல்லையேல் கனவும் அமைய முடியாது. கனவு காண்பவனாவது உண்மையான நிகழ்வு ஆதல்வேண்டும்.

பகலில் விழித்திருக்கும்போது பல செயல்களைச் செய்கிறோம்: கடைக்குப் போகிறோம், அங்காடிக்குச் செல்கிறோம், பண்ணைக்குப் போகிறோம், தொழிற்சாலைக்குச் செல்கிறோம். இரவில் தூங்கும்போது எல்லாம் மறந்துவிடுகிறது, கனவு உலகம் தொடங்குகிறது. விழிப்பிற்குத் தரும் நேரத்தைக் கனவிற்கும் தரவேண்டும் என்று இப்பொழுது அறிவியலார் கூறுகின்றனர். 60 ஆண்டுகளில் 20 ஆண்டுகள் விழிப்பிற்கு எனில், 20 ஆண்டுகள் கனவிற்கும் வேண்டும். இவ்வாறு இரண்டும் சமஅளவு அமைதல் வேண்டும்.

இரவில் கனவு காணும்போது விழிப்புலகம் மறந்துபோகிறது. ஆழ்ந்த உறக்கத்தில் விழிப்புலகம், கனவுலகம் ஆகிய இரண்டும் மறந்து போகின்றன. காலையில் விழிக்கும்போது தூக்கமும், கனவும் மறந்து போகின்றன. ஆனால் தொடர்ச்சியாக இருப்பது - நீங்கள். கனவுகளை நினைவு கொள்வது யார்? 'நேற்று இரவு கனவு கண்டேன்', என்று காலையில் சொல்பவர் யார்? 'நேற்று இரவு கனவு ஏதும் இல்லாமல் தூங்கினேன்' என்று கூறுவது யார்?

இவ்வாறு சாட்சியாக நின்று பார்ப்பவர் ஒருவர் இருக்க வேண்டும். நனவு வருகிறது, கனவு வருகிறது, தூக்கம் வருகிறது - இவற்றை எல்லாம் சாட்சியாகக் காண்பது யார்? வந்துபோகும் இந்நிலைகள் மறைந்துபோகும். ஆனால் ஒவ்வொரு நிலையிலும் மறையாது இவற்றைக் கண்காணிப்பது எது? அது மட்டுமே நமக்குள் நிரந்தரமானது.

இந்த சாட்சியை மேலும் மேலும் உணருங்கள். விழிப்பும், கவனமும் சாட்சியும் தேவை. உலகில் நடிகராக இருப்பதைவிடச் சாட்சியாக இருங்கள், பார்வையாளராக இருங்கள். எல்லாம் வெறும் கனவே. கனவு காண்பவன் மட்டுமே உண்மை. அவன் உண்மையாகத்

தான் இருக்க வேண்டும், இல்லையேல் கனவுகள் எவ்வாறு நிகழும்? காண்பவனே அடிப்படை. அவன் இருந்தால்தான் பொய்த்தோற்றங்கள் நிகழமுடியும்.

இதை அறிந்ததும் சிரிக்கத் தொடங்குவோம். நினைவில் கொள்ளாது அமைந்த வாழ்வுதான் எப்படிப்பட்டது? ஒரு நிலையிலிருந்து இன்னொரு நிலைக்குச் செல்வது, அறியாமலேயே திசைமாறிச் செல்வது இப்படி குடிகாரனாக அல்லவா நாம் இதுவரை இருந்திருக்கிறோம்!

"காலம் காலமாய் உள்ள இருட்டால்
ஒளிவிடும் சூரியனை மறைக்க முடியாது;
சம்சாரத்தின் நீண்ட கல்பங்கள்
மனத்தின்திவ்விய ஒளியை ஒருபோதும் மறைக்க மாட்டா."

அது எப்பொழுதும் இருக்கிறது, அது நமதியல்பு, நமதிருப்பு.

"வெற்றிடத்தை விளக்க வார்த்தைகள் பேசப்பட்டாலும்
அதன் இயல்பை உள்ளபடி அவற்றால் ஒருபோதும்
வெளிப்படுத்த முடியாது.
'மனம் ஒளியைப் போன்றே பிரகாசமானது' என்று
சொன்னாலும்
அது வார்த்தைகளுக்கும் குறியீடுகளுக்கும் அப்பாற்பட்டது."

புரிந்துகொள்ள இது உதவியாக இருக்கும். உண்மையை அறிய மூன்று அணுகுமுறைகள் உள்ளன. முதலாவது பரிசோதனை முறை - அறிவியல் மனத்தின் அணுகுமுறை இது. புறஉலகில் பரிசோதித்துப் பார்த்தே எதையும் ஏற்றுக்கொள்வது இவ்வகை. இரண்டாவது தர்க்கமுறை - பரிசோதிக்காது, தர்க்கத்தால் விவாதித்து, அறிவைப் பயன்படுத்தி முடிவுக்கு வருவது இவ்வகை. மூன்றாவது உருவகமுறை இது கவிதைக்குப் பொருந்துவது, சமயத்திற்கும் துணை செய்யும். பரிசோதனை முறை, தர்க்கமுறை, உருவக முறை ஆகிய இம்மூன்றில் ஒன்று உண்மையை நோக்கிச் செல்வது.

அறிவியல் முறை குறைபாடு உடையது, பொருளைத் தாண்டிச் செல்லாது, புறஉலகைத் தாண்டி அறிவியல் செல்லாது. பரிசோதனை என்பது புறப்பொருளோடு மட்டுமே சாத்தியம். தத்துவம், தர்க்கம் ஆகியவை மனத்தோடு தொடர்புடையவை. அவற்றால் மனத்திற்கு அப்பால் செல்லமுடியாது. சமயமும், இலக்கியமும் அதற்கப்பால் செல்ல வல்லவை. அது ஒரு தங்கமயமான பாலம்; எழுவாயையும் செயப்படு பொருளையும் இணைப்பது.

நான் இப்படிச் சொல்ல விரும்புகிறேன். அறிவியல் என்பது பகல் போன்றது. நடுப்பகலில் எல்லாம் தெளிவாகத் தெரியும். தர்க்கம் என்பது இரவு போன்றது. இரவு இருளில் சிந்தனை மட்டுமே துணைபுரியும், பரிசோதனை அன்று. கவிதையும் சமயமும் அந்திஒளி **(Twilight)** போன்றவை. அங்கு பகலும் முடிந்துவிட்டது, ஆனால் இரவும் இன்னம் வரவில்லை. அது நடுப்பகுதியாகத் திகழ்கிறது. பகலும் இரவும் சந்திக்கும் இடம் அந்தி. எல்லைகள் உடைபடும் இடம்.

இதுவே உருவக அணுகுமுறை.

எனவேதான் கவிதை உருவகத்தில் பேசுகிறது - சமயம் என்பது கவிதையின் உச்சிநிலை. இந்த உருவகங்களை அப்படியே வெளிப்படை யாக எடுத்துக்கொள்ளக் கூடாது. 'உள்ளொளி' என்றால் அதை அப்படியே எடுத்துக்கொள்ளக் கூடாது. அது ஒன்றைக் குறிக்கிறது. அது ஒளியின் தன்மையது, ஒளியன்று - அது உருவகம்.

சமயத்தால் உருவக வாய்பாட்டில் மட்டுமே பேசமுடியும், வேறு வகையில் பேச இயலாது. வேறு உலகத்திற்குச் சென்று அங்கு இவ்வுலகில் இல்லாத மலர்களைப் பார்த்துவிட்டு வந்திருக்கிறேன் என்று வைத்துக் கொள்ளுங்கள். அவற்றைப் பற்றி உருவக வாய்ப்பாட்டில்தான் பேச வேண்டும். 'ரோஜாக்களைப் போல' என்று சொல்லலாம். ரோஜாக்கள் வேறு, அவை வேறு. கேட்பவர் புரிந்துகொள்ளவே இந்த உருவகம்.

'போல' என்பதற்கு எனது அவ்வுலக அறிவை உங்களது இவ்வுலக அறிவோடு இணைக்கப் பார்க்கிறேன் என்பதே பொருள். அது ஒரு பாலமாய்த் திகழ்கிறது. உங்களுக்கு ரோஜாக்களைத் தெரியும்,

ஆனால், அவ்வுலக மலர்களைப் பற்றித் தெரியாது. நான் அவற்றைப் பற்றி அறிவேன், அதை உங்களுக்குச் சொல்ல விரும்புகிறேன். ரோஜாக்களைப் போல என்கிறேன். அவ்வுலகிற்குச் சென்று ரோஜாக் களைக் காணாது போனால், என்னிடம் கோபம் கொள்ளாதீர்கள். அதன் ரோஜாக் குணத்தை மட்டுமே நான் சுட்டினேன். அது ஒரு அடையாளம். சந்திரனை நோக்கி அடையாளம் காட்டுகிறது ஒரு விரல் என்று வைத்துக்கொள்வோம். அதனால் சந்திரனை நோக்க வேண்டுமே தவிர, விரலை மறந்துவிட வேண்டும். உருவகத்தின் பொருள் இதுவே.

வெறும் உருவகச் சொற்களைப் பிடித்துக்கொண்டு பலர் துன்பப்படு கிறார்கள். 'உள்ளொளி' என்று நான் சொன்னதைக் கேட்டு, சிலநாள் கழித்து என்னிடம் வருகிறார்கள், 'நான் உள்ளொளியைக் கண்டேன்' என்கிறார்கள். வேறு உலகத்தில் ரோஜாக்களைக் கண்டவர்கள் அவர்கள்!... ரோஜாக்கள் அங்கு இல்லையே. இத்தகைய உருவக மொழியால் பலர் கற்பனை மிக்கவர் ஆகிறார்கள்.

பி.டி. ஔஸ்பென்ஸ்கி, 'இமேஜினாஸியோன்' (Imaginazione) என்று ஒரு புதிய சொல்லை உருவாக்கினார். யாராவது அவரிடம் வந்து, 'எனக்குக் குண்டலினி எழுந்துவிட்டது. என் தலையில் ஒளியைக் கண்டேன். சக்கரங்கள் திறக்கின்றன' என்று கூறினால் உடனே அப்பேச்சை நிறுத்தி, 'இமேஜினாஸியோன்' என்பார். அச்சொல்லின் பொருளைக் கேட்டால், 'கற்பனையாம் நோய்' என்பார். வந்தவர் பேச்சை உடனே நிறுத்தி விடுவார். 'நீங்கள் பாதிக்கப்பட்டு விழுந்து விட்டீர்கள்' என்பார் ஔஸ்பென்ஸ்கி.

சமயங்கள் வேறு அப்பால் உள்ள உலகத்தைப் (அவ்வுலகு) பற்றிப் பேசுவதால் உருவக மொழியிலேயே பேச வேண்டியிருக்கிறது. இவ்வுலகில் உவமைகளைக் கண்டறிய முயல்கிறது. சம்பந்தமில்லாத வார்த்தைகளைப் பயன்படுத்துகிறது. என்ன செய்வது! கிடைக்கும் வார்த்தைகள் அவையே. அவற்றைத்தானே பயன்படுத்தவேண்டும்.

கவிதையை எளிதில் புரிந்துகொள்ளலாம். ஆனால் சமயத்தைப் புரிந்துகொள்வது கடினம். கவிதை வெறும் கற்பனை என்பது நமக்குத்

தெரியும். அறிவியல் கற்பனை அன்று என்பது தெரியும், அது பரிசோதனை உண்மை என்பதால் அதையும் புரிந்துகொள்ளலாம். கவிதை வெறும் கவிதைதான், வெறும் கற்பனை, உண்மையில்லை - எனவே அனுபவிக்கலாம்.

சமயமோ, கவிதையின் உச்சநிலை, ஆனால் அது வெறும் கற்பனை அன்று; அறிவியலைப் போலவே பரிசோதித்த உண்மை - ஆனால் அதில் அறிவியல் சொற்களைப் பயன்படுத்த முடியாது; தத்துவச் சொற்களையும் பயன்படுத்த முடியாது. அறிவியல் அறிவிக்கும் உண்மை (Objective) பற்றிப் பேச, தத்துவமோ அறியும் உண்மை (Subjective) பற்றிக் கூறுகிறது. எனவே அறிவியலையும் தத்துவத்தையும் இணைக்கும் ஒன்றைச் சமயம் பயன்படுத்தவேண்டும்; எனவேதான் கவிதையைப் பயன்படுத்துகிறது.

எல்லாச் சமயமும் உச்சநிலைக் கவிதைகளே. புத்தரைவிடச் சிறந்த கவிஞரைக் காண முடியாது. ஆனால் புத்தரோ ஒரு கவிதைகூட எழுதவில்லை. நான் ஒரு கவிஞன்; ஆனால் ஒரு கவிதை கூட, ஒரு ஹைக்கூ கூட நான் எழுதியதில்லை. ஆனால் தொடர்ந்து உருவக மொழியில் பேசி வருகிறேன். அறிவியலுக்கும் தத்துவத்துக்கும் இடையே உள்ள இடைவெளியை நீக்க முயல்கிறேன். முழுமையைப் பற்றிய உணர்வினை உங்களுக்குத் தர முயல்கிறேன்.

அறிவியல் ஒரு பாதி, தத்துவம் மற்றொரு பாதி - என்ன செய்வது? முழுமை உணர்வை எவ்வாறு அளிப்பது? தத்துவத்தில் ஆழ்ந்து சென்றால் சங்கரர் வந்த முடிவிற்கே வர நேரிடும். அவர் சொன்னார், 'உலகம் பொய், அது இல்லை - உணர்வு மட்டுமே உள்ளது' என்று. அறிவியல் பக்கம் சேர்ந்தால் காரல் மார்க்ஸ் சொன்னதைத்தான் ஏற்க நேரிடும். 'உணர்வு என்பதே இல்லை - உலகம் மட்டுமே உண்டு' என்கிறார் மார்க்ஸ். இரண்டுமே சரி, இரண்டுமே பொய். மார்க்ஸும் சங்கரரும் நேர் எதிராக நிற்கிறார்கள். இருவர் சொல்வதும் சரி, ஏனெனில் இருவருமே பாதி உண்மையைக் கூறுகிறார்கள். இருவர் சொல்வதும் தவறு, ஏனெனில் இருவருமே அடுத்த பாதியை மறுக்கிறார்கள்.

முழுமையைப் பற்றி நான் எப்படித்தான் பேசுவது? கவிதையே ஒரே வழி. உருவக மொழியே சாத்தியம். இதை நினைவில் கொள்ளுங்கள்,

> **''வெற்றிடத்தை விளக்க வார்த்தைகள் பேசப்பட்டாலும்**
> **அதன் இயல்பை உள்ளபடி ஒருபோதும் அவற்றால்**
> **வெளிப்படுத்த முடியாது.''**

எனவேதான், ''எவ்வளவுதான் சொன்னாலும் அதை விளக்க முடியாது. அது அநிர்வசனீயம். இருப்பினும் அதை வெளிப்படுத்த முயல்கிறோம்'' என்று முனிவர்கள் கூறுகிறார்கள். அவர்கள் மொழியை நாம் அப்படியே ஏற்றுக்கொள்வோம் என்பதால் இவ்வாறு அவர்கள் அடிக்கோடிடுகிறார்கள்.

வெற்றிடம் வெறும் வெற்றிடம்தான்; ஏனெனில் நம்முடையது எதுவும் அங்கு எஞ்சி நிற்காது. ஆனால் இன்னொரு பொருளில், வெற்றிடம் வெற்றிடம் அன்று. ஏனெனில் எல்லாம் அதில் இறங்கி நிற்கும். வெற்றிடமே மிகச்சரியான, நிறைவான நிகழ்வு (Phenomenon). எனவே என்ன செய்வது? 'வெற்றிடம்' என்றதும் மனம் திடீரென்று ஒன்றுமில்லை என நினைக்கிறது. அது சரியானது, நிறைவானது என்றால் மனம் வேறு பயணம் மேற்கொள்ளத் தொடங்குகிறது - எப்படி நிறைவாக முடியும்? அப்பொழுது அகந்தை உள்ளே நுழைகிறது.

அகந்தையை நீக்கவே 'வெற்றிடம்' என்ற சொல் வலியுறுத்தப்படுகிறது. கவனத்தை உண்டாக்கவே அது முழுமையானது என்று கூறப்படுகிறது. நாம் இல்லாதபோது, முழுமை நமக்குள் நுழைகிறது. துளி மறையும்போது, அது கடலாகிறது.

> **''மனம் ஒளியைப் போன்றே பிரகாசமானது'' என்று**
> **சொன்னாலும்**
> **அது வார்த்தைகளுக்கும் குறியீடுகளுக்கும்**
> **அப்பாற்பட்டது''**

என்கிறார் திலோபா.

உருவகத்தைக் கண்டு ஏமாந்து விடாதீர்கள். உள்ளே ஓர் ஒளியைக் கற்பனை செய்யாதீர்கள். அது 'கற்பனை நோய்' ஆகிவிடும். கண்ணை மூடி ஓர் ஒளியைக் கற்பனை செய்யுங்கள். பலவற்றைப் பற்றிக் கனவு காண்கிறீர்களே, ஓர் ஒளியைக் கற்பனை செய்யக்கூடாதா, என்ன?

நாம் விரும்புவதை உருவாக்கும் மனம். ஓர் அழகான பெண்ணைக் கற்பனையில் உருவாக்கலாம், ஒளியை உருவாக்கக் கூடாதா? உள்ள ஓர் உலகத்தையே கற்பனையில் உருவாக்க முடியும். ஒவ்வொரு கற்பனை உலகிற்கும் ஒரு கற்பனை மையமும் உண்டு.

வசியத்தில் கற்பனை முற்றும் வேலை செய்யும், அதில் அறிவு முழுதும் உறங்கிப் போகிறது. அறிவை உறங்க வைப்பதே வசியம். சந்தேகப்படும் அறிவு உறங்கும்போது, கற்பனை மிகச்சரியாக வேலை செய்யும். அறிவாம் (reason) தடை நீங்குவதால் மேலும் மேலும் வசியம் தொடர்கிறது.

வசியத்தில் எதையும் கற்பனை செய்யலாம். ஒரு வெங்காயத் தைக் கொடுத்து 'இது ஆப்பிள், சுவையாக இருக்கும்' என்றால், வசியப்பட்டவர் அதைத் தின்றுவிட்டு, 'ஆஹா எவ்வளவு சுவை! இதுபோல ஒன்றை நான் இதுவரைச் சாப்பிட்டதே இல்லை' என்பார். அதுபோலவே ஆப்பிளைக் கொடுத்து 'இது வெங்காயம்' என்றால், அவரும் அதைச் சாப்பிட்டுவிட்டு, கண்ணீர் பெருக 'மிகவும் காரம்' என்பார். காரணம் என்ன? சந்தேகப்படுபவர் அங்கு இல்லை, அவர் ஆழ்ந்து உறங்குகிறார். வெறும் கற்பனை மட்டுமே வேலை செய்கிறது. சமயத்திலும் இந்தப் பிரச்சனை உண்டு.

சமயத்திற்கு சிரத்தை (Trust) தேவைப்படுகிறது. சிரத்தை என்பதற்கு, 'சந்தேகப்படும் மனம் உறங்குகிறது' என்பது பொருள். வசியத்தைப் போன்றது இது. சிலர், 'ரஜினீஷ் உங்களை வசியப்படுத்தி விட்டார்' என்று சொல்வது ஒருவிதத்தில் சரியே. என்னை நீங்கள் நம்பினால் அது வசியம் போன்றது. முழு விழிப்பு, நீங்கள் தர்க்க அறிவை (reason) விட்டு விட்டீர்கள். இப்பொழுது கற்பனையே முழுதும் செயல்படுகிறது?

கற்பனையில் பலவற்றை உருவாக்கலாம். குண்டலினி எழுதல், சக்கரங்கள் திறத்தல் இப்படிப் பலவற்றைக் கற்பனை செய்யலாம். அவை நிகழும், அழகாக இருக்கும் - ஆனால் உண்மை இல்லை. ஆகவே ஒருவரை நம்பும்போது கற்பனை குறித்து விழிப்புடன் இருக்கவேண்டும். நம்புங்கள், ஆனால் கற்பனையின் விளைவு ஆகாதீர்கள். இங்கு சொல்லப் படுவது எல்லாம் உருவகத்தன்மை கொண்டவை. எல்லா அனுபவங் களுமே கற்பனைதான் -அனுபவிப்பவர் மட்டுமே உண்மை.

ஆகவே அனுபவம் எதுவானாலும் அதற்கு அதிக முக்கியத்துவம் தரவேண்டாம். அனுபவிக்கப்படுவது எல்லாம் பொய் - அனுபவிப்பவர் மட்டுமே மெய். சாட்சிக்கே முக்கியத்துவம் தாருங்கள். கவனம் சாட்சியாக இருக்கின்றதை நோக்கியே குவியட்டும், அனுபவத்தின் மேலன்று. எவ்வளவு அழகாக இருந்தாலும் அனுபவம் எல்லாம் கனவு போன்றவை. அவற்றைக் கடந்து அப்பால் செல்லவேண்டும்.

எனவே சமயம் கவிதையாவதால், அது உருவக மொழியில் பேசவேண்டும். ஆழ்ந்த விசுவாதத்தால் சீடன் கற்பனையின் விளைவில் வீழ்ந்து விடலாம் - விழிப்பாக இருக்கவேண்டும். உருவகங்களைக் கேளுங்கள், ஆனால் அவை வெறும் உருவகங்கள் என்பதை மறந்து விடாதீர்கள் - பல செயல்கள் நிகழ ஆரம்பிக்கும். ஆனால் நம்மைத் தவிர எல்லாம் கற்பனை என்பதை மறந்துவிடாதீர்கள். இறுதியில் அனுபவமே இல்லாத இடத்திற்கு வந்துதான் ஆகவேண்டும். வெறும் மௌனம் மட்டுமே அப்போது இருக்கும் - பொருள், ஒளி, மலர்கள், மலர்ச்சி - எதுவுமே இருக்காது.

மலைஉச்சியில் இருந்த சிறு மடாலயத்தில் உட்கார்ந்த லின் சி (Lin Chi) என்ற பிக்ஷுவிடம் ஒருவர் கேட்டார், ''(அதை) அடைந்தபின் நிகழ்வது என்ன?'' லின் சி கூறினார், ''நான் இங்கு தனியாக இருக்கி றேன் - மேகங்கள் செல்கின்றன, நான் வெறுமனே கவனித்துக் கொண்டிருக்கிறேன். பருவங்கள் வருகின்றன, கவனித்துக் கொண்டி ருக்கிறேன், சிலசமயம் விருந்தாளிகள் வருகிறார்கள், கவனிக்கிறேன். நான் இங்கு தனிமையில் உட்கார்ந்திருக்கிறேன்.''

இறுதியில் முழு உணர்வு (Consciousness) சாட்சி மாத்திரமாக எல்லாவற்றையும் கவனித்துக் கொண்டிருக்கிறது. எல்லா அனுபவமும் மறைகின்றன. அனுபவத்தின் ஆதாரம் (Background) மட்டுமே எஞ்சி நிற்கிறது. இதை மறந்து விடாதீர்கள்: நீங்கள் நம்புகிறீர்கள், நான் உருவகத்தில் பேசுகிறேன் - பின் கற்பனைக்கு இடம் உண்டு. 'கற்பனை நோய்' (Imaginazione) பற்றிக் கவனமாக இருங்கள்.

''மனம் ஒளியைப் போன்றே பிரகாசமானது' என்று
சொன்னாலும்
அது வார்த்தைகளுக்கும் குறியீடுகளுக்கும்
அப்பாற்பட்டது
மனத்தின் இயல்பு வெற்றிடமே;
ஆனாலும் அது
எல்லாவற்றையும் தழுவி நிற்கிறது
எல்லாவற்றையும் தன்னுள் அடக்கி நிற்கிறது.''

இவை முரண்பட்டவை போலத் தோன்றும்: மனம் வெற்றிடம் என்கிறார், ஆனால் அடுத்த கணம் அது எல்லாவற்றையும் அடக்கி நிற்கிறது என்றும் கூறுகிறார். ஏன் இந்த முரண்பாடு? சமய அனுபவத்தின் முழு இயல்பே இதுதான். உருவகங்களைப் பயன்படுத்த வேண்டும் - உடனே கவனம் தேவை. அதனால் பாதிக்கப்படக் கூடாது.

அதன் இயல்பு வெற்றிடம், ஆனால் அதில் எல்லாம் அடக்கம். முழுவதும் வெற்றிடமாக இருக்கும்போது மட்டுமே நிறைவு ஏற்படும். நாம் இல்லாதபோதே முதன்முறையாக நாம் இருப்போம்.

இயேசு சொல்கிறார், 'உன்னை இழந்தால் அடைவாய். உன்னைப் பற்றிக் கொண்டால்.இழப்பாய். இறந்தால் பிறப்பாய், முழுவதும் உன்னை அழித்துக்கொண்டால் நித்தியமாவாய்.'

இவையெல்லாம் உருவகங்கள் - ஆனால் என்னை நம்பி, நேசிக்கும்போது, உங்கள் இதயம் என்னை நோக்கித் திறக்கும்போது, நீங்கள் புரிந்துகொள்வீர்கள். அது அறிவுப்பூர்வமானது அன்று.

இதயத்திலிருந்து இதயத்தை நோக்கிச் செல்வது; சக்தி ஓர் இதயத்தி லிருந்து இன்னோர் இதயத்தை நோக்கிப் பாய்வது.

நான் இங்கு உங்களிடம் பேசுகிறேன் என்பது முக்கியமன்று. நீங்கள் திறந்திருந்தால் நான் என்னை உங்களிடம் கொட்ட முடியும். என் பேச்சு உங்களை இந்த அளவிற்கு மாற்றினால் போதும், அது தன் வேலையைச் செய்துவிட்டது என்பதே பொருள். உங்களை மேன்மேலும் மலரச் செய்யவே முயற்சிக்கிறேன். அப்பொழுதுதான் என் உபதேசம் உங்களுள் பாயும்.

என்னைச் சுவைத்தால் ஒழிய, என் பேச்சை உங்களால் புரிந்துகொள்ள முடியாது.

4. பாடல் தொடர்கிறது :

"உடம்பால் ஒன்றும் செய்யாது ஓய்வாய் இருங்கள்;
வாயை இறுக மூடி மௌனமாய் இருங்கள்;
மனத்தைக் காலியாக்கி வெறுமையை நினையுங்கள்,
உள்ளீடற்ற மூங்கிலாய் உடலில் ஓய்வாக இருங்கள்.
எதையும் கொடுக்கவும் வேண்டாம், ஏற்கவும்
வேண்டாம்.
மனம் செயல்படாமல் சும்மா இருக்கட்டும்.
மகா முத்திரை என்பது
வெறுமையைப் பற்றி நிற்கும் மனத்தைப் போன்றது.
இவ்வாறு பயிற்சி செய்தால்
உரிய நேரத்தில் புத்தநிலையை அடையலாம்."

4. உள்ளீடற்ற மூங்கிலாக இருங்கள்

முதலில் செயற்பாட்டின் (activity) இயல்பு, அதில் மறைந்திருக்கும் ஆற்றல்கள் (Currents) ஆகியவற்றைப் புரிந்துகொள்ள வேண்டும்; இல்லையேல் ஓய்வெடுப்பது என்பது சாத்தியமில்லை. செயல்பாடு என்பது சாதாரண நிகழ்வு அன்று. அதைக் கவனித்து, அதன் இயல்பை உணராது போனால், ஓய்வெடுக்க விரும்பினாலும் முடியாது போய் விடும்.

பலர் ஓய்வெடுக்க நினைக்கிறார்கள், ஆனால் முடியவில்லை. ஓய்வெடுத்தல் என்பது ஒரு மலர்ச்சி. அதை வலிந்து திணிக்க முடியாது. முழு நிகழ்வையும் புரிந்துகொள்ள வேண்டும் - ஏன் செயலில் இவ்வளவு ஈடுபாடு, அதன்மேல் ஏன் இவ்வளவு அளவு கடந்த விருப்பம் என்பதையெல்லாம் கண்டறிய வேண்டும்.

'செயல்' (action), 'செயல்பாடு' (Activity) என்ற இரு சொற்களை நினைவில் கொள்ளுங்கள். செயல் என்பது செயல்பாடு ஆகாது, செயல்பாடும் செயல் அன்று. அவை ஒன்றுக்கொன்று எதிரானவை. சூழ்நிலைக்கு ஏற்ப நாம் செய்வது செயல். சூழ்நிலையைக் கடந்தது செயல்பாடு. செயல் என்பது நேர் விளைவு (response); செயல்பாடு அவ்வாறில்லை.

மனத்தின் மௌனத்திலிருந்து செயல் வருகிறது - உலகிலேயே மிக அழகானது அதுவே. செயல்பாடு அமைதியற்ற மனத்திலிருந்து வெளிப் படுகிறது. பொருத்தம் இருந்தால் செயல் உண்டாகும். செயல்பாடு என்பது பொருத்தமின்மை. இயல்பானது செயல். இறந்தகாலச் சுமை உடையது செயல்பாடு அதில் நிகழ்கால மலர்ச்சி இல்லை. இறந்த கால அமைதியின்மையை நிகழ்காலத்தில் தூக்கி எறிவது செயல்பாடு. படைப்பாற்றல் உடையது செயல்; அழிக்கும் தன்மை உடையது செயல்பாடு - அது நம்மையும் அழித்துப் பிறரையும் அழித்துவிடும்.

மென்மையான வேறுபாட்டை அறிய முயலுங்கள். எடுத்துக் காட்டாக பசிக்கும்போது சாப்பிடுகிறோம் - இது செயல் (action).

பசிக்காதபோது சாப்பிடுகிறோம் - இது செயல்பாடு (activity). பசிக்காதபோது சாப்பிடுவது வன்முறையைப் போன்றது. பல்லைக் கடித்து உணவை அழிக்கிறோம். அக அமைதியின்மைக்கும் சற்றே விடுதலை அளிக்கிறது இச்செயல். பசியால் சாப்பிடவில்லை, அகத் தேவை ஏற்படுவதால் உண்கிறோம், வன்முறைக்கான உந்துதல் காரணமாக உண்கிறோம்.

மிருகங்களிடம் வன்முறை என்பது வாயோடும் கைகளோடும், கை நகத்தோடும் பற்களோடும் தொடர்புடையது. அவை இரு வகை வன்முறைச் (Violence) செயல்களைச் செய்கின்றன. கையால் உணவை எடுத்து வாயில் போடும்போது, வாயும் கையும் சேரும்போது வன்முறை நிகழ்கிறது. பசியில்லாதபோது சாப்பிடுதல் வன்முறையே. அப்பொழுது பசி இல்லை, எனவே அது செயல் இல்லை, வெறும் நோய். பசி இல்லாதபோது தொடர்ந்து சாப்பிட்டால் நாம் வெடித்து விடுவோம். எனவேதான் பாக்கு மெல்லுதல், சூயிங்கம் சாப்பிடுதல், புகைபிடித்தல் - போன்ற போலி உணவுகளை உட்கொள்கிறோம். அவை சத்துணவு அல்ல, வன்முறைக்கு மட்டுமே பயன்படும்.

பாக்கு உண்பவன் என்ன செய்கிறான்? ஒருவரைக் கொல்கிறான். அவன் செய்வது அவனுக்கே தெரிவதில்லை. அவன் மனத்தில் கொலையுணர்வு இருப்பதை இது காட்டுகிறது. புகைபிடிப்பவன் என்ன செய்கிறான்? புகையை உள்ளே இழுத்து வெளியே விடுகிறான். அதுவும் ஒருவகைப் பிராணாயாமமே! ஒருவகைக் கடப்பு நிலைத் தியானம் அச்செயல். தன்னைச் சுற்றி ஒரு மண்டலத்தை (வட்டம்) அவன் உண்டுபண்ணுகிறான். புகைபிடிப்பதன் மூலம் முறையான ஒருவகைப் பாராயணம் நிகழ்கிறது. அது அவனது அக அமைதியின்மையைச் சிறிது போக்குகிறது.

ஒருவரிடம் பேசும்போது 100% துல்லியமாக இருக்கவேண்டும் - நாம் பேசும்போது அவர் சிகரெட் பற்ற வைக்க ஆரம்பித்தால், நம் பேச்சு அவருக்கு வெறுப்பைத் தருகிறது என்று பொருள் - உடனே நாம் எழுந்து செல்லவேண்டியதுதான். நம்மைத் தூக்கி எறிய அவர் நினைக்கிறார்.

அது முடியாதபோது சிகரெட்டைப் பற்ற வைக்கிறார். மிருகமாய் இருந்தால் நம்மீது பாய்ந்திருப்பார். மனிதன் ஆனபடியால் புகைக்க ஆரம்பிக்கிறார். நம்மைப் பற்றி அவர் கவலைப்படுவதில்லை. தன் புகை வட்டத்தில் திருப்தி அடைகிறார்.

ஆனால், இந்தச் செயல்பாடு நம் பலவீனத்தையே காட்டுகிறது. நாம் நாமாக, மௌனமாக இருக்க முடியவில்லை. செயல்பாட்டின் மூலம் நம் பைத்தியத்தன்மையை வெளிப்படுத்துகிறோம். செயல் என்பது அழகானது, இயல்பான நேர்விளைவு (Spontaneous response). வாழ்விற்கு நேர்விளைவு தேவை. ஒவ்வொரு கணமும் நாம் செயல்பட வேண்டும், ஆனால் அது நிகழ்காலத்தின் மூலம் வருகிறது. பசிக்கிறது, உணவைத் தேடுகிறோம்! தாகம் எடுக்கிறது, கிணற்றுக்குச் செல்கிறோம், தூக்கம் வருகிறது தூங்கச் செல்கிறோம். இவ்வாறு சூழ்நிலைக்குத் தக்கபடி செயல்படுகிறோம். எனவே செயல் இயற்கையாகவும், முழுமையாகவும் அமைகிறது.

செயல்பாடு என்பது ஒருபோதும் இயற்கையானதன்று. அது இறந்த காலத்திலிருந்து வருகிறது. பல ஆண்டுகளாகச் சேமித்து வைத்திருந்தது இப்பொழுது வெடிக்கிறது - பொருத்தமில்லாதது. ஆனால் மனம் தந்திரம் மிக்கது. செயற்பாட்டை நியாயப்படுத்த எப்பொழுதும் அது பலவழிகளைக் காணும். இது செயற்பாடன்று, செயலே என்பதை நிறுவ மனம் எப்போதும் முயற்சிக்கும். இது தேவையற்றது. திடீரென்று நாம் கோபத்தால் கொதிக்கிறோம். கோபப்படுவது தேவையில்லை, சூழ்நிலைக்குப் பொருந்தாத ஒன்று என்பது எல்லோருக்கும் தெரிகிறது - கோபப்படும் நமக்கு மட்டும் தெரிவதில்லை. 'என்ன ஆயிற்று? இதற்குத் தேவையே இல்லையே. ஏன் கோபப்படுகிறீர்கள்?' என்று மற்றவர் நினைக்கிறார்கள். ஆனால் தேவைக்கேற்ப நம் செயல்பாட்டை நியாயப்படுத்துகிறோம்.

இதனால் நம் பைத்தியத்தன்மையை நாம் உணரமுடியாமல் போகிறது. இவற்றை குர்டெய்ஃப் 'தகுதியற்றவை' (Buffers) என்றழைக் கிறார். நம்மைச் சுற்றி தகுதியற்ற நியாயங்களைக் கற்பித்துக் கொள்வ

தால், நம்மால் சூழ்நிலையைச் சரிவர புரிந்துகொள்ள முடிவதில்லை. இவை நம்மை மேலும் குருடாக்கும்.

இத்தகைய செயல்பாடு நடந்தால், நம்மால் ஓய்வெடுக்க முடியாது. நாம் ஒரு செயலைச் செய்யவேண்டும் என்று நினைக்கும்போது எப்படி ஓய்வெடுக்க முடியும்? 'ஒன்றும் செய்யாது இருப்பதைவிட ஏதாவது செய்வது மேல்' என்று கூறுகிறார்கள். 'வெற்று மனம் பிசாசின் பணிமனை' என்ற பழமொழி வேறு ஏற்பட்டிருக்கிறது. தவறான கருத்து இது. அலையற்ற மனம் கடவுளின் பணிமனை. காலியாய் இருக்கும் மனமே உலகில் மிக அழகானது. அதுவே மிகவும் தூய்மையானது. பின் எப்படி அது பிசாசின் பணிமனை ஆகமுடியும்? வெற்று மனத்தில் பிசாசு நுழைய முடியாது. செயற்பாட்டால் நெருக்கப்பட்ட மனத்தில் மட்டுமே அது சாத்தியம். மேலும் மேலும் செயல்படவே பிசாசு தூண்டும். அது ஒருநாளும், 'ஓய்வெடு' என்று கூறாது. 'ஏன் நேரத்தை வீணடிக்கிறாய்? ஏதாவது செய், செல்' என்று வேகப்படுத்தும். உண்மையை உணர்ந்த பெரிய ஆசாரியர் யாவருமே வெற்று மனம் தெய்வீகம் நுழைய ஏதுவாகும் என்கிறார்கள்.

பிசாசு செயல்பாட்டைப் பயன்படுத்தும், வெற்று மனத்தைப் பயன்படுத்தாது. வெறுமை அருகே அதனால் வர இயலாது; வெறுமையே அதைக் கொன்றுவிடும். ஆனால் செயல்பட்டுத்தான் ஆகவேண்டும் என்ற உந்துதல் நமக்குள் இருந்தால், பிசாசு நம்மை வழிநடத்தும். அப்பொழுது அது மட்டுமே வழிகாட்டி.

இந்தப் பழமொழி முற்றிலும் தவறானது. பிசாசே இதைக் கூறியிருக்க வேண்டும்.

செயல்படவேண்டும் என்ற எண்ணத்தை நன்கு கவனிக்க வேண்டும். நான் சொல்வது, திலோபா சொல்வது என்றில்லாமல் நீங்களே கவனித்து இதை அறிதல் வேண்டும். செயல்பாடு என்பது பொருத்தமற்றது, அது தேவையே இல்லை. ஏன் அதைச் செய்கிறோம்?

சிலர் தொடர்ந்து பயணம் செய்வதைப் பார்த்திருக்கிறேன். மறுபடியும் மறுபடியும் தொடர்ந்து பயணம் செய்வது அவர்களுக்கு வழக்கமாக

இருக்கும். ரயில் ஒரு பயணியோடு 24 மணி நேரம் தொடர்ந்து இருந்தேன். வேறு ஒன்றும் செய்ய இயலாமல், அதே செய்தித்தாளைத் திரும்பத் திரும்பப் படித்துக் கொண்டிருந்தார் அவர். நான் அவரையே கவனித்துக் கொண்டிருந்தேன்.

செய்தித்தாள் என்பது கீதையோ பைபிளோ அன்று. கீதையைப் பலமுறை படிக்கலாம், ஒவ்வொரு முறை படிக்கும்போதும் ஒரு புதிய உண்மை விளங்கும். ஆனால் செய்தித்தாளோ ஒருமுறைகூடப் படிக்கத் தகுதியற்றது. ஆனால் அதைப்போய் திரும்பத் திரும்ப ஏன் படிக்கிறார்கள்? காரணம் - அந்த அளவுக்குச் செய்தித்தாள் அவர்களைப் பாதித்திருக்கிறது. ஏதாவது செய்தாக வேண்டும், சும்மா இருப்பது என்பது மரணத்தைப் போன்றது போலும் அவர்களுக்கு!

பல ஆண்டுப் பயணம் எனக்கு, மக்கள் அறியாமலேயே அவர்களைக் கவனிக்கும் வாய்ப்பை அளித்தது. சில சமயம் ரயில் பெட்டியில் என்னுடன் ஒருவர் மட்டுமே பயணம் செய்வார். அவரும் என்னோடு எப்படியாவது பேசவேண்டும் என்று முயற்சிப்பார். நானோ, 'இல்லை அல்லது உண்டு' என்று மட்டுமே பதில் கூறுவேன். அவரும் என்னுடன் பேசவேண்டும் என்ற கருத்தை மாற்றிக்கொள்வார். நான் வெறுமனே கவனித்துக் கொண்டிருப்பேன் - செலவில்லாமல் அழகிய பரிசோதனை.

அவர் தமது பெட்டியைத் திறப்பார், ஆனால் எதையும் எடுக்க மாட்டார், பின் மூடுவார். ஜன்னலைத் திறப்பார், மூடுவார்; மறுபடியும் பத்திரிகை படிப்பார், பின் புகைபிடிப்பார், மறுபடியும் பெட்டியைத் திறந்து எல்லாவற்றையும் அடுக்குவார்... ஏன் இவ்வாறு செய்கிறார்? உள்ளே ஓர் உந்துதல். ஏதாவது செய்தாக வேண்டும். சுறுசுறுப்பான மனிதர் அவர் - ஓய்வெடுக்க முடியாது. பழக்க வழக்கம் தொடர்கிறது.

மொகலாய மாமன்னர் ஔரங்கசீப், வயதான தம் தந்தையைச் சிறையில் அடைத்தார் என்று கூறப்படுகிறது. ஔரங்கசீப்பின் தந்தை தாஜ்மஹால் கட்டிய ஷாஜஹான். ஷாஜஹானோ அதுபற்றிக் கவலைப்படவில்லை. சிறையில் எல்லா ஆடம்பரமும் அவருக்கு வழங்கப்பட்டது. அவர் வசித்ததும் ஓர் அரண்மனையில். அவருக்குத் தேவையானவை

எல்லாம் அங்கே கிடைத்தன. அங்கே இல்லாதது ஒன்றே ஒன்றுதான் - செயல்பாடு (Activity)! அவரால் எதுவும் செய்ய முடியாது. எனவே ஔரங்கசீப்பிடம் கேட்டார், 'எல்லாம் சரி. எனக்கு எல்லாம் இங்கு கிடைக்கிறது. எல்லாமே அழகாக இருக்கின்றன. ஒரே ஒரு காரியம். முடிந்தால் 30 பையன்களை என்னிடம் அனுப்பி வை. நான் அவர்களுக்குப் பாடம் சொல்லித்தர விரும்புகிறேன்.'

ஔரங்கசீப்பால் இதை நம்பவே முடியவில்லை. 'தந்தையார் எதற்குப் பாடம் சொல்லித் தர விரும்புகிறார்? அவருக்கு என்ன ஆயிற்று?' 30 மாணவர்கள் அவரிடம் அனுப்பப்பட்டனர். ஷாஜஹான் மறுபடியும் பேரரசர் ஆகிவிட்டார். மாணவர்களுக்கு உத்தரவிட்டு அந்த அறையையே நீதிமன்றம் ஆக்கிவிட்டார். பழைய வழக்கம் காரணம்.

ஆசிரியர்கள் உண்மையில் அரசியல்வாதிகள் என உளவியலாளர் சந்தேகப்படுகின்றனர். அரசியலில் நுழைய தன்னம்பிக்கை இல்லாது போனாலும், பள்ளிகளில் தலைவர் போல் நடந்துகொள்கின்றனர். குழந்தைகளுக்குக் கட்டளை இடுகின்றனர், கட்டாயப்படுத்துகின்றனர். பிறரைத் துன்புறுத்துவதிலும் ஆசிரியருக்கு நாட்டம் உண்டு. அப்பாவிக் குழந்தைகளைக் கொடுமைப்படுத்துகின்றனர். ஆரம்பப் பள்ளிகளில் நான் இதைக் கண்டிருக்கிறேன். ஒன்றுமறியாக் குழந்தைகள் அவர்களுக்குப் பலியாகின்றனர். குழந்தைகளால் ஒன்றும் செய்ய முடிவதில்லை. வகுப்பறையில் ஒரு பேரரசனைப் போலக் காட்சியளித்தார் ஆசிரியர்.

ஔரங்கசீப் தமது சுய சரிதையில் எழுதுகிறார்: ''பழைய வழக்கம் காரணமாக எனது தந்தையார் தாம் ஒரு பேரரசராகக் காட்சியளிக்க விரும்புகிறார். அவர் செய்வது ஏமாற்றுவேலை. அவ்வாறு செய்யட்டும், அதில் தவறு ஏதும் இல்லை. 30 அல்லது 300 மாணவர்கள் - அவர் விரும்பும் அளவு அனுப்புங்கள். சிறுபள்ளியை நடத்தி மனநிறைவு அடையட்டும் அவர்.''

செயலுக்குப் பொருத்தம் இல்லாதபோது செயல்பாடு நிகழ்கிறது. கவனித்துப் பாருங்கள்: 90% சக்தி செயல்பாட்டில் வீணாகிப் போகிறது. அதனால்தான் செயலுக்கான தருணம் வரும்போது சக்தி இல்லாமல்

தந்த்ரா: - 7

போகிறோம். ஓய்வாக இருப்பவரிடம் சக்தி சேர ஆரம்பிக்கிறது. அவர் தம் சக்தியை விரயம் செய்வதில்லை, தானாகவே சக்தி சேர்கிறது. தருணம் வரும்போது அவரது முழு இருப்பும் அதில் பிரவகிக்கிறது. எனவேதான் அவர் செயல் முழுமையாகிறது. செயல்பாட்டில் முழு ஈடுபாடு இருப்பதில்லை, எவ்வளவு நாள் நம்மை நாமே ஏமாற்றிக் கொள்ள முடியும்? அது பயனற்றது என்பது தெரிந்தும், தெளிவில்லாத சில காரணங்களுக்காக நாம் அதைச் செய்ய வேண்டியிருக்கிறது.

செயல்பாடுகளை (Activities) மாற்றலாம். ஆனால், அவை செயலாக மாறும் வரை பயனில்லை. 'புகைபிடிப்பதை விட நினைக்கி றேன்' என்று என்னிடம் கூறுகின்றனர். ''ஏன்? ஆழ்நிலைத் தியானம் போலவே இதுவும் அழகானதே. எனவே தொடருங்கள். இதைவிட்டு விட்டால் வேறு ஒன்று வந்து சேரும். அறிகுறிகளை மாற்றுவதால் நோய் நீங்காது. பின் பாக்குப் போடுதல், சூயிங்கம் மெல்லுதல் போன்ற மேலும் ஆபத்தான பழக்கம் தொடரலாம். வாய் தொடர்ந்து செயல்பட்டுப் பழக்கப்பட்டுவிட்டது. அதனால் சும்மா இருக்க முடியாது. வாயின் செயல்பாடுகளில் வன்முறை உண்டு. தொடர்ந்து பேசுவோம். இது மேலும் ஆபத்தில்லையா?'' என்பேன் நான்.

முல்லா நஸ்ருதீனின் மனைவி ஒருநாள் வந்தாள். அவள் எப்பொழுதவாது என்னைப் பார்க்க வருவாள். ஆனால் அவள் வந்தால் ஏதோ பிரச்சனை இருக்கிறது என்று உடனே புரிந்துகொள்வேன். எனவே 'என்ன செய்தி?' என்று கேட்டேன். 30 நிமிடங்கள், 1000 வார்த்தைகள் பேசினாள் அவள். ''முல்லா தூக்கத்தில் பேசுகிறார். மிக அதிகமாகப் பேசுவதால் என்னால் அந்த அறையில் அவரோடு தூங்க முடியவில்லை. உரத்த குரலில் மோசமாகப் பேசுகிறார். ஏதாவது பரிகாரம் சொல்லுங்கள்'' என்றாள் அப்பெண்மணி.

நான் கூறினேன்: 'ஒன்றும் செய்யவேண்டாம். நீங்கள் இருவரும் விழித்திருக்கும்போது அவருக்கு ஒரு வாய்ப்புத் தாருங்கள்.'

யாருக்கும் வாய்ப்புத் தராமல் சிலர் தாமே தொடர்ந்து பேசுவர். புகைப்பதைப் போலவே பேச்சும். 24 மணி நேரமும் தொடர்ந்து

பேசினால்?... உடல் சோர்வடைந்து தூக்கம் வருகிறது. ஆனாலும் பேச்சு தொடர்கிறது. வாய்க்கு அசைவு தேவை. நாம் தொடங்கிய முதல் செயல்பாடு பேச்சுதான்.

பிறந்த குழந்தையின் முதல் செயல்பாடு தாயிடம் பால் குடிப்பது - அடிப்படையானது அச்செயல்பாடு. புகைப்பதும் அதைப் போன்றதே. பால் குடிக்கும்போது சூடான பால் உள்ளே செல்கிறது, புகை பிடிக்கும் போது சூடான புகை உள்ளே செல்கிறது. குழந்தையின் வாய் தாயின் நகில்மீது, சிகரெட் உதட்டின் மீது. சிகரெட் குடிக்க அனுமதி மறுக்கப்படும் போது, பேச ஆரம்பிக்கிறோம். அது மேலும் ஆபத்தானது. ஏனெனில் நம் குப்பையை மற்றவர் மனங்களில் போடுகிறோம்.

நீண்ட நேரம் மௌனமாக இருக்க முடியுமா? மூன்று வாரம் ஒன்றும் பேசாது இருந்தால் நமக்கு நாமே பேச ஆரம்பித்துவிடுவோம் என்கின்றனர் உளவியலாளர். அப்பொழுது நமக்குள் நாமே இரண்டாகப் பிளவுபடுவோம். நாமே பேசி, நாமே அதைக் கேட்போம். மூன்று மாதம் பேசாமல் இருந்தால் பைத்தியக்கார விடுதிக்குத் தயாராகி விடுவோம்; ஏனெனில் அப்பொழுது மற்றவரைப் பற்றிக் கவலைப்படவே மாட்டோம். நாமே கேள்வி கேட்டு, அதற்கு நாமே பதிலும் சொல்லு வோம் - இந்நிலையில் நாம் முழுமையடைந்து விடுகிறோம், யாரையும் நாடி நிற்க மாட்டோம். இதுவே பைத்தியத்தின் நிலை.

பைத்தியக்காரனின் உலகம் அவனைச் சுற்றி மட்டுமே அமை கிறது. தானே தனக்குப் பேசிக் கொள்கிறான் அவன். அவனே நடிகன், அவனே ரசிகன் - தனக்குத் தானே உலகம். தன்னைப் பலவாறு பிரித்துத் துண்டு ஆக்கிக் கொள்கிறான் அவன். எனவேதான் மௌனத்தைக் கண்டு மக்கள் பயப்படுகிறார்கள் - தாங்களும் துண்டாகிப் போய்விடுவோமோ என்ற பயம். மௌனத்தைக் கண்டு பயந்தால் நம் மனம் நோய்வாய்ப் பட்டிருக்கிறது, தொடர்ந்து செயல்பட வேண்டும் என்ற எண்ணம் இருக்கிறது என்பதே பொருள்.

செயல்பாடு (Activity) என்பது நம்மிலிருந்து நாமே தப்பி ஓடுவது - அது ஒரு போதைப் பொருள். செயல்படும்போது நம்மை நாம்

மறக்கிறோம். அப்பொழுது கவலைகள் தெரிவதில்லை. எனவேதான் தொடர்ந்து செயல்பட வேண்டியிருக்கிறது.

செயல் நல்லது, ஆனால் செயல்பாடு என்பது தீயது. வேறுபாட்டை உங்களுக்குள்ளேயே கண்டறியுங்கள் - இது முதல்படி. உங்கள் சக்தியை மேலும் செயலில் ஈடுபடுத்துவது இரண்டாவது படி. செயல்பாடு நிகழும்போது கவனமாக இருக்க வேண்டும். விழிப்பாக இருந்தால், ஆற்றல் வீணாகாது, அதுவே செயலாகிவிடும்.

செயல் என்பது உடனே நிகழ்வது. ஏற்கெனவே உருவாக்கப் பட்டது அன்று அது. அதற்கு ஒத்திகை தேவையில்லை. காலைப் பனித்துளி போல அது எப்பொழுதும் புதியது. செயலோடு பொருந்தி யிருப்பவன் எப்பொழுதும் புத்துணர்ச்சியோடும் இளமையோடும் இருக்கிறான். உடல் பழையதாகலாம், ஆனால் புத்துணர்ச்சி தொடர்ந்து இருக்கும். உடல் மறைந்தாலும் அவன் மறைய மாட்டான் - ஏனெனில் கடவுள் எப்பொழுதும் புத்துணர்ச்சியையே விரும்புகிறார்.

செயல்பாட்டை மேலும் மேலும் குறையுங்கள். ஆனால் அதை எவ்வாறு விடுவது? விடுதலே தடையாகிவிடலாம். மடலாயங்களில் உள்ள பிக்ஷுக்களுக்கு அப்படித்தான் ஆகிவிட்டது. ஒன்றை நீத்தலே தடையாகிவிட்டது. பிரார்த்தனை, தியானம், யோகம் போன்றவற்றை அவர்கள் தொடர்ந்து செய்கின்றனர் - ஆனால் அதுவும் செயல்பாடே. செயல்பாட்டை அவ்வழியில் விடக்கூடாது, அது பின்வழியாக மீண்டும் நுழைந்துவிடும்.

விழிப்பாக இருங்கள். செயல்பாடு உங்களைப் பிடித்துக்கொள்ளும் போது, பேயாகப் பிடித்துக்கொள்ளும்போது கவனமாக இருங்கள். அது இறந்த காலத்திலிருந்து வரும் இறந்துபோன ஆவி, நம்மை நடுங்கச் செய்யும். கவனமாக, விழிப்பாக இருப்பது ஒன்றே நாம் செய்யக்கூடியது. முழு விழிப்புணர்வோடு செயல்படுங்கள். புகை பிடியுங்கள், ஆனால் மெதுவாக முழு உணர்வோடு செய்யுங்கள். அப்பொழுது தான் நீங்கள் என்ன செய்கிறீர்கள் என்பது உங்களுக்கே தெரியும்.

புகைபிடிப்பதைக் கவனித்துக் கொண்டே இருந்தால், திடீரென்று சிகரெட் தானாகவே உங்கள் கையிலிருந்து விழுந்துவிடும். அதன் அர்த்தமற்ற தன்மை உங்களுக்குப் புரிந்துவிடும். நீங்களாகத் தூக்கி எறிய முடியாது. ஏனெனில், அது ஒரு செயல்பாடு. பழுத்த இலை மரத்தி லிருந்து உதிர்வதைப் போல அதுவாகவே விழுந்துவிடும். நாமாக அதைத் தூக்கி எறிந்தால், எப்படியாவது வேறு வழியில் அதை மறுபடியும் பற்றிக் கொள்வோம்.

பொருள்கள் தாமாகவே நம்மை விட்டு நீங்கட்டும், நாம் அவற்றை விடவேண்டாம். செயல்பாடு தானாகவே மறையட்டும், கட்டாயப்படுத்தி மறைய வைக்க வேண்டாம் - ஏனெனில் கட்டாயப்படுத்தினால் அது வேறு உருவத்தில் மறுபடியும் தோன்றும். கவனமும், விழிப்புமாக இருந்தால் ஆச்சரியப்படத்தக்க விளைவு உண்டாகும். தாமாக நீங்குபவை நம்மில் மிச்சம் எதையும் விட்டுச் செல்லாது. கட்டாயப்படுத்தினால் மிச்சம் இருக்கும், வடுவாகத் தங்கிப்போகும். 'முப்பது ஆண்டுகள் புகைப்பிடித்தேன், இப்பொழுது விட்டு விட்டேன்' என்று பெருமை அடித்துக்கொள்வோம். புகைப் பிடிக்காது போனாலும் அதைப் பற்றிய பேச்சு நீங்கவில்லையே. உதடுகள், வாய் செயல்படத்தான் செய்கின்றன. வன்முறை அங்கு இருக்கவே செய்கிறது.

உண்மையைப் புரிந்துகொண்டால், பொருள்கள் தாமே விழுந்து விடும். அதற்கான பெருமையை நாம் ஏற்கமாட்டோம். நாம் விட வில்லை, அதுவாகவே நீங்கிற்று. அச்செயலால் அகந்தை வலிமை பெறுவதில்லை. அப்பொழுது மேலும் மேலும் செயல்கள் நிகழ ஏதுவாகும். முழுமையாகச் செயல் புரிய வாய்ப்பு நேரும்போதெல்லாம், அதைத் தவற விடாதீர்கள் - செயலைச் செய்யுங்கள்.

மேலும் செயல்படுங்கள், செய்கைகள் தாமே நீங்கட்டும். படிப்படியாக ஒரு மாற்றம் ஏற்படும். அதற்குச் சிறிது காலம் தேவை, பக்குவப்படுத்த நேரம் தேவை. அவசரமே வேண்டாம்.

இப்பொழுது சூத்திரத்திற்குள் நுழைவோம்.

''உடம்பால் ஒன்றும் செய்யாது ஓய்வாய் இருங்கள்;
வாயை இறுக மூடி மௌனமாய் இருங்கள்;
மனத்தைக் காலியாக்கி வெறுமையை நினையுங்கள்.
உடம்பால் ஒன்றும் செய்யாது ஓய்வாய் இருங்கள்''

ஓய்வெடுத்தல் என்பதைப் பற்றி இப்பொழுது நன்கு புரிந்து கொள்ள முடியும். செயல்பாட்டிற்கான உந்துதல் இல்லாமையே ஓய்வெடுத்தல். பிணம் போல் படுத்துக் கொள்ளுதல் அன்று அது. நம்மால் அவ்வாறு இருக்க முடியாது - வேண்டுமானால் பாசாங்கு செய்யலாம். உயிரோடு இருக்கும்போது இறந்தாற்போல எவ்வாறு படுத்திருக்க முடியும்? செயல்பட உந்துதல் இல்லாதபோது ஆற்றல் முழுதும் சேமிக்கபபடும், விரயம் ஆகாது, அப்பொழுது ஓய்வு கிடைக்கும். தேவை ஏற்படும்போது நாம் செயல்புரிவோம், அதற்குப் பொய்க்காரணம் ஏதும் இருக்காது. அது இயல்பாகச் செயற்கைத்தன்மை இன்றி அமையும்.

'நீங்கள் கட்டாயம் ஓய்வெடுக்க வேண்டும்' (You must relax) என்ற நூலைச் சில ஆண்டுகளுக்கு முன் படித்துக் கொண்டிருந்தேன். 'கட்டாயம்' என்பது பொருத்தமற்றது, ஓய்வெடுப்பதற்கு மாறானது - ஆனால், இத்தகைய புத்தகங்கள் அமெரிக்காவில்தான் விற்பனையாகும். 'கட்டாயம்' (Must) என்பது செயல்பாடே, அதுவே ஒரு தடை. கட்டாயம் என்று வந்துவிட்டால் அது நம்மைப் பாதிக்கவே செய்யும், பைத்திய மாக்கிவிடும். கட்டாயத்தன்மை அற்றதே ஓய்வு. ஓய்வு உடல், மனம் ஆகியவற்றிற்கு மட்டும் அன்று, நமது முழு இருப்பிற்கானது.

அதிகம் செயல்பட்டு, சோர்ந்து, சக்தி சிதறி, உலர்ந்து போய் நிற்கிறோம் நாம். உயிர்ச்சக்தி அடைய முடியாதபடி தடைகள். எச்செயலைச் செய்தாலும் பைத்திய நிலையில் செய்கிறோம். இதனால் ஓய்வெடுக்க வேண்டிய தேவை ஏற்படுகிறது. ஒவ்வொரு மாதமும் ஓய்வெடுப்பதைப் பற்றிப் பல நூல்கள் வெளிவருகின்றன. ஒருவர் ஓய்வெடுத்தலைப் பற்றிய நூல்களைப் படித்தே ஓய்ந்து போய்விட்டார். சுறுசுறுப்பாகப் படித்துக்கொண்டே இருந்த அவர் செயல் திறன் வெளிப்படாமலேயே வீணாகப் போனது. செயல் புரியவேண்டும் என்ற எண்ணமே நோயாக, தடையாக ஆகிவிட்டது. உள்ளே எரிமலை, ஆனால், வெளியே ஓய்வாக இருப்பது போலத் தோற்றம். புத்தகத்தில் சொன்னவற்றைப் பின்பற்றி இவ்வாறு ஆகிவிட்டார், பாவம்.

ஓய்வெடுக்க எந்த நூலும் உதவி செய்யாது. நம் உள்ளிருப்பை (Inner being) அறியாதவரைப் பயனில்லை. செயல்பாட்டின் இன்மையே (Absence) ஓய்வு, செயலின்மை அன்று. எனவே, ஓய்வெடுக்க இமய மலைக்குச் செல்லத் தேவையில்லை. சிலர் அங்கு ஓய்விற்காகவே சென்றிருக்கிறார்கள். தேவையே இல்லை. செயலை விடக்கூடாது, அவ்வாறு செய்தால் வாழ்க்கையே வீணாகிப்போகும். பின் நாம் இறந்துபடுவோமே தவிர, ஓய்வெடுக்க மாட்டோம். எனவே இமய மலையில் இறந்துபோன சாமியார்களைக் காணலாமே தவிர, ஓய்வில் இருப்பவரைக் காண முடியாது. வாழ்க்கையிலிருந்து, செயலிலிருந்து தப்பி ஓடியவர்கள் அவர்கள்.

இந்த நுட்பமான கருத்தைப் புரிந்துகொள்ளவேண்டும்: செயல்பாடு நீங்கவேண்டும், ஆனால் செயல் நீங்கக்கூடாது - இரண்டுமே எளிமை யானவை. இரண்டையும் விட்டுவிட்டு இமயமலைக்குச் செல்லலாம், வெகு எளிது. செயலை விடுவதும் எளிதே. கட்டாயமாகச் செயல்பட்டு, சில நிமிடங்கள் ஓய்வெடுக்கலாம். மனித மனத்தின் சிக்கலைப் புரிந்துகொள்ள வேண்டும். ஓய்வெடுத்தல் என்பது ஒரு நிலை. அதைச் கட்டாயமாகத் திணிக்க முடியாது. தடைகளாம் எதிர்மறைகளை விட்டால் தானாகவே அது கொப்பளிக்கும்.

இரவு தூங்கும்போது என்ன செய்கிறீர்கள்? ஏதாவது செய்தால் தூக்கமின்மை (Insomnia) வியாதி ஏற்படும். படுத்து உறங்கும்போது செயல் ஏதும் இல்லை. அவ்வாறு ஏதாவது செய்தால், அதற்குப் பெயர் தூக்கம் இல்லை. மனத்தின் செயல் தொடர்ச்சி, பகல் முழுதும் காணப் பட்டது, இரவில் தூக்கத்தில் நின்று போகவேண்டும். அவ்வளவுதான்! மனத்தில் செயல்பாடு இல்லாதபோது, அது ஓய்வாகத் தூங்கச் செல்கிறது. தூங்கும்போது ஏதாவது செய்ய நினைத்தால், தூங்கவே முடியாது போய்விடும். எதுவும் செய்யத் தேவையில்லை.

'உடம்பால் ஒன்றும் செய்யாது ஓய்வெடுங்கள்' என்கிறார் திலோபா. எதுவும் செய்யாதீர்கள்! எந்த யோகாசனமும் வேண்டாம், உடம்மை முறுக்கவும் வேண்டாம். 'ஒன்றும் செய்யாது' - எதுவும் செய்ய வேண்டாம். நம் செயல்பாடுகளைப் புரிந்துகொண்டால், செயலின் நடுவில் விழிப்புணர்வு ஏற்பட்டால், அதுவே நின்று போகும். நின்று போதலைத்தான் திலோபா,

'உடம்பால் ஒன்றும் செய்யாது ஓய்வெடுங்கள்' என்று கூறுகிறார்.

ஓய்வெடுத்தல் (Relaxation) என்றால் என்ன? நம் சக்தி இறந்த காலத்தையோ, எதிர்காலத்தையோ நோக்கிச் செல்லாது இருத்தல் - அது நமக்குள்ளேயே தங்கியிருப்பது. நம்முடைய சக்தியாம் அமைதிக் குளத்தில் நாம் வாழ்கிறோம். இந்தக் கணமே எல்லாம். வேறு எதையும் கேட்காது, அதை அனுபவிக்கிறோம், சாதாரணச் செயல்கள் அழகாக இருப்பதால் அவற்றை அனுபவிக்கலாம். ஆனால் எதுவுமே சாதாரணம் இல்லை - கடவுள் இருந்தால், எல்லாமே அசாதாரணமானவைதாம்.

'கடவுளை நம்புகிறீர்களா?' என்று சிலர் என்னிடம் கேட்கிறார்கள். "ஆம். எல்லாமே அசாதாரணமாய்த் திகழ்வதால், அவற்றுள் ஓர் ஆழ்ந்த உணர்வு இல்லாமல் எப்படி இருக்க முடியும்?" என்பேன் நான். சிறு பொருட்கள், பனிபடர்ந்த புல்வெளி மீது நடப்பது - புல்லின் ஸ்பரிசம், பனித்துளியின் குளிர்மை, காலைக் காற்று, சூரியன் உதித்தல் ஆகிய வற்றை முழுதும் உணரும்போது, சந்தோஷமாக இருப்பதற்கு மேலும் என்ன தேவை? வேறு எது சந்தோஷத்தைத் தரமுடியும்? குளிர்ந்த

இரவில் படுக்கையில் படுத்து போர்வையைப் போர்த்திக் கொள்ளும் போது, சூடாக இருக்கிறதே, இருள் சூழ்ந்த இரவில், கண்ணை மூடி இரவின் மௌனத்தை அனுபவிக்கிறோம். வேறு என்ன வேண்டும்? அதுவே அதிகம். ஆழ்ந்த நன்றியுணர்வு அங்கு எழும். அது ஓய்வெடுத்தல்.

இந்தக் கணமே போதும், எதிர்பார்த்ததற்கு அதிகமாகக் கிடைத்து விட்டது என்பதே ஓய்வெடுத்தல். கேட்பதற்கு எதுவும் இல்லை, தேவைக்கு அதிகமானது கிடைக்கிறது என்னும்போது சக்தி எங்கும் செல்லாது. அது அலையில்லா, நிலையான் குணம் ஆகிவிடும். நம் சக்தியில் நாமே கரைந்து போகிறோம். இது ஓய்வெடுத்தல். உடல் ஓய்வு மன ஓய்வு என்பதில்லை - ஓய்வெடுத்தல் முழுமையானது. எனவேதான் 'ஆசையில்லாமல் இருங்கள்' என்கிறார் புத்தர். ஆசையிருநதால் ஓய்வெடுக்க முடியாது. இறந்த காலத்தைப் புதைக்கச் சொல்வதும் இதற்காகவே. இறந்த காலத்தைப் பற்றி அதிகம் கவலைப்பட்டால் ஓய்வெடுக்க முடியாது. 'இந்தப் பொழுதை அனுபவியுங்கள்.'

இயேசு கூறுகிறார், 'இந்த அல்லிகளைப் பாருங்கள். இவை உழைப்பதில்லை. எனவே மேலும் அழகாக இருக்கின்றன. இவற்றின் சிறப்பு சாலமோன் அரசனைவிட மேலானது. அவனைவிட இவை தெய்வீகம் மிக்கவை.'

அவர் என்ன சொல்கிறார்? ''ஓய்வெடுங்கள், கஷ்டப்பட வேண்டாம். தேவையான எல்லாமே ஏற்பாடு செய்யப்பட்டிருக்கின்றன. பறவைகளையும், விலங்குகளையும், மரங்களையும் செடிகளையும் பாருங்கள். பின் கவலை ஏன்? அவன் உங்களைக் கவனிக்க மாட் டானா?'' என்கிறார். இதுவே ஓய்வெடுத்தல். எதிர்காலத்தைப் பற்றி ஏன் அவ்வளவு கவலைப்படவேண்டும்? அல்லிகளைப் பாருங்கள், அவற்றைப்போல் மாறுங்கள், ஓய்வெடுங்கள். ஓய்வெடுத்தல் என்பது ஓர் ஆசனம் அன்று; நம் முழு ஆற்றலையும் மாற்றுதல்.

ஆற்றல் அல்லது சக்திக்கு (Energy) இரு பரிமாணங்கள் உண்டு. முதலாவது எங்கோ இருக்கும் ஓர் இலக்கை நோக்கி உந்தப்படுவது. இதில்

சக்தி ஒரு பாதையாகக் கொள்ளப்படுகிறது - பாதை வேறு முடிவு வேறு இங்கு. இலக்கைக் கருதும் செயல்பாடே இப்பரிமாணம். முடிவை அடையும் வரைச் செயல்பாடு இருக்கும், பின் ஓய்வு. ஆனால் இவ்வகைச் சக்தி அடிக்கடி மாறிக்கொண்டே இருப்பதால் முடிவு வருவதே இல்லை. எதிர்காலத்தை நோக்கி இருப்பது இவ்வகை முயற்சி. முடிவு எப்பொழுதும் தொடுவானத்திலேயே இருக்கும். நாம் ஓடிக்கொண்டே இருப்போம், ஆனால் செல்லவேண்டிய தூரமோ மாறாது அப்படியே நிலையாக இருக்கும்.

சக்தியின் இன்னொரு பரிமாணமும் உண்டு; அது உந்தப்படாத கொண்டாட்டம். இங்கு முடிவு என்பது, வேறு எங்கோ இல்லை. நாமே முடிவு, நாமே இலக்கு. இக்கணமே நிறைவு தரும் - அல்லியை நினையுங்கள். நாமே இலக்கு, இலக்கு எதிர்காலத்தில் இல்லை, சாதிக்க வேண்டியது ஏதும் இல்லை. நாம் அதை அடைந்தே இருக்கிறோம், அது இங்கேயே இருக்கிறது. இது ஓய்வெடுத்தல், உந்தப்படாத சக்தி.

எனவே, என்னைப் பொறுத்தவரை இருவகை மனிதர் உண்டு; இலக்கை நாடுபவர்கள், விழாக் கொண்டாடுபவர்கள். இலக்கை நாடுபவர்கள் போகப் போகப் பைத்தியம் ஏற்பட்டு, அதில் இழந்து முழுவதுமாகத் தம்மை இழப்பர். ஆனால், மற்றவரோ இலக்கை நாடாது வெறும் விழாக் கொண்டாடுபவராகவே இருப்பர்.

நீங்கள் விழாக் கொண்டாடுபவர்களாகவே இருங்கள். ஏற்கெனவே மலர்கள் மலர்ந்து விட்டன, பறவைகள் பாடுகின்றன, சூரியன் உதித்தாயிற்று - எல்லாவற்றையும் கொண்டாடுங்கள். மூச்சு விடுகிறீர்கள், உயிர் வாழ்கிறீர்கள், உங்களுக்கு உணர்வு இருக்கிறது - எல்லாவற்றையும் கொண்டாடுங்கள்! பின் திடீரென்று ஓய்வெடுங்க்ள், இறுக்கம் (Tension) நீங்கும். கவலைப்படும் சக்தி முழுவதும் நன்றி உணர்ச்சியாகிவிடும். இதயம் முழுதும் நன்றியுணர்வில் துடிக்கும் - அதுவே பிரார்த்தனை. நன்றியைத் தெரிவிப்பதற்கான இதயத்துடிப்பே பிரார்த்தனை!

'உடம்பால் ஒன்றும் செய்யாது ஓய்வெடுங்கள்'

எதுவுமே செய்யவேண்டிய அவசியம் இல்லை. சக்தியின் உந்தப்படாத செயல்பாட்டைப் புரிந்துகொள்ளுங்கள். அது பாய்ந்து செல்கிறது, ஒரு இலக்கை நோக்கி அன்று, தனது நிரம்பி வழியும் ஆற்றலால்.

ஒரு குழந்தை துள்ளிக் குதித்து விளையாடுகிறது. 'நீ எங்கு போகிறாய்?' என்று அதைக் கேளுங்கள். அக்கேள்வியே அதற்கு முட்டாள்தனமாகத் தெரியும். அது எங்கும் போகவில்லை. பெரியவர்கள் முட்டாள்கள் என்று குழந்தைகள் எப்பொழுதுமே நினைக்கும். 'எங்கே போகிறாய்?' என்பது அர்த்தமற்ற கேள்வி. எங்கே செல்லவேண்டும்? இந்தக் கேள்விக்குக் குழந்தையால் பதில் சொல்ல முடியாது, ஏனெனில், இக்கேள்வியே பொருத்தமில்லாதது. அது எங்கும் செல்லவில்லை. 'எங்குமில்லை' என்று தோள்களைக் குலுக்கிக்கொண்டு அது பதில் சொல்லும். 'பின் ஏன் ஓடுகிறாய்?' என்று கேட்கிற நம் மனம் செயல் பாட்டில், வேறு ஒரு இலக்கை அடைவதில் ஈடுபட்டிருப்பது. எனவேதான் இக்கேள்வியே எழுகிறது.

எங்குமே செல்லவேண்டாம், எல்லாமே இங்கிருக்கிறது. முழு இருப்பும் இக்கணத்தில் குவிந்து கிடக்கிறது, கொட்டிக் கிடக்கிறது - இங்கேயே இப்பொழுதே. குழந்தை தனது ஆற்றலை அனுபவிக்கிறது. அதனிடம் ஆற்றல் நிரம்பி வழிகிறது. அது ஓடுவது எங்கோ செல்ல அன்று; அதனிடம் சக்தி நிரம்பிக் கிடப்பதால், இங்கேயே அதை அனுபவிக்கிறது.

உந்தப்படாது செயல்படுங்கள். சக்தி நிரம்பி வழியட்டும். பகிர்ந்து கொள்ளுங்கள், ஆனால் பேரம் பேசாதீர்கள். கொடுங்கள், திரும்பப் பெறாதீர்கள் - திரும்பப் பெற்றால் துயரமே மிஞ்சும். எல்லா வியாபாரி களும் நரகிற்கே செல்வர். நரகத்திற்குச் சென்றால் அங்கே மிகப்பெரிய வியாபாரிகளையும், பேரம் பேசுபவர்களையும் காணலாம். சொர்க்கம் வியாபாரிகளுக்கு அன்று, கொண்டாடுபவர்க்கே.

கிறிஸ்தவ சமயத்தில், 'தேவதைகள் சொர்க்கத்தில் என்ன செய் கின்றன?' என்று பல நூற்றாண்டுகளாகக் கேட்கப்படுகிறது. அங்கு

செய்வதற்கு ஏதும் இல்லை. மெய்ஸ்டர் எக்ஹார்ட்டிடம் இது பற்றிக் கேட்டபோது, 'சொர்க்கம் என்பது கொண்டாட்டத்திற்குரிய இடம். அங்கு ஒன்றும் செய்வதில்லை. அதன் அழகைப் பாராட்டிக் கொண்டாடு கிறார்கள். ஆட்டமும், பாட்டும் கொண்டாட்டமும்தான்' என்றார். ஆனால், நமக்கெல்லாம் செயற்பாடு என்பது வேறு எங்கோ அழைத்துச் செல்வதாக அமையவேண்டும். ஏதாவது இலக்கு இருந்தால்தான் அது அர்த்தமுள்ளது என்று நினைக்கிறோம்.

செயல்பாடு இலக்கோடு தொடர்புடையது, செயலோ அவ்வாறு இல்லை. சக்தி நிரம்பி வழிவது செயலில். இக்கணத்தின் இயல்பான பதிலாக அமைவது செயல். திடீரென்று அது நிகழ்கிறது; இயற்கையின் செயலுக்குரிய எதிர்ப்பில்லா பதிலாக (Response) அமைகிறது.

செயலில் மேலும் மேலும் ஈடுபட ஈடுபட, செயல்பாடு குறைந்து கொண்டே போகும். வாழ்க்கையின் போக்கே மாறி, அது ஓர் ஓய்வெடுப் பாக மாறிவிடும். பின் செயல் இருககும், ஆனால் ஓய்வும் இருக்கும். புத்தர் ஒருபோதும் சோர்ந்து போவதில்லை. ஏன்? அவர் செயலுக்குரிய கர்த்தா அல்லர். அவரிடம் இருப்பதைத் தருகிறார், நிரம்பி வழிகிறார்.

''உடம்பால் ஒன்றும் செய்யாது ஓய்வாய் இருங்கள்;
வாயை இறுக மூடி மௌனமாய் இருங்கள்.''

வாய் மிக மிக முக்கியம். முதல் செயல்பாடு உதடுகளில்தானே தொடங்குகிறது. குழந்தை மூச்சு விடுகிறது, கத்துகிறது, தாயிடம் பால் குடிக்கிறது. வாயை ஒட்டியே செயல் தொடங்குகிறது. எனவேதான் திலோபா தெரிவிக்கிறார், ''செயலைப் புரிந்துகொள்ளுங்கள், ஓய்வெடுங்கள்... வாயை இறுக மூடுங்கள்.''

தியானிக்கத் தொடங்கும்போதும், மௌனமாக இருக்க விரும்பும் போதும், முதலில் வாயை முழுவதும் மூடவேண்டும். அப்பொழுது நாக்கு வாயின் உச்சியைத் தொடும், இரு உதடுகளும் முழுவதும் மூடி யிருக்கும். நான் சொல்லுவதை முழுதும் பின்பற்றினால்தான் இவ்வாறு செய்ய முடியும்.

வாயை மூடிக்கொள்வது என்பது பெரிய காரியம் அன்று, செய்ய முடியும். சிலை போல் அமர்ந்து வாயை முழுவதும் மூடிக்கொள்ளலாம், ஆனால் அது துணை செய்யாது. உள்ளே சிந்தனை தொடர்ந்து செயல்படும், அப்பொழுது உதடுகளில் சூட்சுமமாக அதிர்வுகள் இருக்கும். பிறருக்கு அது தெரியாது, நமக்குப் புரியும்.

நிஜமாகவே ஓய்வெடுக்கும்போது உதடுகளின் அசைவு நின்றுபோகும். நமக்குள் எந்தத் தொழிலும் நடைபெறாது. 'வாயை மூடி மௌனமாக இருங்கள்.' எதுவும் சிந்திக்காதீர்கள்.

எண்ணங்கள் வரும் போகும், அவை வந்து செல்லட்டும். அது பிரச்சனை அன்று. நாம் அதில் ஈடுபடக்கூடாது, தனித்து விலகி நிற்கவேண்டும். அவை வந்து போவதைக் கண்காணிப்பதே நம் வேலை. வாயை மூடி மௌனமாக இருந்தால், எண்ணங்கள் தாமே நின்று போகும். நாம் எண்ணங்களோடு ஒத்துழைத்தால் மட்டுமே அவை நம்முள் இருக்கும். அவற்றோடு சண்டையிட்டாலும் அவை இருக்கத்தான் செய்யும் - ஈடுபாடு, எதிர்ப்பு ஆகிய இரண்டுமே ஒத்துழைப்புதான். ஈடுபாடு என்பது அதற்குச் சாதகமாக இருப்பது, எதிர்ப்பது என்பது அதற்குப் பாதகமாக இருப்பது. இரண்டுமே செயல்பாடுதான். வெறுமனே எண்ணங்களைக் கவனியுங்கள் போதும்.

ஆனால் வாயை மூடுவது மிகவும் உதவி செய்யும். முதலில் வாயை அகலத் திறங்கள். எவ்வளவு முடியுமோ அவ்வளவு திறங்கள், முழுதும் திறங்கள். இரண்டு மூன்று முறை இவ்வாறு செய்யுங்கள். இதனால் வாயை நீண்டநேரம் மூடமுடியும். பின் இரண்டு அல்லது மூன்று நிமிடங்கள் அர்த்தமற்றதைப் பேசுங்கள், சத்தமாகப் பேசுங்கள். பின் வாயை மூடுங்கள்.

எதிர்முனையிலிருந்து வருவது எளிது. கைக்கு ஓய்வு கொடுக்க விரும்பினால், முதலில் அதை முறுக்கேற்றுங்கள், பின் அதற்கு ஓய்வு தாருங்க்ள். அப்பொழுது நரம்புகளுக்கு ஆழ்ந்த ஓய்வு கிடைக்கும். முகத்தைக் கோணுங்கள், வாயை அகலத் திறந்து கொட்டாவி விடுங்கள், இரண்டு மூன்று நிமிடங்கள் அபத்தமாய்ப் பேசுங்கள் - பின் மூடுங்கள்

வாயை. இதனால் உதடுகளும் வாயும் ஆழ்ந்த ஓய்வு பெறும். வாயை மூடி வெறுமனே கவனித்துக் கொண்டிருங்கள். சீக்கிரமே மௌனம் உங்களுக்குள் விரிந்து பரவும்.

மௌனம் இருவகை : ஒன்று நாமாக வலிந்து மேற்கொள்வது, இது வன்முறைச் செயல்; மனத்தைக் களங்கப்படுத்தும் காரியம். இன்னொரு வகை மௌனம் உண்டு. அது இரவுபோல் நம்மைச் சூழ்ந்து கொள்வது. அதற்கான வாய்ப்பை நாம் உருவாக்க வேண்டும். வாயை மூடி மௌனமாய் இருங்கள், கவனித்து நோக்குங்கள். வலிந்து செய்யும் சில வினாடிகள் அது இருக்கும், ஆனால் பயன் தராத - உள்ளே கொதிப்பு இருக்கும். எனவே மௌனத்திற்கான சூழ்நிலையை உருவாக்குங்கள். மண்ணில் விதையை ஊன்றிக் காத்திருங்கள்.

''மனத்தைக் காலியாக்கி வெறுமையை நினையுங்கள்.''

மனத்தை எவ்வாறு காலியாக்குவது? எண்ணங்களை எச்சரிக்கையோடு வெறுமனே நோக்குங்கள். கவனமும் விரைந்து நடைபெறக் கூடாது. இதை நன்கு புரிந்துகொள்ள வேண்டும், இல்லையேல் தவறு நேரலாம். சிறிது தவறினாலும் எல்லாமே மாறிவிடும். கண்காணியுங்கள் அமைதியாக.

காதலிக்காகக் காத்திருப்பதில் ஒரு வேகம் இருக்கும். வீட்டுவாசலில் யாராவது வந்தால், அது காதலியா என்று நோக்குவோம். காற்றில் இலைகள் அசைந்தால் அவள் வந்துவிட்டாளா என்று பார்ப்போம். மனம் மிகவும் ஆர்வமாக அவள் வரவை எதிர்நோக்குகிறது. இவ்வகை எதிர்பார்ப்பு உதவி செய்யாது. அதிகமான ஆர்வமோ, எதிர்பார்ப்போ திலோபா கூறும் மௌனத்தையோ அல்லது என் மௌனத்தையோ தராது. ஆற்றின் கரையில் அமர்ந்து எதிர்பார்ப்பு ஏதும் இன்றி மௌனமாக நோக்குவதைப் போல நோக்குங்கள். அதில் அவசரமே இருக்கக் கூடாது. கட்டாயத்தன்மையும் கூடாது. 'கண்காணிப்பு' என்ற சொல் கூடத் தவறானது. வெறுமனே பார்த்துக்கொண்டிருங்கள். ஆற்றின் ஓட்டத்தை, ஆகாயத்தில் மேகங்களைப் பார்ப்பதுபோல் பாருங்கள்.

வெறுமனே பார்த்தல் (Passiveness) என்பது முக்கியம். செயல்பாடு, வேகம், ஆர்வம் ஆகிய எல்லாம் எதிர்பார்ப்புடையவை. இதனால் செயல்பாடு கொல்லை வழியே உள்ளே நுழைந்துவிடும். வெறும் எதிர்பார்ப்பில்லாப் பார்வை போதும்.

'மனத்தைக் காலியாக்கி வெறுமையை நினையுங்கள்.'

எதிர்பார்ப்பில்லாத் தன்மையால் மனம் தானே காலியாகிவிடும். மனத்தின் செயல்பாடுகள்தானே குறையும். அலையற்ற சீரான உணர்வு மேலெழும். மௌனமான கண்ணாடியாக அது அமையும்.

'உள்ளீடற்ற மூங்கிலாய் இலேசாக இருங்கள்.'

திலோபாவின் சிறப்பு வழிகளில் இதுவும் ஒன்று. அவர் சித்தி அடைந்த வழியின் மூலம் நம்மையும் செலுத்த விழைகிறார் திலோபா. மூங்கில் முழுமையாக உள்ளீடற்றது. ஓய்வெடுக்கும்போது உள்ளே முழுவதும் வெறுமையாக இருக்கும் மூங்கிலைப் போல இருக்க வேண்டும். நம் உடல் மூங்கிலைப் போன்றது, உள்ளே ஒன்றும் இல்லாதது.

வாய் மூடி, மனம் எண்ணங்களற்று வெறுமனே பார்த்துக் கொண்டிருக்கும்போது, நாம் உள்ளீடற்ற மூங்கிலாக இருப்பதை உணர்கிறோம் - திடீரென்று எல்லையற்ற ஆற்றல் நமக்குள் பரவி, நம்மை நிறைக்கிறது. தெய்வீகம் நம்முள் நிரம்பி வழிகிறது. உள்ளீடற்ற மூங்கில் புல்லாங்குழல் ஆகிறது, தெய்வீகம் அதை வாசிக்க ஆரம்பிக்கிறது. நாம் காலியாக இருக்கும்போது, நம்முள் தெய்வீகம் நுழையத் தடை ஏதும் இல்லை.

இதை முயற்சி செய்யுங்கள், மிக அழகான தியானம் இது. உள்ளீடற்ற மூங்கிலாக இருப்பதே தியானம். வெறும் ஒன்றும் செய்ய வேண்டாம், மூங்கிலாக மாறினால், எல்லாம் தானே நடக்கும். நமக்குள் ஏதோ ஒன்று இறங்குவதைத் திடீரென்று உணரலாம். புதுக் கருவாகி, ஒரு புதிய வாழ்க்கை நமக்குள் நுழைவதைக் காணலாம். ஒரு விதை வீழ்வதையும் உவமை சொல்லலாம். மூங்கில் முழுவதும் மறையும் நேரம் வரும்.

'உள்ளீடற்ற மூங்கிலாய் உடலால் ஓய்வெடுங்கள்.'

வெறுமனே ஓய்வெடுங்கள், ஆன்மீக விருப்பம் எதுவும் வேண்டாம். சொர்க்கம், கடவுள் எதையும் விரும்பாதீர்கள். கடவுள் ஆசைப்படும் பொருள் அல்லர் - நாம் ஆசையற்று இருக்கும்போது அவர் நம்மிடம் வருகிறார். விடுதலையை விரும்ப முடியாது. விருப்பமே தடை. விருப்பம் அற்று இருக்கும்போது நாம் விடுதலை பெறுகிறோம். புத்த நிலையை அடைய முடியாது, அவ்வாறு அடைய நினைப்பதே அதை அடையத் தடையாகும். தடை அகன்றபின், புத்தர் நமக்குள் வெடிக்கிறார். ஏற்கெனவே நம்மிடம் விதை இருக்கிறது. நாம் வெறுமையாக இருக்கும்போது, அங்கு இடம் இருக்கும் - விதை வெடிக்கும்.

> "உள்ளீடற்ற மூங்கிலாய் உடலில் ஓய்வாக இருங்கள்.
> எதையும் கொடுக்கவும் வேண்டாம், ஏற்கவும்
> வேண்டாம்
> மனம் செயல்படாமல் சும்மா இருக்கட்டும்."

கொடுப்பதற்கும் ஒன்றும் இல்லை, பெறுவதற்கும் ஒன்றும் இல்லை. எல்லாமே மிகச் சரியாகத்தான் இருக்கிறது. கொடுக்கவும், பெறவும் தேவையே இல்லை. நாம் முழு நிறைவாகவே இருக்கிறோம்.

கிழக்கின் இந்த உபதேசம் மேற்கில் மிகவும் தவறாகவே புரிந்து கொள்ளப்படுகிறது. மேலை நாட்டார், ''இது என்ன உபதேசம்? மேன் மேலும் உயர முயற்சி செய்யாது, தம் குணநலன்களை மாற்றிக்கொள்ள முயலாது, கெட்டதை நல்லதாக மாற்ற முயலாது, பிசாசின் பிடியில் விழுந்து விடுகிறார்கள்'' என்று கூறுகின்றனர். 'முன்னேறுங்கள்' என்பதே மேலைநாட்டு வாசகம். இவ்வுலகிலோ, அவ்வுலகிலோ முன்னேற வேண்டும். ஆனால் எப்படி முன்னேறுவது?

கிழக்கில் இதை நாம் ஆழமாகப் புரிந்துகொள்கிறோம். முயற்சியே தடையாகிறது. நாம் நாமாகவே இருக்கிறோம், எதுவாகவும் மாறத் தேவையில்லை. நமது உண்மை இயல்பை உணர்ந்தால் போதும். நமக்குள் மறைந்து இருப்பதை உணரவேண்டும். முன்னேற்றம் என்றால்

கவலை வந்துவிடும். முன்னேற மேற்கொள்ளும் முயற்சியே நம்மைத் தவறான பாதையில் அழைத்துச் செல்லும். அது எதிர்காலத்தை அர்த்தமுள்ளதாக்கும், இலக்கை அர்த்தமுள்ளதாக்கும், குறிக்கோளை அர்த்தமுறச் செய்யும், ஆனால் மனம் ஆசையில் உழல ஆரம்பிக்கும்.

ஆசைப்பட்டால் தவறவிடுவோம். ஆசை அடங்கட்டும், ஆசையில்லா மௌனக் குளமாக மாறுங்கள் - திடீரென்று ஆச்சரியமாக அது அங்கே இருக்கும். போதி தர்மரைப் போல நீங்களும் உரக்கச் சிரிக்கலாம். மௌனமாக ஆனால், அவர் சிரிப்பை நாமும் கேட்கலாம் என்கிறார்கள் அவரது சீடர்கள். அவர் இன்னமும் சிரித்துக் கொண்டிருக்கிறார், நிறுத்தவே இல்லை. அவர் ஏன் சிரித்தார்? ''இது என்ன வேடிக்கை? நீங்கள் மாற விரும்புவது என்பது நீங்கள் ஏற்கெனவே உள்ளதுதான். இருக்கின்ற ஒன்றாக மீண்டும் எவ்வாறு மாறமுடியும்? உங்கள் முயற்சி தோற்பது நிச்சயம். ஆன பொருளாகவே மறுபடியும் ஆகமுடியுமா என்ன?'' என்று கூறிச் சிரித்தார்.

போதிதர்மர் திலோபாவின் சமகாலத்தவர். இருவரும் ஒருவரை ஒருவர் அறிந்திருக்கக் கூடும். ஒருவேளை சந்தித்திருக்க மாட்டார்கள், அவ்வளவே. ஒரே இருப்பு, அதே குணம் இருவருக்கும்.

''எதையும் கொடுக்கவும் வேண்டாம், ஏற்கவும்
வேண்டாம்.
மனம் செயல்படாமல் சும்மா இருக்கட்டும்.
மகாமுத்திரை என்பது
வெறுமையைப் பற்றி நிற்கும் மனத்தைப் போன்றது.''

எதையும் பற்றி நிற்காதபோது நாம் சாதித்துவிட்டோம் என்பது பொருள். வெறுமை இருந்தால் நாம் வெற்றி பெற்றுவிட்டோம்.

''மகாமுத்திரை என்பது
வெறுமையைப் பற்றி நிற்கும் மனத்தைப் போன்றது
இவ்வாறு பயிற்சி செய்தால்
உரிய நேரத்தில் புத்தநிலையை அடையலாம்.''

பின் எதைப் பயிற்சி செய்வது? மேலும் மேலும் கவலையற்று இருப்பதை. 'இங்கேயே இப்பொழுதே' என்றே இருக்கவேண்டும். செயல் அதிகமாகிச் செயல்பாடு குறைய வேண்டும். மேலும் மேலும் உள்ளீடற்று, காலியாக, அமைதியாக, வெறும் பார்வையோடு, எதையும் எதிர்பாராமல், எதன்மேலும் ஆசைப்படாமல் இருக்கவேண்டும். நம்மோடு நாமே சந்தோஷமாக, கொண்டாடும் தன்மையோடு இருக்கவேண்டும்.

பின் எந்த நேரத்திலும் - ஏன், எக்கணத்திலும் (Any moment) பக்குவம் ஏற்பட்டு, சரியான காலம் வரும்போது, நாம் ஒரு புத்தராகவே மலர்ச்சி அடைவோம்.

5. பாடல் தொடர்கிறது

மந்திரம், பரமிதம் - இவற்றில் பயிற்சி
சூத்திரம், கோட்பாடு - இவற்றின் உபதேசம்
சாத்திரம், சமயம் - இவற்றின் விளக்கம்
ஆகியவை
இயல்பாம் உண்மையை உணர்த்தமாட்டா.
ஏனெனில்
ஆசையால் நிறைந்த மனம்
இலக்கை நாடினால்
அது ஒளியை மறைக்கவே செய்யும்.

தந்த்ரா உண்மைகளை அறிந்தும் பேதம் இருந்தால்
சமய இயல்பிற்குத் துரோகம் அதுவே.
செயல்பாடுகளை விடுங்கள். ஆசைகளை அகற்றுங்கள்,
எண்ணங்கள் எழுந்து விழட்டும்
அவை கடலில் அலை போன்றவை.
எதையும் சார்ந்திராமல்
அபேதமாய் இருப்பவனே
தந்த்ரா பொருண்மையை ஏற்பவன் ஆகிறான்.

ஆசைப்படுதலை நீத்து
எதையும் பற்றாமல் இருக்கும்போது
சாத்திரங்களின் உண்மைப் பொருளை உணர்கிறான்.

5. இயல்பாம் உண்மை

திலேபாவின் இயல்பே தந்த்ராப் போக்குடையது. தந்த்ராப்போக்கு என்றால் என்ன என்பதை முதலில் புரிந்துகொள்வது அவசியம். அப்பொழுதுதான் திலோபா சொல்ல வருவதை அறிய முடியும்.

முதலாவதாகத் தந்த்ராப்போக்கு (Tantra attitude) என்பது ஒரு போக்கே அன்று; ஏனெனில் தந்த்ரா வாழ்க்கையை முழுமையாகப் பார்க்கிறது. அதற்கு எனத் தனிக் கோட்பாடும், தனித்தத்துவமும் கிடையாது. அது சமயமும் அன்று, அருளியலும் அன்று. வார்த்தைகளிலும், கோட்பாடுகளிலும் (Doctrines) அதற்கு நம்பிக்கை இல்லை. தத்துவம் ஏதும் இன்றி, கோட்பாடு ஏதும் இன்றி வாழ்க்கையை நோக்கவே அது விரும்புகிறது. வேறுபடுத்தும் மனத்தை இடையே கொண்டு வராது, வாழ்க்கையை உள்ளபடி நோக்க விரும்புகிறது தந்த்ரா. மனம் வெளிப்பட்டு எல்லாவற்றோடும் கலந்தால், உள்ளதை உள்ளபடி அறியமுடியாது.

'இது நல்லது', 'இது தீயது' என்று சிந்திக்கும் மனத்தைத் தவிர்த்தே உலகை நோக்க முயற்சிப்பதால், அதைப் போக்கு (Attitude) சொல்வது கடினம் - உண்மையில் அது ஒரு போக்கின்மையே.

இரண்டாவதாகத், தந்த்ரா எல்லாவற்றுக்கும் 'ஆமாம்' போடும் 'இல்லை' என்ற எதிர்மறையே அதன் சொற்கோவையில் (Vocabulary) இல்லை. 'இல்லை' என்றால் எதிர்க்கும் போக்கு வந்துவிடும், நாம் அகந்தை ஆகிவிடுவோம். நமக்குள் பிளவு ஏற்பட்டுச் சண்டைக்குத் தயார் ஆகிவிடுவோம்.

எந்த வரையறையும் இல்லாமல் நேசிக்கிறது தந்த்ரா. எல்லாம் முழுமையின் ஒரு பகுதியே ஆதலால், எதையும் அது மறுப்பதில்லை. பகுதி எதுவும் நீங்கிவிட்டால் முழுமை என்பதே இருக்க முடியாது. ஒரு துளி தண்ணீர் நீங்கிவிட்டால் கூட முழு இருப்பும் தாகத்தால் தவிக்கும் என்று கூறப்படுகிறது. தோட்டத்தில் ஒரு பூவைப் பறித்தால் முழு இருப்பிலிருந்து ஒரு பகுதியை நாம் நீக்கிவிடுகிறோம். இருக்கும் எல்லாம் தம்முள் தொடர்புடையவை. ஒரு பூவைப் பறித்துவிட்டால், பல

விண்மீன்களையும் பாதித்துவிட்டோம் என்பதே பொருள். பூவும் விண்மீனும் தொடர்புடையவை. எல்லாமே ஓர் உயிர்த்துடிப்புள்ள முழுமையின் அங்கம். தொடர்பில்லாமல் எப்பொருளும் இல்லை.

எனவேதான் 'ஆம்' என்று கூறுகிறது தந்த்ரா. 'ஆம்' என்னும் போது நம்மிலிருந்து 'இல்லை' என்பது மறைந்துவிடுகிறது. 'இல்லை' என்பதே இல்லாதபோது எவ்வாறு சண்டையிடுவது? நாம் மிதக்கிறோம், அவ்வளவே. உருகிக் கலக்கிறோம், ஒன்றாகிவிடுகிறோம். எல்லைகள் இனி இல்லை. 'இல்லை' என்பதுதான் ஓர் எல்லையை உருவாக்கும். நம்மைச் சுற்றி இருக்கும் எல்லை அதுவே. 'இல்லை' என்று சொல்லும் போது கவனியுங்கள் - உடனே ஏதோ ஒன்று நம்மை நெருங்கி நிற்கிறது. 'ஆம்' என்னும்போது நமது இருப்பு விரிகிறது. 'இல்லை' என்னும்போது சுருங்குகிறது.

வாழ்வை மறுப்பவனே உண்மையில் நாஸ்திகன். அவன் கடவுளை மறுப்பது வெறும் குறியீட்டளவிலேயே. கடவுள் நம்பிக்கை இருந்தாலும், வாழ்வை மறுத்தால் பின் கடவுளும் மறுக்கப்படுகிறார். முழுவதும் ஏற்பதே உண்மையான கடவுளை வெளிப்படுத்தும். முழுதுமாக இருப்பை ஏற்கும்போது, முழு இருப்பும் திடீரென்று மாறும். பின் மரம் இல்லை, பாறையில்லை, மனிதர் இல்லை, மலை இல்லை - எல்லாம் ஒன்றாகி விடும். அந்த ஒருமையே கடவுள்.

எல்லாவற்றையும் மறுக்காது ஏற்பவனே உண்மையில் ஆஸ்திகன். மனம் மிகவும் தந்திரமானது. அது கடவுளை ஏற்கும், உலகை ஏற்காது. ஆகவே கடவுளோடு உலகையும் மறுப்பின்றி ஒப்புக்கொள்ள வேண்டும். கடவுளை ஒப்புக்கொண்டு உலகை ஒப்புக்கொள்ளாது தங்கள் வாழ்க்கையை வீணாக்கியவர் பலர். அவர்கள் ஒரு பிளவை உண்டு பண்ணுகிறார்கள். உலகை மறுக்கும்போது கடவுளை மட்டும் எவ்வாறு ஏற்க முடியும்? கடவுளை ஒப்புக்கொள்வதற்காக உலகை அவர்கள் மறுக்கிறார்கள். மறுப்பின் அடிப்படையில் அமையும் அந்த ஒப்புக்கொள்ளுதல் சரியான ஒப்புக்கொள்ளுதலே அன்று. அது வெறும் போலியே, வெறும் பாசாங்கே.

படைப்பை ஒப்புக்கொள்ளாது படைப்பவனை மட்டும் எவ்வாறு ஒப்புக்கொள்வது? இரண்டுமே ஒன்றுதான். படைப்பவனே படைப்பும் ஆகிறான். அது ஒரு தொடர்செயல். படைப்பவனுக்கும் படைப்பிற்கும் இடையே எந்த வேறுபாடும் இல்லை. ஒரு துருவத்தில் படைப்பாற்றல் படைப்பவனைப் போன்றது, இன்னொரு புறம் அது படைப்பைப் போன்று காணப்படுகிறது - ஆனால் அவை ஒரே செயலின் இரு எதிர்முனைகள்.

தந்த்ரா ''சரி'' என்று சொல்லும் போது ''சரி'' என்று சாதாரணமாக எடுத்துக் கொள்ளுங்கள் என்கிறது. நங்கள் ஏதோ ஒரு ''முடியாது'' என்பதை மறுத்து அதைச் சொல்லாதீர்கள் என்கிறது. ஆனால் எல்லா மதங்களும் இதையே செய்துள்ளன. அவை உலகை மறுத்து கடவுளை ஏற்றன. அவை உலகைக் கடுமையாக மறுத்தன. அதன்மூலம் கடவுளை ஏறபதை வலிமைப் படுத்திக் கொண்டன. பல முனிவர்களும் உலகை மறுத்து இறைவனை ஏற்கிறார்கள். இதில் முழுமையில்லை. முழுமையின் ஒரு பகுதியை ஏற்று, அடுத்த பகுதியை மறுக்கிறார்கள். இதில் தேர்ந்தெடுத்தல் (Choosing) வந்து விடுகிறது. இருப்பை இரண்டாகப் பிரித்து, நம்மைக் கடவுளுக்கும் மேலாக வைத்துக் கொள்கிறோம். 'இதை ஏற்கிறோம், அதை மறுக்கிறோம்' என்று கூறுகிறோம். எல்லாத் துறவும் இதன் விளைவே.

துறப்பவனிடம் சமயத்தன்மை இல்லை. தந்த்ராக் கொள்கையின் படி துறப்பவன் அகந்தை மிக்கவன். உலகப் பொருள்களைச் சேர்த்து, உலகின் மீது கவனம் செலுத்தும் அவன் இப்பொழுது துறவு மேற்கொள்கிறான். ஆனால் கவனம் முழுதும் இப்பொழுதும் உலகைப் பற்றியே அமைகிறது. அவனது அகந்தை நுட்பமாகப் பலவழிகளில் செயல்படுகிறது. புதுப்புது முகங்களுடன், வேறு வேறு நிறங்களில் அது மறுபடியும் மறுபடியும் தலைதூக்குகிறது.

நான் என் கிராமத்தில் இருந்தபோது முல்லா நஸ்ருதீன் என்னைக் காண வந்தார். அப்பொழுது அவர் தலைநகர் டில்லியில் வசித்து வந்தார். தலைநகரைப் பற்றிய சிந்தனையே அவருக்குள் நிறைந்திருந்தது. அவரை நான் கிராமத்தில் இருந்த சிறிய கோட்டைக்கு அழைத்துச் சென்றேன்.

அதைப் பார்த்ததும் அவர், 'இது ஒரு கோட்டையா? டில்லிக்கு வந்து செங்கோட்டையைப் பாருங்கள். இது ஒன்றுமே இல்லை' என்றார். அவரை ஆற்றுக்கு அழைத்துச் சென்றேன். 'இதைப்போய் ஆறு என்கிறீர்களே, இவ்வளவு சிறிய ஆற்றை நான் இதுவரை பார்த்ததில்லை' என்றார். இவ்வாறு எல்லா இடங்களிலும் நிகழ்ந்தது.

பௌர்ணமி நிலவு வந்தது. அதையாவது அவர் ரசிப்பார் என்று நினைத்தேன். ஆற்றங்கரைக்கு அழைத்துச் சென்றேன். அமைதியான அழகிய மாலைப்பொழுதில் முழுநிலவு வந்தது. மிக அழகான காட்சி அது. நஸ்ருதீனைப் பார்த்து, 'பாருங்கள், எவ்வளவு அழகிய சந்திரன்!' என்றேன். சந்திரனைப் பார்த்து, தோள்களைக் குலுக்கிக்கொண்டு, 'பரவாயில்லை, இவ்வளவு சிறிய கிராமத்திற்கு இது போதும்' என்றார்.

இதுவே மனம். அது பலவழிகளில் ஒரே நிலைக்கே வரும். உலகைத் துறந்தாலும், உலகத்தன்மை நம்மை விட்டு நீங்குவதில்லை. இந்தியாவில் சாதுக்களைச் சந்தியுங்கள். அவர்கள் உலகத்தன்மை கொண்டவர்களாகவே இருக்கிறார்கள். எல்லாவற்றையும் துறந்தாலும், அவர்கள் கவனம் உலகின் மீதே இன்னமும் இருக்கும். அகந்தையோடு பிணைந்திருக்கிறது, அவர்கள் கவனம். துறவின் மூலம் கடவுளிடம் நெருங்கிச் செல்வதாக அவர்கள் நினைக்கலாம் - இல்லை. எல்லாவற்றை யும் மறுத்தவர் ஒருபோதும் தெய்வீகத்தை அடைந்ததில்லை.

தந்த்ரா கூறுகிறது: ''எல்லாவற்றுக்கும் 'ஆம்' என்றே கூறுங்கள். போரிடத் தேவையில்லை, எதிர்த்து நீந்தவும் அவசியமில்லை - ஆற்றோடு மிதந்தால் போதும். ஆறு தானாகவே சென்று கடலை அடை கிறது. தடை ஏதும் செய்யாது, ஆற்றோடு செல்லுங்கள்.'' இவ்வாறு ஆற்றோடு மிதந்து செல்வதே, ஒய்வாய் இருப்பதே தந்த்ரா மார்க்கம்.

'ஆம்' என்றால் ஆழ்ந்த ஒப்புக்கொள்ளும் தன்மை நிகழும். பின் குறை சொல்லி முறையிடத் தேவையில்லை. அப்பொழுது எல்லாம் அது இருக்கவேண்டியபடியே இருக்கும். எதிர்க்காமல், மறுக்காமல் ஏற்பது என்பது சாதாரண ஒப்புக்கொள்ளுதலினின்றும் வேறுபட்டது.

சாதாரணமாக, வேறு வழியில்லாதபோது ஒரு சூழ்நிலையை ஒப்புக்கொள்கிறோம். அது வலிமையற்ற ஒப்புதல். அது நம்மை எங்கும்

அழைத்துச் செல்லாது. வேறு வழியில்லாமல் ஒப்புக்கொள்ளுதலைத் தந்த்ரா ஏற்கவில்லை. அது நம்பிக்கையின்மையால், வெறுப்பால் ஏற்படுவது அன்று. 'இல்லை' என்னாதபோது நமது இருப்பு முழுதும் ஆழ்ந்த திருப்தி அடைகிறது.

அதன் அழகே தனி. பலவந்தம் அங்கு இல்லை. அதைப் பயிற்சி செய்து பெறுவதும் இல்லை. பயிற்சியால் விளைந்தால் அது போலியாகிவிடும். பயிற்சிசெய்தால் நாம் இரண்டாகப் பிளவுபடுவோம். வெளியே ஒப்புக்கொள்ளுதல் - உள்ளே மறுப்பு, குழப்பம். உள்ளே இருக்கும் குழப்பம் எந்த நேரத்திலும் வெடித்து வெளிப்படலாம். ஆனால் மேலெழுந்தவாரியாக எல்லாம் சரியாக இருப்பதுபோலத் தோன்றும்.

தந்த்ரா கூறும் ஒப்புதல் (Acceptance) முழுமையானது. அது நம்மை இரண்டாகப் பிரிக்காது. தந்த்ரா நீங்கிய எல்லாச் மதங்களும் பிளவுபட்ட மனிதர்களையே (Split personalities) உருவாக்கியிருக் கின்றன. நல்லவர், தீயவர் என அவை நம்மைப் பிரிக்கின்றன; நல்லதைச் செய்யவேண்டும், தீமையை விலக்கவேண்டும் என்று கூறுகின்றன. பிசாசை மறுத்துக் கடவுளை ஏற்கச் சொல்கின்றன. நம்மைக் கூறுபோடு கின்றன. இதனால் நம்முள் குற்றஉணர்வு உண்டாகிறது. நமக்குள் இருக்கும் ஒரு பகுதியோடு நாமே எவ்வாறு சண்டையிடுவது? நாம் அதைப்படைக்கவில்லை, கண்டறிந்திருக்கிறோம், அவ்வளவே. கோபம், காமம், பேராசை ஆகியவற்றை நாம் படைக்கவில்லை, ஆனால் அவை வாழ்வின் உண்மைகளாக இருக்கின்றன - கைகளையும் கால்களையும் போல. அவை நமக்குத் தரப்பட்டவை. அவற்றைப் பெயரிட்டு அழைக்கலாம், ஆனால் நம்மால் அழிக்க முடியாது.

இருக்கும் எதையும் கொல்லவும் முடியாது, அழிக்கவும் முடியாது - ஆனால் மாறலாம் என்கிறது தந்த்ரா. முழுமையை ஒப்புக்கொள்ளும் போது ஒரு மாற்றம் வருகிறது. அப்பொழுது எல்லாமே ஒரே வரிசையில் அமைகின்றன, எல்லாம் அவற்றுக்குரிய இடத்தில் இருக்கின்றன. கோபம், பேராசை ஆகியவை மறைகின்றன. நமது முழு இருப்பு தன்னைத்தானே மாற்றி அமைத்துக்கொள்கிறது. எல்லாவற்றையும் ஒப்புக்கொள்வதன் விளைவு இது. உள்ளே இருந்த கொந்தளிப்பு மாறி அமைதியான இசை நிரம்புகிறது.

சத்தத்திற்கும் இசைக்கும் இடையே உள்ள வேறுபாடு என்ன? அதே ஒலி அலைகள் வேறு வரிசையில் ஒழுங்குபடுத்தப்படுகின்றன. சத்தத்தில் மையம் ஏதும் இல்லை. பைத்தியக்காரன் பியானோ வாசிப்பதைப் போன்றது இது. ஸ்வரங்கள் அதேதான், மாற்றம் ஏதும் இல்லை - ஆனால் அதில் மையம் கிடையாது. சத்தத்திற்கு மையம் ஏற்படும்போது அதுவே இசையாகிறது. மையத்தை நோக்கிக் குவியும்போது எல்லாமே ஓர் ஒழுங்கில் அமைகின்றன. பைத்தியக்காரன் பியானோ வாசிக்கும்போது ஒவ்வொரு ஸ்வரமும் தனித்தனியாக இருக்கிறது. எனவே அது இனிமையற்ற ஸ்வரக் கூட்டமாகிறது. ஆனால் இசைக்கலைஞன் வாசிக்கும்போது அங்கு ரசவாதம் ஏற்படுகிறது. ஸ்வரங்கள் ஓர் ஒழுங்கான அமைப்பில் மையங்கொள்கின்றன. இப்பொழுது அவை ஒரு கூட்டமல்ல, ஒரு குடும்பமாகின்றன - அவை ஒன்றாகின்றன. இதுதான் கலை. ஸ்வரங்களை இசைவுபடுத்தல் என்பது நுட்பமான செயல்.

நாம் இப்பொழுது வெறும் சத்தமாகவே இருக்கிறோம் என்கிறது தந்த்ரா. இதில் தவறு இல்லை - ஆனால் மையம் ஏதும் இல்லை, அவ்வளவே. ஒரு மையம் இருக்குமானால் எல்லாம் ஒழுங்குபடும், எல்லாம் அழகாகும்.

குர்டெய்ஃப் கோபப்படுவதும் அழகாகத்தான் இருக்கிறது. நாம் கோபப்பட்டால் அழகில்லை. கோபத்தில் அழகும் இல்லை, அழகின்மையும் இல்லை. இயேசு கோபப்படுவது சங்கீதமயமானது. கையில் சாட்டையை எடுத்து கோவிலில் வியாபாரிகளை அவர் துரத்துவது மிக அழகானது. புத்தரிடம்கூட இந்த அழகு இல்லை. புத்தர் ஒரு பக்கம் சார்ந்தவர். அவரிடம் கோபச்சுவையே கிடையாது. இயேசுவிடம் அது உண்டு. கோபம் அவரது இருப்பின் ஒரு பகுதியாகவே ஆகிவிட்டது. எதுவுமே அவரால் மறுக்கப்படவில்லை, எல்லாமே ஏற்கப்பட்டன.

ஆனால் திலோபாவிற்கு உவமையே இல்லை. தந்த்ராக் குருமார்கள் காட்டுமலர்கள். அவர்களுள் எல்லாம் உண்டு. போதிதர்மர் படங்களைப் பார்த்தால் தெரியும் - அவரது முகம் எவ்வளவு கோபம் நிறைந்தது என்று. அவர் படத்தை இரவில் தியானித்தால் தூக்கமே வராது. அது உங்களைப் பயமுறுத்தும். அவர் யாரையாவது பார்த்தால்,

அந்த மனிதருக்குத் தொடர்ந்த பயங்கரக் கனவுகள் வருமாம்! அவர் பார்வையே அச்சம் தரும். போதிதர்மரோ, திலோபாவோ பேசினால், அவர் பேச்சு சிங்ககர்ஜனை போலவும், இடி முழக்கம் போலவும், அருவியின் பயங்கர சத்தம் போலவும் பயங்கரமாக இருக்குமாம்.

ஆனால், அவர்களை அவ்வளவு எளிமையாக எடைபோட்டு விடக்கூடாது. சீக்கிரமே அவர்களுக்குள் மிகவும் கனிந்த இதயத்தைக் காண்பீர்கள். அவர்கள் எதையும் மறுக்கவில்லை, எல்லாவற்றையும் தங்களுக்குள் ஐக்கியப்படுத்திக் கொண்டனர் என்பதை அறிவீர்கள். சிங்கம் அழகியது, அதன் சினமும் அழகியதே. சினத்தை எடுத்து விட்டால் அது வெறும் மரித்த சிங்கமாகிவிடும்.

எல்லாவற்றையும் நமக்குள் ஐக்கியப்படுத்திக் கொள்ள வேண்டும் என்கிறது தந்த்ரா - கவனியுங்கள், எந்த விதிமுறையும் இல்லாமல். பாலுணர்வையும் நமக்குள் ஐக்கியப்படுத்திக் கொள்ளவேண்டும். பின் அது நமக்குள் மிகப்பெரிய ஆற்றலாகிவிடும். புத்தர், திலோபா, இயேசு ஆகியோர் தங்களைச் சுற்றி மிகப்பெரிய காந்த சக்தி கொண்டவர்கள் - காரணம் அவர்களால் உறிஞ்சப்பட்டதே காரணம். காமம் என்பது மனிதனுள் இருக்கும் காந்தசக்தி. அவர்கள் வழியில் சென்றால் அவர் களால் ஈர்க்கப்படுவீர்கள். இதுவரை கண்டிராத புதிய உலகம் தெரியும். புதிய ஆற்றலை உணர்வீர்கள். காமமே, காந்தசக்தியாக மாறிவிட்டது. புத்தருக்குள் கோபம் மறைந்துவிடவில்லையா? கோபமே அவரிடத்துக் கருணையாகிவிட்டது. இயேசு சாட்டையைக் கையில் எடுப்பது கருணை யின் காரணமாகவே. அவர் கோபமாகப் பேசுவதும் கருணையின் விளைவே.

தந்த்ரா உங்களை முழுமையாக ஏற்றுக்கொள்கிறது என்பதை மறந்துவிடாதீர்கள். என்னிடம் வரும் உங்களை நான் முழுமையாக ஏற்கிறேன். நீங்கள் ஒன்றை மறுப்பதற்காக நான் இங்கில்லை, ஒன்றை ஒழுங்குபடுத்தவே, உங்கள் ஆற்றலையெல்லாம் ஓர் மையத்தில் குவியச் செய்யவே இருக்கிறேன். கோபமும், காமமும் மையத்தில் மறையும் போது நீங்கள் செல்வந்தர் ஆவீர்கள். இச்செயல் வாழ்வுக்கு மேலும் சுவை கூட்டும். சிறிது கோபம் வாழ்க்கைக்குத் தேவைதான். ஆனால் அது நம்மை அடக்கி ஆளும்போது அழகற்றதாகி விடுகிறது. உப்பை

மட்டுமே சாப்பிட்டால் இறக்க வேண்டியதுதான். அதை உரிய விகிதத்தில் சேர்க்கவேண்டும். இதை மறக்கக்கூடாது.

உங்களைத் தடை செய்யும் பலரைப் பாதையில் சந்திக்கலாம். 'இந்தக் கை சரியில்லை, வெட்டி எறியுங்கள். இந்தக் கண் மோசம், இதைத் தூக்கி எறியுங்கள். கோபம் மோசமானது. வெறுப்பு மோசமானது. பாலுணர்வு மோசமானது' என்று அவர்கள் கூறுவார்கள். நம்மை முடமாக்கும் அவர்களது பேச்சு. இதனால் நாம் பாதிக்கப்படுவோம்.

தந்த்ராவே மனத்தின் அடிப்படை ஆகாது போனால், மனிதன் முழுமை அடையமாட்டான். வேறு எந்த தரிசனமும் மனிதனை முழுமையாக ஏற்பதில்லை. ஆனால் ஏற்பு (Acceptance) என்பது பலவீனம் இல்லை, நிரம்பி வழிதல்.

வாழ்வின் ஒவ்வொரு சுவையையும் ருசிக்கவேண்டும், பாதை யிலிருந்து விலகுதல்கூட அர்த்தமுள்ளதே. விலகாது போனால் எவ்வாறு மீண்டும் பாதைக்கு வந்து ஞானம் பெறமுடியும்? இல்லையேல் எளிமை வராது.

எளிமைக்கு ஆழமான அனுபவம் தேவை. அனுபவம் இல்லாத வன் அறிவிலி. அவன் ஒருநாளும் ஞானியாக முடியாது. எதையும் மறுக்காதவனே ஞானி (Sage). பாவத்தைக்கூட அவன் ஏற்கிறான். நிகழ்ச்சிகளை எதிர்க்காது அவற்றை ஏற்பதால் அவனிடம் தெளிவு காணப்படுகிறது.

நியேட்ஷே கூறுகிறார், 'ஒரு மரம் ஆகாயத்தைத் தொடுமளவு வளர வேண்டுமானால், அதன் வேர்கள் பூமிக்குள் ஆழமாகச் செல்லவேண்டும்.' அவர் சொல்வது சரியே. மேல் நோக்கிய மலர்ச்சிக்கு, கீழ்நோக்கி ஆழமாகப் பதிதல் வேண்டும்.

பாவி ஒருவன் முனிவர் ஆகும்போது அது அழகுதான். பாவிகூட ஆகாமல் முனிவனான முனிவன் மிகவும் வறியவன். வழி தவறாமல், எந்த வழியிலும் மீளமுடியாது.

இயேசுபிரான் கூறும் அழகிய கதை ஒன்று இங்கு உணரத்தக்கது. ஒரு தந்தைக்கு இரு மகன்கள். இளையமகன் சொத்தைப் பிரித்து

வாங்கிக்கொண்டு ஓடிவிட்டான். கள்ளிலும் காமத்திலும் செல்வத்தை வீணடித்துப் பிச்சைக்காரன் ஆகிவிட்டான். மூத்தவனோ தந்தையோடு பண்ணையில் உழைத்து நிறைய செல்வம் சேர்த்தான். பிச்சைக்கார மகன் ஒருநாள் தந்தையிடம் வந்து தன் தவறுகளை மன்னிக்கும்படி வேண்டினான். மகிழ்ச்சியோடு தந்தை அந்நிகழ்ச்சியைக் கொண்டாடும் படிக் கூறினார். வழிதவறிச் சென்ற மகன் மீண்டு வந்தமைக்காக விருந்து ஏற்பாடு செய்யப்பட்டது. சிலர் அவரது மூத்த மகனிடம் சென்ற அவன் தந்தையின் செயலைக் குறை கூறினர். மூத்த மகனுக்கு இதைக் கேட்டதும் மிகவும் கோபம் வந்தது. தந்தையிடம் சென்று முறையிட்டான். ‘செல்வத்தை வீணடித்தவனுக்கு விழாவா?’ என்று கேட்டான்.

தந்தை கூறினார், ‘ஆம். நீ எப்பொழுதும் என்னுடனேயே இருப்பதால் அதற்குத் தேவையில்லை. ஆனால் அவனோ தவற்றை உணர்ந்து திருந்தி வந்திருக்கிறான். இழந்த ஆடு மீண்டும் கண்டுபிடிக்கப் பட்டிருக்கிறது.''

இதன் முழுச் சிறப்பையும் கிறிஸ்தவர்கள் உணர்த்துவதில்லை. நான் சொல்லுவதையே இக்கதையும் சொல்லுகிறது. இது தந்த்ரா கூறும் கதையே. சரியான வழியில் சென்றால் கொண்டாட்டமே இருக்காது. நாம் முட்டாளாகிவிடுவோம். வாழ்வின் சுவை கூடாது. நல்லவராக நாம் இருக்கலாம், அதில் எளிமை மட்டுமே இருக்கும். வளைவற்ற நேர் கோடாகவே இருப்போம். வளைவுக்குத் தானே அழகு. நெளிவு, சுளிவு களே வாழ்க்கைக்கு அழகூட்டும். ஆழமில்லாதபோது புனிதத்தன்மையும் அழகற்றதே. நெளிவு சுளிவுகளே வாழ்விற்கு ஆழம் தரும்.

எனவேதான், எல்லாம் அழகு என்கிறது தந்த்ரா. பாவம்கூட அழகு. அது புனிதத்திற்கு ஆழம் சேர்க்கும். வழிதவறிச் செல்வதும் அழகே. ஏனெனில் திரும்பி வருதல் அதனால் வளம் பெறும். நமக்குள் ஆழமாகச் சென்று மீண்டு வர இந்த உலகம் தேவைப்படுகிறது.

''கடவுளுக்கு எதிரானால் இந்த உலகம் ஏன் இன்னம் இருக்கிறது? கர்மம், பாவம், தவறு ஆகியவை நிறைந்த இவ்வுலகில் நம்மை ஏன் கடவுள் தூக்கி எறிகிறார்? நம்மை அவர் மீட்கலாமே'' என்று சிலர் கேட்கிறார்கள். இது சாத்தியமில்லை. பின் நாம் ஆழமற்றவர் ஆகிவிடு

வோம். உலகின் தூரமான மூலைக்குத் தூக்கி எறியப்பட்டு திரும்பி வரவேண்டும். அவ்வாறு திரும்பி வருதல் நமதிருப்பைத் தெளிவாக்கும்.

எல்லாவற்றையும் ஏற்கவேண்டும், வாழவேண்டும் என்பதால் தான் தந்த்ரா சமுதாயத்தால் ஏற்கப்படாத ஒன்றாகிவிட்டது. நாகரிகம் என்பது மறுப்பை ஏற்கிறது. அது பல பொருள்களை மறுக்கிறது. எல்லா வற்றையும் ஏற்கும் தைரியம் நாகரிகத்திற்கு இல்லை. வாழ்க்கைக்குத் தேவையானவற்றைக் கூட மறுக்கிறது நாகரிகம். வாழ்க்கை நமக்குத் தருவன எல்லாவற்றையும் ஏற்பதே மிகப்பெரிய தைரியம்.

இவ்வழியில்தான் நான் உங்களைத் தயார் செய்ய முயல்கிறேன். அடக்கத்தோடு வாழ்க்கை தரும் எல்லாவற்றையும் கொடையாக ஏற்றுக்கொள்ளுங்கள். சமுதாயம் விலக்கி வைப்பதையும் ஏற்க வேண்டும். பாலுணர்வை ஏற்றுக்கொள்ளுங்கள், பிரம்மச்சரியம் மலரும்; தூய்மை, தெளிவு, கன்னிமை மலரும் - ஆனால் அது ஒரு கடப்புநிலை அனுபவமாக அமையும்.

அனுபவத்தால் நாம் கடந்து செல்கிறோம். இருட்டிலேயே இருந்தால், இருட்டிலும் ஒளி தெரியும். பகலில் ஒளியைப் பார்ப்பதில் என்ன அழகு இருக்கிறது! இருட்டில் மறைந்திருக்கும் ஒளியைக் காண்பது சிறப்பு. இரவின் இருளில் காலை ஒளியைக் கண்டால் அது வெற்றியே. தாழ்வில் உயர்வைக் காணும்போது நரகத்திலும் சொர்க்கத்தைக் காணமுடியும். அப்பொழுது நாம் கலைஞன் ஆகிவிடுவோம். வாழ்வின் கலைஞனாக நாம் மாறவேண்டும் என்றுதான் தந்த்ரா விரும்புகிறது - மறுப்பதைவிட ஏற்பதே சிறந்தது என்கிறது அது.

ஏற்க ஏற்க, ஆசை குறையும். இக்கணத்தில் இருக்கும் எதனையும் ஏற்கப் பழகினால், கணத்திற்குக் கணம் ஆழ்ந்த ஏற்புணர்வோடு வாழத் தலைப்படுவோம். இலக்கை நோக்கிச் செல்லும் ஆசையில்லாமல் வாழப் பழகிவிடுவோம்.

'நீ நீயாகவே இரு' என்கிறது தந்த்ரா. நாம் சாதிப்பதும் அது ஒன்றே. ஏற்கும்போது ஆசை மறையும். பயிற்சி இன்றியே ஆசை யின்மை தானே அமையும் - பலவந்தப்படுத்தாமலேயே ஆசை மறைந்துவிடும்.

அப்பொழுது திடீரென்று ஞானோதயம் (Enlightenment) ஏற்படும். நம் முயற்சியின்றியே அது நிகழும். இருப்பு நமக்களிக்கும் மிகப்பெரிய கொடை அதுவே.

தந்த்ரா கூறும் வாழும்முறை இதுவே. சம்சாரமே நிர்வாணம். இன்னும் சற்று அதிகம் புரிந்துகொள்ளுதல், அதிகம் ஒப்புக்கொண்டு ஏற்றல், அகந்தையற்ற குழந்தைப் பாங்கு ஆகியவை தேவை.

இப்பொழுது திலோபாவின் சூத்திரத்தைக் காண்போம்.

''மந்திரம், பரமிதம் - இவற்றில் பயிற்சி
சூத்திரம், கோட்பாடு - இவற்றின் உபதேசம்
சாத்திரம், சமயம் - இவற்றின் விளக்கம்
ஆகியவை
இயல்பாம்; உண்மையை உணர்த்த மாட்டா.''

வேதமோ, பைபிளோ உதவி செய்யாது. மந்திரப் பயிற்சியும் பயனில்லை, மாறாக அது ஒரு தொல்லையே. மந்திரம் என்பது என்ன? மந்திரம் சொல்லும்போது என்ன செய்கிறோம்? கடப்புநிலைத் தியானம் மூலம் மகரிஷி மகேஷ் யோகி என்ன சொல்கிறார்? ஒரு வார்த்தை அல்லது ஒரு மந்திரத்தை - ராம், ராம், ராம், ஓம், ஓம், ஓம் - ஏதோ ஒன்றை ஏன் நம் பெயரையே கூட, H_2o, H_2o, என்று கூடத் திரும்பத் திரும்பக் கூறுமாறு சொல்கிறார். ஒன்றைத் திரும்பத் திரும்பச் சொல்லும் போது ஏதோ ஒன்று நிகழ்கிறது. அது என்ன? (ஒலியிலோ மந்திரத்திலோ ஒன்றும் இல்லை) ஓர் ஒழுங்கு. ராம், ராம், ராம் - ஓர் ஒலிநயம் தொடர்ந்து ஒன்றுபோலவே நிகழ்கிறது... ஒன்றே தொடர்ந்து நிகழ்ந்தால் தூக்கம் வருகிறது. இதனால் நம்மை நாமே வசியப்படுத்திக் கொள்கிறோம். ஒரே மாதிரியான ஒலிநயம் நம்மை மயக்குகிறது.

இதில் தவறில்லை - நல்ல தூக்கம் கிடைக்கிறது. அதனால் புத்துணர்ச்சி ஏற்படுகிறது. சோர்வு ஏற்படும்போது இது மனத்தின் தந்திரமாக அமைகிறது. சாதாரணத் தூக்கத்தைவிட மந்திரத்தில் ஏற்படும் தூக்கம் மிக ஆழமானது. அதில் கனவு இருக்காது. மந்திரத்தைத் தொடர்ந்து ஒலிக்கும்போது மந்திரம் மட்டுமே இருக்கும். அது நம்மை மிக ஆழ்ந்த உறக்கத்திற்கு அழைத்துச் செல்லும்.

ஓஷோ

யோகத்தில் இதை யோகநித்திரை என்பர். மந்திரம் சொல்வதால் விளையும் தூக்கத்தை யோக தந்திரம் என்பர். மந்திரத்தைத் தொடர்ந்து சொல்வதால் இது விளைகிறது.

தூக்கத்தில் தடை வருமானால் ஆழ்நிலைத் தியானம் (TM) உதவி செய்யும். தூக்கம் இல்லாதவர் மிகுந்த அமெரிக்காவில் இதன் செல்வாக்கு அதிகம். பலவித மாத்திரைகளை அமெரிக்கர் தூக்கம் பெறப் பயன்படுத்துகின்றனர். அங்கு இயல்பாகத் தூங்கும் பழக்கமே இல்லை. எனவே தியானத்தின் செல்வாக்கு. இந்தியாவிலோ தூக்கம் வராதவர் இல்லை, ஆழ்ந்து உறங்குகின்றனர், அவர்களை எழுப்புவதுதான் சிரமம்.

மந்திரம் நுண்ணிய தூக்கத்தைத் தரும். ஆனால் அதுவே தியானம் ஆகிவிடாது. மந்திரத்திற்குப் பலியாகி விடக்கூடாது. மந்திரம் என்பது மனத்தை அமைதிப்படுத்தும். தூக்க மாத்திரையைப் போன்றதே அது. உடலில் அது மாற்றத்தை ஏற்படுத்தும். அதனால்தான் சில வகை சங்கீதம், குளித்தது போன்ற புத்துணர்ச்சியை நமக்குத் தருகிறது. ஒலி நம் உடலில் மாற்றத்தை உண்டுபண்ணும். சிலவகை இசை காமஉணர்வைத் தரும்.

ஒரே ஒலியால் நமக்குள் இசையை ஏற்படுத்துவது மந்திரம். ஒவ்வொரு தாயும் இதை அறிவாள். குழந்தை அழும்போது அவள் தாலாட்டுப் பாடுகிறாள். தாலாட்டும் ஒரு மந்திரமே. அதில் அர்த்தம் இருக்கவேண்டும் என்பதில்லை. ஒரே மாதிரியான ஒலியைத் திரும்பத் திரும்பச் சொல்லும்போது அது மந்திரம் ஆகிறது. தாய் குழந்தையை இதயத்திற்கு அருகே அழைத்துக்கொள்ளும்போது, அவளது இதய ஒலியே மந்திரம் ஆகிறது. குழந்தை தூங்க அது உதவி செய்கிறது. இதய ஒலியால் முடியாதபோது அவள் தாலாட்டு பாடவேண்டியிருக்கிறது. இங்கு ஒரே ஒலியைத் திரும்பத் திரும்பச் சொல்லுதல் (Monotony) என்பது கவனிக்கத்தக்கது. ஆனால் தூக்க மாத்திரையை விட இது பரவாயில்லை.

ஆகவே, தூக்கம் சரியாக வராதபோது அது நல்லதே. ஆனால் அதுவே தியானம் ஆகிவிடாது. ஒத்துப்போக (Adjustment) அது உதவி செய்யுமே தவிர மாற்றத்தை ஏற்படுத்தாது. சமுதாயம் முழுவதும்

நம்மை இவ்வாறு செய்யவே சொல்கிறது. சமயம், நீதி, மந்திரம், யோகம், உளவியல் போன்ற பல வழிகளைக் கையாண்டு நம்மைச் சமுதாயத் தோடு ஒத்துப்போகும்படி செய்கிறது. ஒத்துப்போகும் தனிமனிதனை உருவாக்குவதே சமுதாயத்தின் லட்சியம். ஆனால் சமுதாயமே மோசமாக இருக்கும்போது இது உதவி செய்யாது.

'உளவியல் ஆய்வில் நீங்கள் என்ன செய்கிறீர்கள்? அதன் லட்சியம்தான் என்ன?' என்று ஃப்ராய்டை ஒருவர் கேட்டார். அவர் சொன்னார், ''மகிழ்ச்சி இல்லாதவர்களுக்கு மகிழ்ச்சியைத் தருகிறோம். அவ்வளவுதான். மனநலம் குன்றியவர்க்கும், சாதாரண மக்களுக்கும் நாங்கள் சந்தோஷத்தைத் தருகிறோம். மகிழ்ச்சியின்மையை அவர்களாகவே உருவாக்கிக் கொள்கிறார்கள். அது மனநோயாலோ அல்லது வேறு சாதாரண காரணத்தாலோ நிகழலாம். ஆனால் மனிதன் ஒருபோதும் மகிழ்ச்சியாக இருக்கமுடியாது.''

சாதாரண மனிதர்க்கு அவர் கூற்று பொருந்தும். ஆனால் முழுதும் மகிழ்ச்சியான நிலையை அடைந்த திலோபாவிற்கோ அல்லது புத்தருக்கோ அவர் கூறுவது பொருந்தாது. மனநோய் உடையவர் களையே ஃப்ராய்ட் குணமாக்கியிருக்கிறார். அவரது அறிவும், அனுபவ மும் மனநலம் குன்றியவர்களைப் பற்றியே அமைகிறது. தமது 40 ஆண்டுகால அனுபவத்தில், முழுதும் மகிழ்ச்சியாக இருப்பவரை அவர் சந்தித்ததே கிடையாது. பரிசோதனை அடிப்படையில் அவர் கூறுவது சரிதான். அவரது அனுபவம் இருவகை மனிதர்களையே அவருக்குக் காட்டியது - மனநலம் குன்றியதால் மகிழ்ச்சி இல்லாதவர், சாதாரண மாகவே மகிழ்ச்சியில்லாதவர். எனவே ஒத்துப்போக மட்டுமே நம்மால் உதவிசெய்ய முடியும்.

மந்திரம், உளவியல் ஆய்வு, சமயம், நீதி, கோவில், பிரார்த்தனை ஆகிய எல்லாமே ஒத்துப்போகவே (Adjustment) துணைசெய்கின்றன. ஆனால் முழு மாற்றம் பெற உதவி செய்வதே உண்மைச் சமயம். சமுதாயத்தோடு ஒத்துப்போவதைவிட, அண்டத்தோடு இயைபு பெறச் செய்வதே உண்மையான சமயம். சமுதாயத்தோடு ஒத்துப்போவது என்பது நம்மைக் கீழே தள்ளிவிடும்.

பைத்தியக்காரனிடம் அளவுக்கு அதிகமாக ஆற்றல் இருப்பதால் அவனால் சமுதாயத்தோடு ஒத்திருக்க முடிவதில்லை. பல அறிஞர்களும் இவ்வாறே இருக்கிறார்கள். 80% அறிஞர்கள் பைத்திய விடுதிக்குச் செல்லவேண்டியவர்கள். ஏனெனில் அவர்கள் சமுதாயத்தைக் கடந்து செல்கிறார்கள். சமுதாயம் அனுமதிப்பதைக் காட்டிலும் அதிக ஆற்றல் அவர்களிடத்து உள்ளது.

காகிதத்தின் மேல் வைக்கும் கனமான பொருள் போன்றது சாதாரணச் சமுதாயம். நாம் மேலே செல்ல அது அனுமதிப்பதில்லை. ஆனால், அறிஞனோ அந்த களத்தை உதறித் தள்ளிவிட்டு விண்ணில் பறக்க நினைக்கிறான். சமுதாயத்தின் எல்லையைக் கடந்ததுமே நாம் பைத்தியம் ஆகிவிடுகிறோம். நாம் மறுபடியும் ஒத்துப்போகவே இந்தச் சமுதாயம் விரும்புகிறது.

ஒத்துப்போவது, மீண்டும் ஒத்துச் செல்வது நமது லட்சியம் அன்று என்கிறது தந்த்ரா - முழு மாற்றம் அடைவதே லட்சியம். ஆகவே மீண்டும் மீண்டும் ஒத்துப் போவதற்கான தந்திரங்களைச் செய்யக்கூடாது. மந்திரம் என்பது அத்தகையதொரு செயல். தூக்கம் வரவில்லையா? மந்திரத்தின் மூலம் தூங்க முயற்சி செய்யாதீர்கள். தூக்கமின்மைக்கான காரணத்தைக் கண்டறிய முயலுங்கள். அதிகமான ஆசை, விருப்பம் ஆகியவை தூக்கத்தைக் கெடுக்கலாம். ஆசை நிறைவேற மனம் தொடர்ந்து செயல்படும்போது தூக்கம் பாதிக்கப்படுகிறது. இப்பொழுது மந்திரம், தந்திரம் என இரு வழிகள் உள்ளன.

காரணத்தைப் பற்றிக் கவலைப்படாமல ஒரு மந்திரத்தைத் தொடர்ந்து சொன்னால் தூக்கம் வரும் என்கிறது மந்திர மார்க்கம். இது மேல்போக்கானது. காரணத்தைப் பற்றி ஆராயாமல் காலையிலும் மாலையிலும் 15 நிமிடம் மந்திர ஜபம் செய்தால் போதும் தூக்கம், அது உடலுக்கு நல்லது என்கிறது. ஆனால் உடல்நலம் பொருந்திய பலர் நன்கு தூங்குகிறார்கள். ஆனால் அவர்களுக்கு எந்தப் பயனும் விளை வதில்லையே. உடல்நலம் என்பது நல்லது, ஆனால் அதுவே லட்சியம் ஆகிவிடாது. தூங்குவது நல்லது, ஆனால் அதுவே இலக்கு அன்று. அமைதியின்மைக்குக் காரணத்தை அறியச் சொல்கிறது தந்த்ரா மார்க்கம்.

ஓர் இந்திய அமைச்சர் என்னிடம் வந்து, 'எனக்குத் தூக்கம் வரவில்லை. நன்றாகத் தூங்க ஒரு வழி சொல்லங்கள்' என்றார். நான் சொன்னேன், ''அரசியல்வாதி தூங்க முடியாது, அவன் தூங்கவும் கூடாது. நான் உங்களுக்கு எந்த வழியும் கூறமாட்டேன். மகரிஷி மகேஷ் யோகியிடம் செல்லுங்கள். காரணம் கேட்காமலேயே ஒரு வழியைச் சொல்வார் அவர்.'' அவரும் அவ்வாறே சொன்னார்.

மூன்று மாதம் கழித்து அவர் என்னிடம் வந்தார். ''உங்கள் பரிந்துரை நன்றாக வேலை செய்தது. இப்பொழுது என்னால் நன்றாகத் தூங்க முடிகிறது'' என்றார். ''தூக்கம் போதாது, விழிப்புணர்வு தேவை என்னும்போது என்னிடம் வாருங்கள்' என்றேன். தூங்குவதால் ஒரு மாற்றமும் விளையாது. மந்திரத்தால் விளையும் தூக்கத்தால் நம் மாற்றம் தள்ளிப்போகும், அவ்வளவுதான்.

என்னால் நல்ல உறக்கத்தைத் தரமுடியாது; ஆனால் நல்ல விழிப்பை, நல்ல விழிப்புணர்வைத் தரமுடியும்.

அரசியல்வாதி தொடர்ந்து ஆசைப்படுகிறார், போட்டியிடுகிறார், பொறாமைப்படுகிறார், உயர்பதவி அடைய முயல்கிறார். முடிவில் ஒன்றையும் சாதிப்பதில்லை.

முல்லா நஸ்ருதீன் வாழ்நாள் முழுதும் அரசியலில் ஈடுபட்டு, மிக உயர்ந்த பதவியை அடைந்தார். 'நீங்கள் அடைந்தது என்ன?' என்று நான் அவரைக் கேட்டேன். 'உலகிலேயே மிகப் பெரிய ஏணி ஏறுபவன் நான் தான். இதுவே எனது சாதனை' என்றார் முல்லா. ஏணியின் உச்சியைப் பிடித்தும் என்ன பயன்? தலைவர், பிரதம மந்திரி எல்லாமே ஏணி ஏறுபவர்கள். ஆனால் ஏணி ஏறுவது மட்டுமே வாழ்க்கை அன்று. பெரிய ஏணிகளில் தொடர்ந்து ஏறிக்கொண்டிருப்பதில் அர்த்தமே இல்லை.

குறிக்கோள் என்பது அமைதியின்மையைத் தரும். உங்கள் குறிக்கோளைப் புரிந்துகொள்ளுங்கள். ஆசை அமைதியின்மையைத் தரும். ஆசைப்படுவதைப் பற்றிய விழிப்புணர்வு தேவை என்கிறது தந்த்ரா. காரணம் மறையும்போது நோயும் மறையும். காரணம் மறையும் போது நமக்குள் மாற்றம் ஏற்படும். நோய் என்பது வெறும் அறிகுறிதான் – அதை மறைக்கப் பார்க்காதீர், அப்படியே இருக்கட்டும். ஏதோ தவறு

என்று அது சொல்லிக்கொண்டே இருக்கும். தூங்க முடியவில்லை என்பது நம் வாழ்க்கைமுறையில் ஏதோ தவறு என்பதைக் காட்டுகிறது.

இந்த அறிகுறி (Symptom) நம் பகைவன் அன்று, நண்பனே. உணர்வின் ஆழத்தில் உள்ள ஏதோ ஒன்று நம்மைத் தூங்கவிடவில்லை என்பதையே இது காட்டுகிறது. அதைப் புரிந்துகொண்டு கடந்து செல்லவேண்டும் - அப்பொழுது ஆழ்ந்த உறக்கம் வரும். நோய் நீங்கியதால் தூக்கம் வருகிறது. இத்தூக்கத்தில் வேறு மாதிரியான உணர்வு ஏற்படுகிறது. இதனால் தூக்கமும் அதே சமயம் விழிப்பும் உண்டாகிறது. வசியமோ, மயக்கமோ, மருந்தோ இல்லை. எல்லா மந்திரங்களும் மருந்துதான். மருந்துக்கு அடிமை ஆகாதீர்கள்.

> "மந்திரம், பரமிதம் - இவற்றில் பயிற்சி
> சூத்திரம், கோட்பாடு - இவற்றின் உபதேசம்
> சாத்திரம், சமயம் - இவற்றின் விளக்கம்
> ஆகியவை
> இயல்பாம் உண்மையை உணர்த்த மாட்டா."

பரமிதம் என்பது பௌத்தச் சொல். கருணை என்பது அதன் பொருள். கிறிஸ்தவப் பாதிரிமார் செய்வது பரமிதம். தொண்டு செய்! கருணையோடு இரு! இரக்கப்படு! இதுவும் உதவி செய்யாது என்கிறார் திலோபா.

மக்களுக்காகவே தங்களை அர்ப்பணித்த பல சமுதாய சீர்திருத்த வாதிகளை நான் கவனித்திருக்கிறேன். ஆனால், அதனால் அவர்கள் எந்த மாற்றமும் அடையவில்லை. மக்களுக்குத் தொண்டு செய்வது, சமுதாயச் சேவை செய்வது என்பது வெறும் வேலை ஆகிவிடும்.

தெய்வீக அற்புதத்தால் திடீரென்று சமுதாயம் மாறிவிடுகிறது என்று வைத்துக்கொள்வோம் - பிச்சைக்காரன் இல்லை, ஏழை இல்லை, நோய் இல்லை, மருத்துவமனை இல்லை - திடீரென்று இவ்வாறு நிகழ்ந்தால் இந்தச் சமுதாயத் தொண்டர்கள் நிலை என்னவாகும்? அவர்கள் தற்கொலை புரிந்துகொள்வர். தொண்டு செய்ய யாருமே இல்லாது போய்விடுமே. கிறிஸ்தவ மடங்கள் கதி என்ன ஆகும்? மத மாற்றம் செய்ய யாருமே இல்லாதபோது அவர்கள் என்ன செய்வார்கள்?

உண்மையிலேயே இப்படி ஒரு புரட்சி நடந்தால் அவர்கள் கதி? 'பழைய சமுதாயத்தை மீண்டும் தாருங்கள்' என்று கடவுளிடம் பிரார்த்திப்பார்கள்; 'நாங்கள் தொண்டு செய்ய குஷ்டரோகிகள் தேவை உதவி செய்ய பிச்சைக்காரர் தேவை' என்று வேண்டி நிற்பார்கள்.

நம் வேலையைக் கவனிக்கலாம் அல்லது பிறர் வேலையைக் கவனிக்கலாம், ஆனால் மனம் எப்பொழுதும் ஏதாவது ஒரு தொழிலில் ஈடுபடவே விரும்பும். நம்மை மறந்து பிறவற்றில் ஈடுபடச் செய்வதே மனத்தின் வேலை. இயல்பு உண்மையிலிருந்து விலகிச் செல்லுதல் இது. இவையெல்லாம் வழியல்ல என்கிறார் திலோபா.

முதலில், பிறருக்குச் சேவை செய்யும் முன் சுயநலம் மிக்கவராய் இருங்கள் என்கிறார் திலோபா. நமது அக இயல்பை உணராது பிறருக்கு எவ்வாறு தொண்டு செய்யமுடியும்? நமக்குள் அகஒளி சுடர்விட்டால் பிறருக்கு உதவி செய்ய முடியும் - இல்லையேல் தொண்டு என்பது வெறும் குறும்பாக முடியும். உலகத்தில் குறும்பு மிகவும் அதிகம். ஏனெனில் எவ்வளவு புரட்சிக்காரர்கள், எவ்வளவு சமுதாய சீர்திருத்த வாதிகள்! இவர்கள் குறும்பை, குழப்பத்தை உண்டுபண்ணுகிறார்கள். தங்கள் உண்மையை உணராது பிறருக்குத் தொண்டு செய்ய ஆரம்பிப்பதே இதற்குக் காரணம். நமக்குள் ஒளி இருந்தால் அதைப் பிறரோடு பகிர்ந்து கொள்ளலாம், இல்லையேல்...?

ஒரு புரட்சிக்காரர் புத்தரிடம் வந்தார். ''பிறருக்கு எவ்வாறு தொண்டு செய்வது? எனக்குள் ஆழ்ந்த கருணை இருக்கிறது. எல்லோரையும் மகிழ்ச்சியாக வைத்துக்கொள்ள விரும்புகிறேன்'' என்றார். அவரைப் பார்த்தார் புத்தர், சோகமானார். ''ஏன் இவ்வாறு சோகமாக இருக்கிறீர் கள்?'' என்றார் வந்தவர். ''நீங்களே சந்தோஷமாக இல்லாதபோது பிறரை எப்படிச் சந்தோஷப்படுத்த முடியும்? உங்களிடம் இல்லாததைப் பிறரோடு எவ்வாறு பகிர்ந்துகொள்ள முடியும்?'' என்று கேட்டார் புத்தர்.

முதலில் நீங்கள் மகிழ்ச்சியாக இருங்கள். பிறரை மகிழ்ச்சிப் படுத்துவது நம் வேலையன்று. நமதிருப்பே பிறருக்கு உதவிதான். அதைத் தொழிலாக்க வேண்டாம். ஒரு மரத்தின் அருகே உட்கார்ந்தால், நாம்

மரத்திற்கு உதவி செய்கிறோம். எந்த முயற்சியும் இல்லாமலேயே உதவி தரப்படுகிறது. நம் அகஇருப்பு மரத்திலும், மரம் நமக்குள்ளும் கலந்துவிடும். நாம் மரத்தை விழிப்படையச் செய்துவிட்டோம். ஒருநாள் இந்த மரம் புத்தராகிவிடும், நாம் அதில் ஓர் அங்கமாகி விடுவோம்; அதில் நாம் பங்கேற்போம். அதை உலகமே கொண்டாடும், நாமும் கொண்டாடுவோம். நம்மிலிருந்து ஒரு பகுதியை நாம் மரத்தோடு பகிர்ந்து கொண்டோம்.

ஆற்றின் அருகில் உட்கார்ந்தால் அங்கும் பங்கேற்பு நிகழ்கிறது. நம் அசைவே கருணையாகிவிடும் - ஒன்றும் செய்யவேண்டியதில்லை. ஏதாவது செய்தால் அது தவறாகிவிடும். நேசிப்பை எவ்வாறு செய்வது? அது ஒரு செயல் அன்று, நமது இருப்பாம் நிலை. அன்பும், ஒளியும் இருக்கும்போது கதவுகள் திறக்கின்றன, அகச் சன்னிதானத்தில் விருப்ப முள்ளவர் வரலாம். நமது ஒளியைக் கொண்டு தங்கள் ஒளியை ஏற்றுதற்கு யாரும் வரலாம்; நாம் தயார்.

இன்னொருவரிடம் சென்று உதவி கேட்கமாட்டோம். பிறரிடம் உதவி கேட்க நாம் சரியான ஆள் அன்று. ஒரு செயலைச் செய்யத் தொடங்கினால், பிறர் செயலில் நம் மூக்கை நுழைக்கத் தொடங்கி விட்டோம் என்பது பொருள். அவர்கள் அவர்களாகவே இருக்கட்டும். அவர்களைத் தொந்தரவு செய்யாமல் இருப்பதே கருணை. அவர்களை மாற்ற நினைக்காதீர்கள்; நாம் செய்வது என்ன என்பது நமக்குத் தெரியாது.

தன்னொளி **(Enlightened)** பெற்றவரே உதவி செய்யத் தகுதி படைத்தவர். அவ்வுதவி இயல்பாகத் தானே வெளிப்படும். மலர்ந்த பூவின் வாசத்தைக் காற்று எல்லா இடங்களுக்கும் எடுத்துச் செல்வதைப் போன்றது இது. மிகவும் நுட்பமான அது, யாரையும் நேரடியாகப் பாதிப்பதில்லை. உண்மையான குரு என்பவர் யாரையும் நேரடியாக மாற்ற முயற்சிக்க மாட்டார். நறுமணம் போன்று அவர் நம்மைச் சூழ்ந்து நிற்கிறார். நாம் திறந்திருந்தால் நமக்குள் நுழைகிறார், இல்லையேல் வாயிற்படியில் காத்திருக்கிறார், கதவைக் கூடத் தட்டமாட்டார். தட்டினால் நம் தூக்கம் தடைப்படுமே என்று விழிக்கும்வரை காத்திருக்கிறார்.

எனக்கு விழிப்புணர்வு வந்திருக்கலாம், நீங்களும் விழித்துக் கொள்ளவே நான் விரும்புகிறேன். ஆனால் நீங்கள் ஆழ்ந்து உறங்கிக் கொண்டிருந்தால் உங்கள் தூக்கத்தைக் கெடுக்க எனக்கு உரிமையில்லை. எனவே நறுமணமாய் உங்களைச் சுற்றி நின்று காத்திருப்பேன். இந்த நறுமணம் உங்களைத் தூக்கத்திலிருந்து எழுப்புமானால் சரி. அதுவும் நேரடி முயற்சியன்று, மறைமுக முயற்சியே. முழுதும் மறைமுகமாக இருப்பவர்களே உதவி செய்யத் தகுதி படைத்தவர். நேரடியாக உதவி செய்பவர் அரசியல்வாதி, மறைமுகமாக உதவி செய்பவர் ஞானி.

> "சூத்திரம், கோட்பாடு - இவற்றின் உபதேசம்
> சாத்திரம், சமயம் - இவற்றின் விளக்கம்
> ஆகியவை
> இயல்பான உண்மையை உணர்த்த மாட்டா."

ஏன்? அது இங்கேயே இருக்கிறது. முழுமையாக உள்ளே இருப்பதை நாடுகிறோம். ஒன்றுமே செய்ய வேண்டியதில்லை. செயல் என்பது முற்றிலும் பொருத்தமற்றது. தேவை திரும்பி வருதலே. விருந்தாளி வீட்டிற்குள் இருக்கிறார், எஜமானனோ வெளியில். ஆசையின்மூலம் வெளியே செல்கிறோம்.

தியானம் என்பது மீண்டும் திரும்பி வருதலே. உள்ளே வந்து சிறிது ஓய்வெடுப்பதே தியானம். மந்திர ஜபமோ, பிரார்த்தனையோ அன்று அது. எங்கும் செல்லாது இருத்தலே தியானம். இருந்த இடத்திலேயே இருப்பதே அது. ஆசை நம்மை நீண்ட பயணங்களில் அழைத்துச் செல்லும்; அது நம்மை வெளியே எங்கோ அழைத்துச் செல்லுமே தவிர உள்ளே அழைத்து வராது.

> "ஏனெனில்
> ஆசையால் நிறைந்த மனம்
> இலக்கை நாடினால்
> அது ஒளியை மறைக்கவே செய்யும்."

வெளியே செல்வதால், தேடுவதால் தவறவிடுகிறோம். தெய்வீகம் நமக்குத் தேவையான எல்லாவற்றையுமே அளித்திருக்கிறது - நாம் எதுவுமே செய்ய வேண்டியதில்லை. நாம் பிச்சைக்காரராக இவ்வுலகில்

அனுப்பப்படவில்லை, பேரரசர்களாக அனுப்பப்பட்டிருக்கிறோம். எதையும் நினைக்காது சற்று உள்ளே திரும்புங்கள். 'இங்கேயே இப்பொழுதே' இருங்கள். திடீரென்று அது இங்கிருக்கும் - இதுதான் எப்பொழுதும் இங்கிருக்கிறதே - நாம் சிரிக்க ஆரம்பிக்கிறோம்.

'ஞானம் வந்தபோது என்ன செய்தீர்கள்?' என்று லின் சீயைக் கேட்டபோதுதான் செய் முதல் செயலாக அவர் சொன்னார், 'நான் என்ன செய்வது? சிரித்தேன். ஒரு கப் டீ கேட்டேன். சிரித்தேன் - இங்கேயே இருப்பதைத் தேடுவதா?' எல்லாப் புத்தர்களும் சிரித்தனர், எல்லாப் புத்தர்களும் ஒரு கப் டீ கேட்டிருக்கின்றனர் - வேறு என்ன செய்வது? இது தான் இங்கேயே இருக்கிறதே. தேவையில்லாமல் அதைக் குறித்து ஓடிக் களைத்துப்போய் வீடு சேர்கிறோம். ஒரு கப் டீயே சரியானது.

> "ஏனெனில்
> ஆசையால் நிறைந்த மனம்
> இலக்கை நாடும்போது
> ஒளியை மறைக்கவே செய்கிறது."

நெருப்பைச் சுற்றிப் புகையை உண்டுபண்ணுகிறோம் நாம். சுற்றிச் சுற்றி ஓடுவதால் தூசியும் புகையும் படிகின்றன. நம் முயற்சியே தூசியையும் புகையையும் உண்டாக்குகிறது. அதனால் சுடர் மறைக்கப்படுகிறது. சிறிது ஓய்வெடுங்கள், தூசி மீண்டும் பூமியில் படியட்டும். வேகமாக ஓடாவிட்டால், அவசரப்படாவிட்டால், தூசியும் புகையும் ஏற்படா. படிப்படியாக உள்ளொளி வெளிப்படும்.

நாம் ஏற்கெனவே சரியாகவே இருக்கிறோம் என்பது தந்த்ராவின் அடிப்படை வாதம். வேறு எந்த தரிசனமும் அவ்வாறு கூறவில்லை. பாதையில் சென்று போராடிப் பல விஷயங்களை வென்று அதை அடைய வேண்டும் என்று மற்றவர் கூறுவர். இலட்சியம் எங்கோ வெகு தொலைவில் இருக்கிறது, அதை அடையப் பல பிறவி வேண்டும், முழுமையைச் சாதித்தே அடையவேண்டும் என்பர். இவ்வகைக் கருத்தே நாம் இலக்கை அடையத் தடையாக இருக்கிறது என்கிறது தந்த்ரா. நிறைவு என்பது புதிதாக உருவாக்கப்படுவது அன்று. அது இங்கேயே இருக்கிறது, அதை உணரவேண்டும், அவ்வளவே.

இங்கேயே இப்பொழுதே ஞானத்தை அளிக்கிறது தந்த்ரா. காலம் தாழ்த்துதல் என்பதே இல்லை. ஓய்வினால்தான் ஞானம் கிட்டும், ஓய்வின்மை நம்மைச் சுற்றிப் புகையை ஏற்படுத்தும் என்கிறது. ஆனால் நாமோ அவசரப்பட்டு, அதன் குரலைக் கேளாது, ''ஓய்வெடுக்க நேரமில்லை. இலக்கோ எங்கோ வெகுதூரத்தில் இருக்கிறது. ஓய்வெடுத்தால் அதை அடைய முடியாது'' என்கிறோம். அதைத் தவறவிடுவதற்கு நம் ஓட்டமே காரணம், நம் அவசரமே காரணம் என்கிறது தந்த்ரா.

''தந்த்ரா உண்மைகளை அறிந்தும் பேதம் இருந்தால்
சமய இயல்பிற்குத் துரோகம் அதுவே.
செயல்பாடுகளை விடுங்கள், ஆசைகளை அகற்றுங்கள்:
எண்ணங்கள் எழுந்து விழட்டும்
அவை கடலில் அலை போன்றவை.
எதையும் சார்ந்திராமல்
அபேதமாய் இருப்பவனே
தந்த்ராப் பொருண்மையை ஏற்பவன் ஆகிறான்.''

இது மிக எளிதானது. ஆனால் நாம் உள்ளே வீணாகக் குழம்பிக் கிடக்கிறோம். இல்லையேல் இது மிக மிக எளிதாகப் புரியும்.

''செயல்பாடுகளை விடுங்கள், ஆசைகளை அகற்றுங்கள்
எண்ணங்கள் எழுந்து விழட்டும்
அவை கடலில் அலை போன்றவை.''

கடற்கரைக்குச் சென்று கடலைக் கவனியுங்கள். அலைகள் எழும், விழும். வெறுமனே அதைப் பார்த்துக் கொண்டிருங்கள் போதும். மனத்தின் நிலையும் அவ்வாறே. கடலைப் போன்றதே அதுவும். எண்ணங்கள் எழும், வீழும்.

நம் உணர்வு முழுவதுமே கடல் போன்றதுதான். உணர்வுக்கடலின் ஒரு பகுதியே மனம். கடலில் மீன் இருப்பதைப்போல, உணர்வில் நாம் மீன்களாக இருக்கிறோம். கடலை நாம் அமைதிப்படுத்த முடியுமா? எவ்வாறு செய்வது?

மனத்தை அமைதிப்படுத்தச் செய்யப்படும் முயற்சிகளே கஷ்டங்களைச் சேர்த்துவிடும். முடியாத ஒன்றை முயற்சிப்பது சரியன்று. அது

நடக்காத ஒன்று! ''கவனியுங்கள். எண்ணங்கள் வந்து போவது நம் கையில் இல்லை. அவை தாமாகவே நிகழ்கின்றன. அவற்றில் நாம் ஏன் ஈடுபடவேண்டும்? அவை கடலைச் சார்ந்தவை, நம்மைச் சார்ந்தவை அல்ல. நாம் இல்லாதபோதும் அவை இருந்தன. நாம் ஒருநாள் இல்லாது போவோம். ஆனால் அவை இருக்கும்'' என்கிறது தந்த்ரா.

அறிவியலும் இப்பொழுது இதை ஒப்புக்கொள்கிறது. ஒவ்வொரு எண்ணமும் ஓர் அலை. அதனால்தான் வானொலி எண்ணங்களை ஒலிபரப்புகிறது. அவை எல்லாவற்றிலும் பரவுகின்றன. நியுயார்க்கில் ஒலி பரப்புவதை இங்கு கேட்க முடிகிறது. இறந்த காலத்திலிருந்தும் எண்ணங்களைப் பெறமுடியும் என்று இப்பொழுது அறிவியலார் கூறுகின்றனர். ஏனெனில் எண்ணங்கள் இறப்பதே இல்லை. திலோபா நரோபாவிடம் பேசுவதைக்கூட ஒருநாள் கேட்கலாம். அறிவியல் இதைச் சாதிக்கலாம். ஏனெனில் நியுயார்க்கில் பேசுவது பூனேயேச் சென்றடைய சில விநாடிகளே பிடிக்கிறது. ஆனால் அதற்கும் காலம் தேவையாகிறது. எண்ணம் பயணம் செய்துகொண்டே இருக்கும். பூமியைக் கடந்துகூட அது செல்லும். நட்சத்திரத்தைச் சில மில்லியன் ஆண்டுகளில் சென்று அடையலாம். இங்கு பிடித்து விட்டால், மறுபடியும் கேட்க முடியும்.

நம்மைச் சுற்றியிருக்கும் மகாசமுத்திரம் எண்ணங்கள் - வெறும் சாட்சி மாத்திரமாய் இருங்கள். அவை நாம் இல்லாமலும் இருக்கும். எனவேதான் தந்த்ரா கூறுகிறது, ''அலை வருகிறது, அது அழகாக இருக்கிறது. பேரலை வருகிறது, அது ஆகாயத்தை எட்டப் பார்க்கிறது - அதைக் கவனியுங்கள். பின் அமைதியான கடல், சந்திரன் அதில் பட்டுப் பிரதிபலிக்கிறது - அந்த அழகையும் கவனியுங்கள். அவற்றை உற்றுக் கவனித்தால் முற்றும் மௌனமாகி விடுவீர்கள். எண்ணங்கள் கடற்கரைக்கு வரலாம் பாறைகளில் பட்டுச் சிதறலாம். நாம் அமைதியாக இருந்தால் அவை நம்மைப் பாதிக்கமாட்டா.

எனவே, உண்மையில் பிரச்சனை எண்ணங்களில் இல்லை, அவற்றால் பாதிக்கப்படுவதில்தான் இருக்கிறது. எனவே எண்ணங் களோடு போரிடாதீர்கள், வெறுமனே சாட்சி மாத்திரமாய் (Witness) இருங்கள். அவை நம்மைப் பாதிக்கமாட்டா. அந்த மௌனம் வலிமை மிக்கது. மயான அமைதி போன்று ஜடமானது அன்று. மனத்தைப்

பலவந்தப்படுத்தினால் நரம்பு மண்டலம் பாதிக்கப்படும். அப்பொழுதும் எண்ணங்கள் இருக்காது. அப்பொழுது இன்னம் நுண்ணிய அமைப்பு தேவை அவற்றை ஏற்க. கடல் இருக்கும் ஆனால் நாம் அதை உணரும் நிலையில் இருக்க மாட்டோம்.

பல யோகிகளிடம் நடப்பது இதுவே. அவர்கள் தங்கள் நரம்பு மண்டலங்களைக் கெடுத்துக் கொள்கின்றனர். குறைத்துச் சாப்பிடுவதால் மூளைக்குச் சக்தியே செல்வதில்லை. பட்டினி கிடக்கும்போது சக்தி மூளைக்குச் செல்வதில்லை, உடலுக்கு மட்டுமே செல்கிறது. அவர்கள் இவ்வாறு இருப்பதால் படிப்படியாக மூளை செயலற்றுப் போகிறது. ஒரு மந்திரத்தைத் தொடர்ந்து ஜபித்தால் அப்படித்தான் ஆகும்.

மந்திர ஜபத்தால் மௌனம் கிடைக்காது - அம்மனிதன் மேலும் முட்டாள் ஆகிறான். பல யோகிகள் முகத்தில் இந்த முட்டாள்தனத்தைக் காணலாம். அறிவுச் சுடர் இல்லாது வெறும் கல்போன்ற ஜடத்தன்மை அவர்கள் முகத்தில் வெளிப்படக் காணலாம். அவர்கள் மௌனத்தை அடையவில்லை, மூளையை இழந்துவிட்டனர். தங்களைத் தாமே செயலற்றுப் போகச் செய்தமையால் இறந்தவர் போலக் காணப்படு கின்றனர். நரம்பு மண்டலம் செயலற்றுப் போவதால் அவர்களிடம் ஒன்றுமே நடப்பதில்லை. அதற்கு மிகவும் நுண்ணிய அமைப்பு தேவை. மென்மை, ஏற்பு (Receptive), நுட்பம் ஆகியவை தேவை.

எனவே, ஒரு யோகியின் முகத்தில் ஒளியைக் கண்டால், அறிவாற றல், விழிப்புணர்வைக் கண்டால் அவருக்குள் மலர்ச்சி ஏற்பட்டிருக்கிறது என்பது பொருள் - அப்பொழுதுதான் மௌனம் நிகழும். இல்லையேல் அந்த மௌனம் ஆற்றல் மிக்கது ஆகாது, முட்டாள்களின் மௌனம் போன்றது ஆகிவிடும். சிந்திக்க முடியாததால் அவர்கள் மௌனி யாகிறார்கள். அது கல் போன்ற ஜடத்தன்மை கொண்ட மௌனம்.

முட்டாள் யோகியாக முடியாது. முட்டாளது மூளை வேலை செய்வதில்லை. யோகாசனங்கள் இதைத்தான் செய்கின்றன. தொடர்ந்து சிரசாசனம் செய்யலாம் - அதனால் நரம்பு மண்டலம் செயலற்றுப் போகும். நுட்பமான சக்தியும் ரத்த ஓட்டமும் மூளைக்குத் தேவை. மூளை நரம்புகள் மிகவும் மென்மையானவை, தலைமுடியை விட மென்மை

யானவை. பத்தாயிரம் மூளை நரம்புகள் ஒன்று சேர்ந்தால்கூட, ஒரு தலைமுடியின் அடர்த்தி கிடைக்காது. எனவே ரத்தம் வேகமாகச் செல்லும்போது அது மூளை நரம்புகளை அழித்துவிடும். வெள்ளம் பாய்வதைப் போன்றது இச்செயல்.

மனிதன் மூளையை அடைந்ததுபோல எந்த விலங்கும் அடைய வில்லை. மனிதன் காலினால் நிற்பதால் ரத்தம் தலைக்குச் செல்ல முடியவில்லை. புவி ஈர்ப்புக்கு நேர்மாறானது இது. புவிஈர்ப்பு விசை ரத்தத்தைக் கீழ்நோக்கிச் செலுத்துகிறது; மிக மிக நுட்பமான பகுதியே தலையைச் சென்றடைகிறது. எனவேதான், இந்த நுண்ணிய அமைப்பு அழியாது நிற்கிறது. நான்கு கால்களில் நிற்பதால் விலங்குகளுக்கு அவற்றின் மூளை உடலைப் போலவே ஒரே நிலையில் நிற்கிறது. சிரசாசனம் செய்யும்போது ஒரு நிமிடம் செய்தால் அது நல்லது. மூளையைக் குளிப்பாட்டித் தூய்மை செய்வது போன்ற செயல் இது. ஆனால் தொடர்ந்து இதைச் செய்தால் மூளை அமைப்பையே இது நாசமாக்கிவிடும். மூளையால் வெள்ளத்தைத் தாங்கமுடியாது.

மூளையை அழிக்கப் பலவழிகளை யோகியர் கண்டறிந்திருக் கின்றனர். மூளை அழிக்கப்பட்டால் கடலைக் காண முடியாது - கடல் இருக்கும், எண்ணங்கள் இருக்கும். ரிப்பேர் ஆன ரேடியோவைப் போன்றது இது. ஒலிபரப்புகளை ஏற்க முடியாத நிலை, காரணம் ரேடியோ பழுதுபட்டதுதான். ரேடியோ சரியாக இருந்தால் ஒலிபரப்பை உடனே அது பற்றிக்கொள்கிறது.

வருவதை ஏற்கும் மையம் போன்றது மூளை. அழித்துவிட்டால் அது மௌனமாகிவிடும். ஆனால் தந்த்ரா கூறும் மௌனம் இது அன்று. அந்த மௌனம் வெறும் மரணம் - நான் அதை உபதேசிக்கவில்லை. அதனால் வாழ்க்கை வீணாகும். கல்லறைக்கே பொருந்தும் அது. ஆனால் இந்த மௌனமோ உணர்வுமிக்கது, கவிநயம் கொண்டது, அழகியது.

ஆகவே, தந்த்ரா கூறும் மௌனத்தை அடையுங்கள். அலைகளைக் கவனியுங்கள். உற்றுக் கவனிக்க கவனிக்க அவற்றின் அழகு புரியும், எண்ணங்களின் நளினம் தெரியும். ஆனால் சாட்சி மாத்திரமாகவே இருங்கள். கடற்கரையிலேயே இருங்கள், அல்லது கதிரவன் ஒளியில்

படுத்திருங்கள், கடல் அதன் வேலையைச் செய்யட்டும் - நீங்கள் அதில் தலையிடாதீர்கள்.

நீங்கள் தலையிடாமல் இருந்தால், போகப்போக, கடல் உங்களைப் பாதிக்காது. அது உங்களை ஊடுருவிச் செல்லாது. அது தனியாக உங்களிடமிருந்து பிரிந்தே நிற்கும். உங்களுக்கும் கடலுக்கும் இடையே ஒரு நீண்ட இடைவெளி (Distance) இருக்கும். அந்த நீண்ட இடைவெளியே உண்மையான தியானம், உண்மை மௌனம்.

உலகம் சென்றுகொண்டே இருக்கும், ஆனால் நாம் பாதிக்கப்பட மாட்டோம். உலகத்தில் நாம் இருப்போம், ஆனால் நமக்குள் உலகம் இருக்காது. உலகோடு ஒட்டாமல், வடுப்படாமல் இருப்போம், கன்னி யாகவே இருப்போம். நாம் என்ன செய்தாலும், நமக்கு எது நிகழ்ந்தா லும், எந்த வேறுபாடும் இருக்காது. நம் கன்னிமை, அப்பாவித்தன்மை (Innocence), தூய்மை அழியாமல் முழுமையாகவே இருக்கும்.

> "தந்த்ரா உண்மைகளை அறிந்தும் பேதம் இருந்தால்
> சமய இயல்பிற்குத் துரோகம் அதுவே.'

தந்த்ராக் கோட்பாடுகளைப் பின்பற்ற நினைத்தால் பேதம் இருக்கக் கூடாது. பேத புத்தி இருந்தால் நீங்கள் தந்த்ரா அறிஞராக இருக்கலாம், ஆனால், தந்த்ராவைப் பின்பற்றுபவர் ஆகமாட்டீர்கள். வேறுபாட்டினை நீக்குங்கள், பேதபுத்தியை விடுங்கள். இது நல்லது, அது தீயது என்று கூறாதீர்கள். உள்ளதை அப்படியே ஏற்றுக்கொள்ளுங்கள்.

> 'செயல்பாடுகளை விடுங்கள், ஆசைகளை அகற்றுங்கள்'
> உங்களுக்குள் ஓய்வெடுங்கள், வீட்டிற்குத்
> திரும்பிவாருங்கள்.
> "எண்ணங்கள் எழுந்து விழட்டும்
> அவை கடலில் அலை போன்றவை
> எதையும் சார்ந்திராமல்
> அபேதமாய் இருப்பவனே
> தந்த்ராப் பொருண்மையை ஏற்பவன் **ஆகிறான்.''**
> அபேதக் கொள்கையை ஏற்று, பேத புத்தியை விட்டால்
> சரியான பாதையில் செல்லலாம்.

'...சார்ந்திராமையை ஒருபோதும் புண்படுத்தாதவன்'

எங்கும் தங்கவேண்டாம், வீடில்லாமல் இரு என்கிறது தந்த்ரா. எதனோடும் ஐக்கியப்படக் கூடாது, எதையும் பற்றி நிற்கக்கூடாது, வீடில்லாமல் இருக்கவேண்டும். அப்பொழுதுதான் உண்மையான வீட்டை அடையமுடியும்... ஒன்றைப் பற்றி நிற்கும்போது வீட்டைத் தவறவிடுவோம். எந்த உறவும் வேண்டாம், எதையும் யாரையும் பற்றுக்கோடாகக் கொள்ளவேண்டாம். அனுபவியுங்கள், ஆனால் பற்றிக் கொள்ளாதீர்கள். பற்றி நிற்றல் (Clinging) நிகழும்போது நம் ஓட்டம் தடைப்படும். பற்றும் மனம் உள்புகுந்து தடையாகி நிற்கும். எங்கும் வசிக்க வேண்டாம், உங்களுக்குள்ளேயே வசியுங்கள். எதிலும் ஒட்டிக் கொள்ள வேண்டாம், அப்பொழுதுதான் உங்களுக்குள் ஓய்வெடுக்க முடியும்.

எனவே, இரு கருத்துக்கள் அடிப்படையானவை: சார்ந்திரா மையை நிலைகுலைக்கக் கூடாது, அபேதக் கொள்கையை இழிவு செய்யக்கூடாது.

> "ஆசைப்படுதலை நீத்து
> எதையும் பற்றாமல் இருக்கும்போது
> சாத்திரங்களின் உண்மைப் பொருளை உணர்கிறான்."

சாத்திரங்களின் மூலம் உண்மையை உணரமுடியாது. ஆனால் உண்மையை உணர்ந்தால், சாத்திரங்கள் நன்கு புரியும். சாத்திரங்கள் சாட்சிமூலங்கள். அவற்றின் மூலம் உண்மையை அறியமுடியாது, ஆனால் உண்மையை அறிந்தபின் அவை அதற்குச் சாட்சியாகும். எல்லாச் சாத்திரங்களும், 'நீ அடைந்துவிட்டாய்' என்றே கூறுகின்றன. அதுதான் உண்மையும் கூட. உண்மையை உணர்ந்தவர் வாக்கே சாத்திரங்கள். அவற்றின் மொழியும், குறியீடும், உருவகமும் எப்படி இருந்தாலும், உண்மையை உணர்ந்தால், அவற்றின் மொழி, குறியீடு, உருவகத்தை ஊடுருவிச் செல்லமுடியும்.

"நீங்கள் இங்கு என்ன செய்துகொண்டிருக்கிறீர்கள்? சிலசமயம் திலோபா மற்றும் தந்த்ரா பற்றிப் பேசுகிறீர்கள், சிலசமயம் பதஞ்ஜலி

மற்றும் யோகம் பற்றிப் பேசுகிறீர்கள். வேறு சமயம் லாவோ த்ஸு, சுவாங் த்ஸு ஆகியோர் பற்றிப் பேசுகிறீர்கள், தாவோ ஹெராக்லிடஸ், இயேசு பற்றியும் பேசுகிறீர்கள்'' என்று என்னைக் கேட்கிறார்கள். நான் ஒன்றைப் பற்றியே திரும்பத் திரும்பப் பேசுகிறேன், வேறு எதுபற்றியும் பேசவில்லை. ஹெராக்லிடஸோ, திலோபாவோ, புத்தரோ, இயேசுவோ - எனக்கு எந்த வேறுபாடும் இல்லை. நான் என்னைப் பற்றியே பேசுகிறேன். நம்மை உணர்ந்தால் எல்லாச் சாத்திரங்களையும் நிறைவு செய்துவிடுவோம். நம்மை உணர்ந்தபின் இந்து சாத்திரம், யூத சாஸ்திரம், கிறிஸ்தவ சாத்திரம் என்ற வேறுபாடெல்லாம் இல்லை. சாத்திரங்களின் உச்சியைத் திடீரென்று தொட்டுவிடுவோம்.

நான் ஒரு கிறிஸ்தவன், இந்து, முகமதியன், யூதன் - ஏனெனில் நான் யாரும் இல்லை. உண்மை உணரப்படும்போது அது சாத்திரங்களுக்கு அப்பாலாகிறது. சாத்திரங்கள் உண்மையை நோக்கியே செல்வன. சந்திரனைக் காட்டும் கைவிரல்கள் அவை. கைவிரல் பல்லாயிரம் இருக்கலாம், ஆனால் சந்திரன் ஒன்றுதானே. ஒருமுறை உண்மையை அறிந்தால், எல்லாவற்றையும் அறிந்ததாகும்.

சாத்திரங்கள் நம்மைப் பிளவுபடுத்தும். பைபிளைப் பின்பற்றினால் கிறிஸ்தவர், குரானைப் பின்பற்றினால் முகமதியர், கீதையைப் பின் பற்றினால் இந்து - ஆனால் சமயத்தன்மை இங்கு போய்விடும். உண்மை உணரப்படும்போது மட்டுமே சமயத்தன்மை நிகழும். பின் நாம் சாத்திரங்களோடு ஒட்டமாட்டோம், மாறாக அவை நம்மோடு ஒட்டிக் கொள்ளும். நாம் எவரையும் பின்பற்ற மாட்டோம், ஆனால் எல்லாச் சாத்திரங்களும் நம்மைப் பின்பற்றி நிற்கும். அவை நம் நிழல்போல் ஆகிவிடும். சாத்திரங்கள் எல்லாம் ஒன்றைப் பற்றியே சொல்கின்றன. அவற்றின் உருவகம், மொழி ஆகியவை வேறுபடுகின்றன, ஆனால் அனுபவம் ஒன்றுதான்.

'கடலை எவ்விடத்தில் சுவைத்தாலும் உப்புக்கரிக்கவே செய்யும்' என்கிறார் புத்தர். குரானில் சுவைத்தாலும் சரி, பைபிளில் சுவைத்தாலும் சரி அதன் சுவை ஒன்றே. சாத்திரங்கள் நம்மை எங்கும் அழைத்துச் செல்லமாட்டா, அவற்றால் முடியாது. நாமில்லாமல் அவற்றுக்கு உயிர்

கிடையாது. ஆனால் உண்மையை உணர்ந்தவுடன், திடீரென்று சாத்திரங் களுக்கு உயிர் வந்துவிடும். நம்மூலமே அவை மறுவாழ்வு பெறுகின்றன.

நானும் அதைத்தான் செய்கிறேன், திலோபாவிற்கு மறுவாழ்வு தருகிறேன். அவர் பல நூறு ஆண்டுகளுக்கு முன்பே இறந்துவிட்டார். அவரைப் பற்றி யாருமே பேசவில்லை. அவருக்கு யாருமே மறுவாழ்வு தரவில்லை. நான் அவருக்கு மறுவாழ்வு தந்திருக்கிறேன். நான் இங்கிருக்கும்போது அவர் மறுபடியும் உயிரோடு வாழ்கிறார். முடிந்தால் நீங்களும் அவரைச் சந்திக்கலாம், அவரது காலடி ஓசையைக் கேட்கலாம்.

என் மூலம் சாத்திரங்கள் உயிர்பெறும், இவ்வுலகிற்கு மறுபடியும் வரும், நான் நங்கூரம் ஆவேன். இதைத்தான் நான் செய்துகொண்டி ருக்கிறேன். நீங்களும் ஒருநாள் இதைச் செய்யவே விரும்புகிறேன். உண்மையை உணரும்போது, இறந்த காலத்து அழகு எல்லாம் புதுப் பிக்கப்படும். அப்பொழுது அதை அறிந்தவரும் இப்பூமியில் மீண்டும் தோன்றி மக்களுக்கு உதவி செய்வர்.

6. பாடல் தொடர்கிறது:

''மகாமுத்திரையில் எல்லாப் பாவங்களும்
எரிந்துபோகும்,
இவ்வுலகச் சிறையிலிருந்து விடுதலை கிட்டும்.
தர்மத்தின் தன்னிகரற்ற ஒளிவிளக்கு இதுவே.
இதை நம்ப மறுப்பவர் அறிவிலிகள்.
அவர்கள் எப்போதும் துன்பத்திலும் துயரத்திலும்
உழலுவர்.

முக்தி பெற
குருவருளைச்சார வேண்டும்.
குருவருள் கிடைத்த மனத்திற்கு
முத்தி கையிலேயே உள்ளது.

ஐயோ, இவ்வுலகில் உள்ள எல்லாமே அர்த்தமற்றவை.
அவை துயரத்தின் விதைகள்.
சிறு உபதேசங்கள் செயலுக்கே அழைத்துச் செல்லும் -
எனவே
மகா உபதேசங்களை மட்டுமே பின்பற்ற வேண்டும்.

6. மகா உபதேசம்

ஆன்மாவின் படிப்படியான வளர்ச்சியில் தந்த்ரா மார்க்கத்திற்கு நம்பிக்கையில்லை; உடனே ஞானம் பெறுவதையே அது விரும்புகிறது. ஆனால் யோகமோ படிப்படியான வளர்ச்சியில் நம்பிக்கை கொள்கிறது.

யோகமுறை கணித வழிப்பட்டது. ஒவ்வொரு பாவத்தையும், சமன் செய்ய ஒரு புண்ணியம் செய்து, கணக்கை முழுதும் முடிக்க வேண்டும் என்கிறது. கணக்கை முடிக்காமல், ஞானம் பெறமுடியாது என்பது யோக நெறி. இது ஒரு கணிதத்தன்மை கொண்ட அறிவியல் அணுகுமுறை. 'பாவம் செய்து விட்டோம். அதை யார் அனுபவிப்பது? நாம்தாம். அதை அனுபவிப்பதின் மூலமே விடுதலை பெறமுடியும். பாவத்திற்கான விலையைக் கொடுத்தே ஆகவேண்டும். நற்செயல்களைச் செய்து பாவம் முழுவதும் நீங்கிய பின்பே, முத்தி என்பது சாத்தியம். 'இல்லையேல், மறுபடியும் மறுபடியும் இவ்வுலகில் பிறக்க வேண்டும்' என்று மனம் கூறலாம். மறுபிறப்பு பற்றிய முழுத்தத்துவமும் இதுவே.

ஆனால், தந்த்ரா கூறும் முறை இதற்கு முற்றிலும் மாறானது; அதில் கணிதத்தன்மை இல்லை, கவிதைத்தன்மை உண்டு. கணிதத்தில் தந்த்ராவிற்கு நம்பிக்கை இல்லை. திடீர் ஞானம் ஏற்படுவதைத் தான் அது நம்புகிறது. சிறிய உபதேசம் செயலைப் பற்றி உபதேசிக்கும். ஆனால், பெரிய உபதேசம் இருப்பைப் பற்றியே உபதேசிக்கும்.

செயல்கள் பல்லாயிரம் உண்டு. அவை ஒவ்வொன்றுக்கும் ஈடுகட்ட வேண்டுமானால், பல பிறவிகள் தேவைப்படும், முத்தி என்பதே கிட்டாது. பிறவி வரவரச் செயல்கள் அதிகரிக்கும். இந்தத் தொடர்ச்சி, எங்கே முடியும்? பின் முத்தி என்பதே அசாத்தியம் ஆகிவிடும்.

யோகநெறி நம்மை நம்பிக்கை அற்றவர் ஆக்கும். ஆனால் தந்த்ராவோ பெரிய நம்பிக்கையைத் தரும்; பாலைவனச் சோலை போன்றது தந்த்ரா.

செயல் என்பது நம் அறியாமையிலிருந்து வெளிப்படுகிறது, நாம் அவற்றுக்குப் பொறுப்பாளி இல்லை. வேறு ஒருவர் அதன் பொறுப்பை ஏற்கட்டும்; அது கடவுளாகட்டுமே; ஆனால், நாம் காரணம் ஆக

முடியாது. இந்தப் பொறுப்பை ஏற்பது கூட அகந்தை வழிப்பட்டதே. இது தந்த்ராக்கோட்பாடு.

நாம்தாம் பொறுப்பு என்று ஏன் நினைக்கவேண்டும்? பொறுப்பு தெய்வீகத்தோடேயே இருக்கட்டும். நம்மை நாம் படைத்துக் கொள்ள வில்லை. ஆனால், படைக்கப்பட்டோம் - பின் பொறுப்பு நம்மைப் படைத்தவருக்கே உண்டு, நமக்கில்லை.

அறியாமை காரணமாக எல்லாச் செயல்களையும் நாம் செய்கி றோம், இருட்டில் நகர்கிறோம், தடுக்கி விழுகிறோம். ஆக ஒளி, விழிப் புணர்வு மட்டுமே தேவை; செயல்களுக்குப் பதில் சொல்ல வேண்டிய அவசியமில்லை. ஆனால், விழிப்போடு இருப்பதே அவசியம்.

விழிப்பு ஏற்பட்டதும், இருட்டு உடனே மறையும். முன் நடந்தவை கனவாகத் தெரியும். உணர்வற்ற நிலையில் கனவுகள் மட்டுமே இருக்கும், உண்மை இருக்காது. காதலிப்பதாகக் கனவு காண்கிறோம். ஆனால் நம்மால் காதலிக்க முடியாது. காதலிக்க அங்கு நாம் இல்லையே. நமக்கு எந்த மையமும் இல்லை, பின் எப்படிக் காதலிப்பது? காதலிப்பதாக நம்புகிறோம்... அது ஒரு கனவாகிறது. கனவிலிருந்து விழித்ததும், 'நான் எப்படிக் காதலித்திருக்க முடியும்? முதலாவதாக நானே அங்கு இல்லையே' என்போம்.

ஆழ்ந்த உறக்கத்திலும், மயக்கத்திலும் நம்மைப் பற்றிய உணர்வு நமக்கில்லை. திருடர்கள் வந்து வீட்டைக் கொள்ளையடிக்கும் போது, மயக்கத்திலிருப்பவன் என்ன செய்வான்? வீட்டைக் கவனிக்காது பொறுப்பில்லாது நடந்து கொண்டான் என்று அவனைக் கூறமுடியுமா? தன்னை அறியாது மயக்கத்திலல்லவா அவன் இருக்கிறான்?

எல்லாப் பிறவிகளிலும், நாம் இவ்வாறு மயக்கத்தில் இருக்கிறோம் - எனவே நாம் பொறுப்பாக மாட்டோம் என்கிறது தந்த்ரா. அது நமக்குத் தரும் முதல் விடுதலை இதுவே. இந்த அடிப்படையில் பல பொருள்கள் உடனே சாத்தியமாகும். நாம் இன்னும் பல பிறவிகள் காத்திருக்க வேண்டாம் - இக்கணமே கதவு திறக்கும். இது படிநிலை வளர்ச்சியன்று, திடீரென்று ஏற்படும் விழிப்புணர்வு.

நாம் ஆழ்ந்து உறங்கும் போது நம்மை யாராவது எழுப்பினால், உடனே விழித்துக் கொள்கிறோம். இது படிப்படியாக நடக்கிறதா, திடீரென்று நடக்கிறதா? இதைப் போலவே, விழிப்புணர்வு என்பதும் படிப்படியாக வருவதில்லை. விழித்திருக்கிறோம் அல்லது தூங்குகிறோம். விழித்திருக்கும் போது நம்மை ஒருவர் பெயர் சொல்லிக் கூப்பிட்டால் நாம் அதை படிப்படியாகவா உணர்கிறோம்?

ஆகவே, விடுதலை என்பது திடீர் நிகழ்வு. $100°$ வெப்பத்தில் தண்ணீர் ஆவியாக மாறுகிறது. இது படிப்படியான மாற்றமா? இல்லை ஒன்று தண்ணீர் அல்லது நீராவி. நடுப்பகுதி ஏதும் இல்லை.

ஒருவர் இறக்கும்போது படிப்படியாகவா இறக்கிறார்? அவர் பாதி வாழ்கிறார் பாதி இறக்கிறார் என்று சொல்ல முடியுமா? இறந்துவிட்டார் அல்லது இறக்கவில்லை என்ற இரண்டில் ஒன்று மட்டுமே நிகழலாம்.

ஒருவரைக் காதலிக்கும்போது 10%, 20%, 30% என்றா காதலிக் கிறோம்? ஒன்று காதலிக்கிறோம் அல்லது காதலிக்கவில்லை. இரண்டில் ஒன்றே சாத்தியம். இவ்வாறு காதல், வாழ்க்கை, மரணம் எல்லாம் திடீரென்றே நிகழ்கின்றன.

ஒரு குழந்தை பிறந்தால், அது பிறக்கிறது அல்லது பிறக்கவில்லை என்ற இரண்டில் ஒன்று மட்டுமே முடியும். ஞானம் பெறுவதிலும் இப்படித்தான். ஏனெனில் பிறப்பின் இறுதி, இறப்பின் இறுதி, வாழ்வின் இறுதி, காதலின் இறுதி - எல்லாமே ஞானத்தில் இறுதி உச்சநிலையை அடைகின்றன. அது திடீர்த்தன்மை கொண்டது.

நம் கவனத்தைச் செயலின் மீது செலுத்தாது செயலைச் செய்பவன் மீது செலுத்த வேண்டும். யோகம் செயல்களின் மீது கவனம் செலுத்துகிறது. தந்த்ரா மார்க்கமோ செய்பவன் மீது நிலைகொள்கிறது.

அறியாமை இருந்தால் பாவம் செய்தல் இயல்பே. புண்ணிய வானாக இருக்க முயற்சிப்பதும் ஒரு வகைப் பாவமே - அறியாமையில் தூங்குபவன் எப்படி புண்ணியத்தோடு இருக்க முடியும்? அறியாமை யிலிருந்து புண்ணியம் எவ்வாறு எழ முடியும்? புண்ணியம் என்பது பாவத்தை மறைக்கும் முகமூடி.

காதலைப் பற்றிப் பேசலாம். ஆனால், காதலிக்க முடியாது - வெறுப்பே நிகழும். கருணையைப் பற்றிப் பேசலாம் - ஆனால், அது நம் கோபம், பேராசை, பொறாமை ஆகியவற்றை மறைக்கும் திரையாகவே இருக்கும். நம் அன்பு விஷத்தன்மை கொண்டது. அன்பின் உள்ளே ஆழத்தில் அதைப் பகை என்ற புழு தொடர்ந்து தின்று கொண்டிருக்கும். நம் அன்பு புண் போன்றது. நம்மைத் துன்புறுத்தும். மலரைப் போன்ற தன்று அது. நம்மிடம் அன்பை எதிர்பார்ப்பது முடியாத காரியமே.

நீதிநெறி பேசும் புனிதவான்களைக் கவனித்துப் பாருங்கள். அவர்கள் சொல்வது ஒன்று; செய்வது வேறு. நாம் செய்வதை நம்மிடமிருந்து புத்திசாலித்தனமாக மறைத்துவிடுவர்.

அறியாமையில் பாவம் என்பது இயல்பானது. ஞானத்தில் புண்ணியம் என்பது இயல்பானது. புத்தரால் பாவம் செய்யமுடியாது; ஆனால் நம்மால் பாவம் மட்டுமே செய்யமுடியும். புண்ணியமும், பாவமும் நம் செயல் அல்ல, நம் இருப்பின் நிழல் அவை. விழித்தவுடன் நிழல் நீங்கிவிடும். ஒளியில் உள்ள நிழல் யாரையும் துன்புறுத்தாது, துன்புறுத்த முடியாது. அது அமுதத்தன்மை கொண்டது. புத்தருக்குக் கோபம் வருவது கூட கருணைதான் - அது வேறுவிதமாக இருக்க முடியாது. ஆனால், நம்முடைய கருணையோ, உண்மையானது அன்று. புத்தரின் கோபம் உண்மையாக இருக்க முடியாது. ஆனால் நம் பாவமோ நமது நிழலாய் இருப்பவை. அதை மறைக்கலாம். ஆனால், அது நமக்குள் இருக்கவே செய்யும். ஏனெனில் நம் செயல் முக்கியம் அன்று, நாம் யார் என்பதே முக்கியம்.

தந்த்ரா மார்க்கம் ஒரு பெரிய உபதேசம். அது செயலைப் பற்றி உபதேசிக்கவில்லை, இருப்பைப் பற்றியே உபதேசிக்கிறது. நாம் யார் என்பதே முக்கியம். நாம் விழித்திருக்கிறோமா அல்லது தூங்குகிறோமா என்பதே முக்கியம். நம் செயல்கள் எங்கிருந்து வருகின்றன, ஏன் வருகின்றன என்பது நமக்குத் தெரியாது. ஆனால் நாம் செயல்பட வேண்டியிருக்கிறது.

செயலைப் பற்றித் தந்த்ரா கவலைப்படவே இல்லை. செயலின் மையத்தைப் பற்றியே கவலைப்படுகிறது. அறியாமையாம் விஷத்தி

லிருந்து வாழ்வு வராது. சாவு மட்டுமே வரும். இருட்டிலிருந்து இருட்டுதான் பிறக்கும். இது இயற்கை. எனவே, செயலை மாற்ற முயற்சிப்போமா?

முழு முயற்சியால் நம் இருப்பிலிருந்து ஓர் மின்னல் போல் ஒளி தோன்றும். திடீரென்று எல்லாமே தெளிவாகும். நடந்ததும் நடக்கப் போவதும் தெரியும்.

நம் அக ஒளியை ஏற்றுவதிலேயே தந்த்ராவின் கவனம் பதிகிறது. ஒளி ஏற்பட்டால் இறந்த காலம் பொருத்தமற்றுப் போய்விடும். இதுவரை நடந்தவை கனவில் நிகழ்ந்தவையாகத் தெரியும். இறந்த காலம் முழுவதும் எரிக்கப்பட்டதும், ஓர் புது இருப்புணர்வு மலர்கிறது - இதுவே திடீர் ஞானம்.

செயலில் கவனம் செலுத்துவதால் யோகநெறி பலருக்குப் பிடிக்கிறது. தர்க்கம், கணிதம் ஆகியவற்றோடு கூடிய நம் மனத்திற்குப் பதஞ்ஜலி மிகவும் பொருத்தமாகத் தெரிகிறார். அவரை நம்மாம் நன்று புரிந்துகொள்ள முடிகிறது. ஆனால் திலோபாவைப் புரிந்துகொள்ளுதல் கடினம். திலோபா மிகவும் அரியவர். ஆனால் பதஞ்ஜலியை எளிதில் புரிந்துகொள்ள முடியும். எனவேதான் வரலாறு முழுதும் பதஞ்ஜலியின் தாக்கம் காணப்படுகிறது.

மனித மனத்தில் எந்தவித எச்சமும் வைக்காது திலோபா போன்றோர் மறைந்துவிட்டனர். பதஞ்ஜலி மிகப்பெரியவராக இருக்கலாம், ஆனால் அவரும் இதே பரிமாணத்தைச் சேர்ந்தவரே. நாம் பெரிய சிந்தனையாளராக இருக்கலாம், ஆனால் நாமும் இதே வரிசையில் வருகிறோம். சிறிது முயற்சி செய்தால் நாம் பதஞ்ஜலியைப் புரிந்து கொள்ளலாம், அவர் மார்க்கத்தில் பயிற்சி மேற்கொள்ளலாம். சிறிது முயற்சி போதும், மேல் எதுவும் தேவையில்லை.

ஆனால் திலோபாவைப் புரிந்துகொள்வது என்பது முற்றிலும் புரியாத ஒன்றில் நுழைவதாகும். அதற்குக் குழப்பத்தின் மூலம் நாம் சென்றாக வேண்டும். நம் பழைய கோட்பாடு, கணிதம், தர்க்கம், தத்துவம் எல்லாவற்றையும் அவர் அழித்துவிடுவார். நம்மை முற்றிலு

மாக அழித்துவிடுவார் அவர். நாம் முழுதும் அழிந்து நம்மில் புதிய உதயம் ஏற்படும்வரை அவர் திருப்தி அடைவதில்லை.

பதஞ்ஜலி நம்மை மாற்றுவார், நாம் முன்னேறுவோம் - அப்பாதை எல்லையற்றது. பல பிறவிகள் பிடிக்கும். ஆனால் திலோபா ஒரு நொடியில் நம்மை இறுதிநிலைக்குச் சேர்த்துவிடுவார். 'முன்னேற்றம்' (Better) என்பது இவரிடம் இல்லை. படிப்படியான முன்னேற்றம் என்பது அவர் சிந்தனையில் இல்லை.

மலை உச்சியின் மீது நின்று கொண்டு படிப்படியாக இறங்கி வரலாம், அல்லது படிப்படியாகக் கீழிருந்து மேலே ஏறலாம். ஆனால் திலோபா அவ்வாறு கூறவில்லை. உச்சியிலிருந்து கீழே நேராகக் குதிப்பது, அல்லது சிறகு விரித்து ஆகாயத்தில் பறப்பது ஆகிய இரண்டு மட்டுமே அவரிடம் உண்டு. அவர் மார்க்கத்தில் படிகள் இல்லை. மாட்டு வண்டியில் மெதுவாகச் செல்வது போன்றது பதஞ்ஜலி மார்க்கம். அதில் விபத்து ஏற்பட வாய்ப்பில்லை. வண்டியிலிருந்து எந்த நேரமும் இறங்கலாம், வண்டியை நிறுத்தலாம், எல்லாம் நம் கைவசம் இருக்கிறது. அவ்வழி படுக்கைக்கோட்டில் செல்வது (Horizontal). ஆனால் திலோபா காட்டும் வழியோ குத்துக்கோட்டில் (Vertical) செல்வது; விமானத்தில் செல்வதைப் போன்றது. முன்னோக்கிச் செல்லாமல் மேல்நோக்கிச் செல்வது. இவ்வழியில் காலத்தைக் கடந்து செல்லமுடியும், ஆனால் பதஞ்ஜலி மார்க்கமோ காலத்திற்கு உட்பட்டது. நித்தியமே திலோபாவின் பரிமாணம்.

இந்த பத்துப் பன்னிரண்டு ஆண்டுகளில் ஓர் அற்புதம் நிகழ்ந்திருக்கிறது. விண்வெளிக் கலங்கள் காலம் பற்றி பழைய கருத்துக்களை முற்றிலும் அழித்துவிட்டன - சில நொடிகளில் ஒரு விண்கலம் பூமியை ஒரு முறை சுற்றி வரமுடியும். அதாவது புனேயிலிருந்து அது ஞாயிற்றுக்கிழமை கிளம்பி பூமியைச் சுற்றும்போது, எங்கோ அன்று திங்கட்கிழமை ஆகலாம். வேறிடத்தில் சனிக்கிழமை ஆகலாம். இங்கெல்லாம் சுற்றிவிட்டு அது ஞாயிற்றுக்கிழமை புனேவுக்கு மறுபடியும் திரும்பி வருகிறது. பதினாறாம் தேதி கிளம்பி, 17 ஆம் தேதிக்குள் நகர்ந்து மீண்டும் 16-ஆம் தேதியே திரும்பி வருகிறது. இதற்கு என்ன பொருள்? காலத்தில் கூட, நாம் பின்னோக்கிச் செல்லலாம் என்பதே. மேல்நோக்கிச் செல்லும்போது

காலம் என்பது அர்த்தமற்றதாகிறது. ஆனால் மாட்டு வண்டிக்குக் காலம் தேவை. திலோபாவின் உணர்வும் மனமும் மேல்நோக்கிச் செல்பவை (Vertical). ஆகவே, யோகம் என்பது பக்கவாட்டில் செல்லுதல், தந்த்ரா மார்க்கமோ மேல்நோக்கிச் செல்லுதல் (Vertical). காலம் என்பது அர்த்தமற்றது என்கிறது தந்த்ரா. உண்மையை உணர ஒரு நொடி போதும் என்கிறது தந்த்ரா. ஆனால், பல பிறவிகள் தேவை என்கிறது யோகம். தனது அணுகுமுறையைத் தந்த்ரா 'இல்லாத பாதை' (No method) என்று குறிப்பிடுகிறது.

முயற்சி செய்வது யோகம், முயற்சியின்மை தந்த்ரா. முயற்சி செய்தால் நம்மிடம் உள்ள சிறிய அளவு சக்தியைக் கொண்டு, முழுமை யோடு போரிட வேண்டும். அதற்குப் பல பிறவிகள் ஆகலாம். அப்பொழுது கூட முடிவு சாத்தியமில்லாமல் போகலாம். ஓர் அங்கம் தனது முழுமையோடு போரிடுவது என்பது முட்டாள்தனம். அலை - கடலோடும், இலை - மரத்தோடும், கை - உடம்போடும் சண்டை போடு வதைப் போன்றது இச்செயல். நாம் யாரோடு சண்டையிடுகிறோம்?

ஆற்றை எதிர்த்துச் செல்லுதல் என்பது யோகம். அதற்கு நிறைய முயற்சி தேவை. இச்செயல் செயற்கையானதும் கூட. அற்றை எதிர்த்துக் கொண்டு ஆற்றிலேயே செல்லுதல் என்பது அகந்தையின் வேலை. அகந்தையில்லாத யோகியைக் காண்பது கடினம். ஏனெனில், முயற்சி அகந்தையை உருவாக்கும். பணிவாக இருக்கும் யோகிகளிடம் கூட அகந்தை நுட்பமாக மறைந்திருக்கும்.

இயற்கையை எதிர்த்துச் சென்றால் நம் அகந்தை வலிமை பெறும். அதனால்தான் சவால் விடுவதை, மக்கள் விரும்புகிறார்கள். சவாலில்லாத வாழ்க்கை சுவை குன்றியதாகத் தோன்றுகிறது. அகந்தையின் உணவே சவால்தான்; எனவே தான் தடையில்லாத போது அதை உருவாக்குகிறது அகந்தை.

தந்த்ரா என்பது இயல்பான வழி. இயல்பாகவும், நெகிழ்வோடும் இருப்பதுதான் இலட்சியம். ஆற்றின் வேகத்தை எதிர்க்க வேண்டாம். ஆற்றோடு மிதந்து செல்லுங்கள். ஆறு கடலை நோக்கிச் செல்கிறது. பின் ஏன் அதை எதிர்க்கிறீர்கள்? ஆற்றோடு சேர்ந்து ஆறாகவே மாறி

விடுங்கள், ஆற்றைச் சரண்டையுங்கள். சரணாகதி என்பதே தந்த்ரா வில் முக்கிய வார்த்தை. யோகம் என்பது மதியின் (Will) பாதை. தந்த்ரா என்பதே சரணாகதிப் பாதை.

எனவேதான், தந்த்ரா என்பது அன்புப் பாதையாகிறது - அன்பு என்பது சரணாகதி. இதை முதலில் புரிந்து கொண்டால் திலோபாவின் வார்த்தைகள் தெளிவாகும். தந்த்ரா மார்க்கத்தின் பரிமாணம் மேல் நோக்கியது. சரணாகதித் தன்மை கொண்டது. எதிர்க்கும் போக்கு அற்றது. இயல்பாக நெகிழ்ச்சியோடு இருப்பது. சுவாங் - சு கூறுவதைப் போல 'எளிமையே சரியானது' என்பது தந்த்ராவின் போக்கு. 'கடினமே சரியானது' என்பது யோகத்தின் போக்கு.

கவலையற்று ஓய்வெடுங்கள், அவசரமேயில்லை. முழுமை தன்னிச்சையாகவே நம்மை எடுத்துக் கொள்ளும். நாம் கஷ்டப்படத் தேவையில்லை. சரியான சமயத்தில் அடைந்து விடுவோம். வெறுமனே காத்திருங்கள். அவசரம் தேவையில்லை.

புத்தரைப் பற்றி ஓர் அழகிய கதை உண்டு. அவர் சொர்க்கத்தின் வாயிலை அடைந்தார். அவருக்காக அங்கு காத்திருந்த மக்கள் அவரை வரவேற்றனர். ஆனால் அவரோ அவர்களுக்குத் தம் முதுகைக் காட்டிக்கொண்டு உலகை நோக்கி நின்றார். பல்லாயிரக்கணக்கான மக்கள் துன்பத்தில் வாடுவதைப் பார்த்துக் கொண்டு நின்றார். வாயிற்காவலன், ''உள்ளே வாருங்கள். நாங்கள் உங்களுக்காகக் காத்திருக்கிறோம்'' என்றான். புத்தர் சொன்னார், ''மற்றவர்கள் வராதபோது நான் மட்டும் எவ்வாறு வரமுடியும்? எனக்கு இது சரியான நேரமாகத் தெரியவில்லை. முழுமை நுழையாது போக, அதன் ஒரு பகுதி மட்டும் எவ்வாறு நுழைய முடியும்? என் கை கதவை அடைந்துவிட்டது, ஆனால் கால்கள் இன்னும் அதை நெருங்கவில்லை என்பதைப் போல இருக்கிறது இது. நான் காத்திருக்க வேண்டியதுதான். கை மட்டுமே தனியாக நுழைய முடியாது!''

தந்த்ரா கூறும் அர்த்தமுள்ள உண்மை இது. யாரும் தனியாக ஞானம் பெறமுடியாது என்கிறது தந்த்ரா. நாம் ஒவ்வொருவரும் இன்னொருவரின் பகுதி. நாம் எல்லோரும் சேர்ந்ததே முழுமை. ஒருவன்

பெரிய அலை ஆகலாம். ஆனால், அதைச் சுற்றிப் பல சிறு அலைகள் இருக்கும். அலை மட்டும் எவ்வாறு தனித்திருக்க முடியும்? தனி ஒரு அலையே ஞானியாகி விட முடியுமா?

மேற்சொன்ன கதையில் புத்தர் இன்னும் காத்திருக்கிறார் என்று கூறப்படுகிறது. அவர் காத்திருக்க வேண்டியதுதான். தனிமரம் தோப் பாகாது. நான் உங்களிடம் இருந்து தனியாகப் பிரிந்திருக்க முடியாது. உங்களைக் காட்டிலும், நான் சிறிது தூரம் அதிகம் சென்றிருக்கலாம். ஆனால் நான் உங்களிலிருந்து வேறாக முடியாது. ஆகவே உதிரித்தன்மை நீங்கி முழுமையாக இருப்பது ஞானம் பெறுதலாம்.

எல்லோரும் தொடர்புடையவர்களே. ஒருவரின் பகுதி மற்றொரு வர். எல்லாம் ஒன்றே. எனவேதான், ''அவசரப்படவேண்டாம். இயல்பாக, நெகிழ்வோடு இருங்கள். எல்லாமே ஞானத்தை நோக்கியே சென்று கொண்டிருக்கின்றன. எப்படியும், ஞானம் கிடைக்கவே போகிறது. கவலை வேண்டாம்'' என்று தந்த்ரா கூறுகிறது. நாம் அதன் அருகில்தான் இருக்கிறோம். எனவே ஓய்வாக இருப்போம்.

மக்கள் சாதாரணமாக உலகியல் இலட்சியங்களையே நாடுகிறார் கள். ஆனால் அவர்கள் கூட சமயவாதிகளைப் போல இறுக்கமாக இருப்பதில்லை. சமயவாதிகள் இவ்வுலகைப் பற்றி எண்ணாமல் அவ்வுலகைப் பற்றியே கவலைப்படுவதுதான் அவர்கள் இறுக்கத்திற்குக் காரணம். அவர்கள் உலகம் எங்கோ தள்ளியிருக்கிறது. அவ்வுலகிற்காக இவ்வுலகை அவர்கள் இழக்கிறார்களோ என்ற சந்தேகம் எழுகிறது. மனதில் அவர்களுக்குப் பெருந்தொல்லை. அத்தகைய சமயவாதியாக ஆகிவிடாதீர்கள்.

இயல்பாகவும், நெகிழ்வாகவும் இருப்பவனே என்னைப் பொறுத்த வரை சமயவாதி. அவன் இவ்வுலகம் - அவ்வுலகம் ஆகிய இரண்டை யுமே பற்றிக் கவலைப்படுவதில்லை. ஏன், அவன் கவலையேபடுவ தில்லை; அவன் வெறுமனே வாழ்கிறான், மகிழ்கிறான். இப்பொழுது நிகழும் இந்தக் கணம் மட்டுமே அவனுக்கு உண்மையாகத் தெரிகிறது. எதிர்காலம் தன்னைத் தானே கவனித்துக் கொள்ளும். அது வரும் பொழுது அவன் அனுபவிப்பான். இலட்சியத்தை எதிர்நோக்காதவனே சமயவாதி. இலட்சியத் தொடர்பு உலகியல் ஆகிவிடும்.

தந்த்ரா என்பது மிக உயர்ந்த கோட்பாடு. அதைப் புரிந்து கொள்ள முடியாது போனால், யோக மார்க்கம் உங்களுக்குக் காத்திருக்கிறது. தந்த்ராவைப் புரிந்து கொள்ள முடியுமானால், எதற்குச் சிறிய உபதேசங்களைப் பற்றிக் கவலைப்பட வேண்டும்? பெரிய கப்பல் இருக்கும் போது, சிறு படகுகள் ஏன்?

பௌத்தத்தில் இருவகை உண்டு - ஹீனயானம், மஹாயனம். ஹீனயானம் என்பது சிறு படகு, யோக மார்க்கம். அதில் நாம் ஒருவர் மட்டுமே உட்காரலாம். மஹாயனம் என்பது பெரும் படகு, தந்த்ரா மார்க்கம். திலோபா மஹாயானத்தைச் சேர்ந்தவர். அகந்தை உள்ள வர்க்கே சிறு படகு தேவை. அவர்கள் தங்களுக்கு மட்டுமே உண்மை உரியது என்று கருதுவார்கள். அவர்கள் படகில் ஏற நம்மை அனுமதிக்க மாட்டார்கள். மஹாயானம் என்பது எல்லோரையும் நேசிக்கும் ஆழமான அன்பு. அதில் யார் வேண்டுமானாலும் நுழையலாம். கட்டுப்பாடு ஏதும் இல்லை.

மக்கள் என்னிடம் வந்து, 'நீங்கள் எல்லோருக்கும் சந்நியாசம் அளிக்கிறீர்கள்' என்கிறார்கள். நான் எந்தக் கட்டுப்பாடும் விதிப்பதில்லை. சந்நியாசம் என்பது இதுகாறும் அகந்தை மிக்கவரிடமே இருந்து வந்திருக்கிறது. அவர்கள் வாழ்க்கை முழுவதையுமே பாவமாகப் பார்ப்பவர்கள். பாவத்தையும், அழுக்கையும், விஷத்தையும் துறந்ததாகக் கூறிக் கொள்பவர்கள். ஆனால் நானோ எல்லோருக்கும் சந்நியாசம் அளிக்கிறேன். கதவை முழுவதும் திறந்தாயிற்று. இனி மூட முடியாது. யார் வேண்டுமானாலும் வரலாம். எல்லோருக்கும் நல்வரவே. ஏன்? என்னுடைய அணுகுமுறை தந்த்ரா மார்க்கத்தோடு பொருந்தியது.

ஜுன்னாய்ட் என்ற முகமதிய அருளாளர். கடவுளிடம் ஒரு சமயம் தன் அண்டை வீட்டுக்காரரைப் பற்றிக் கேட்டார்: 'இந்த மனிதன் மிகவும் தீயவன். இந்தக் கிராமத்திற்கே பெரும் தொல்லை தருகிறான். மக்கள் எல்லோரும் என்னிடம் வந்து, கடவுளைப் பிரார்த்தித்து, இவனை ஊரை விட்டு விரட்டிவிடுங்கள் என்கிறார்கள்' என்றார். அவரது பிரார்த்தனை யில் 'நான் அவனை ஏற்கும்போது நீங்கள் மட்டும் ஏன் புறக்கணிக் கிறீர்கள்?' என்று (கடவுளின்) குரல் கேட்டது. அதன்பிறகு கடவுளிடம் தான் அது போன்ற வேண்டுதலைக் கேட்கவில்லை என்று எழுதுகிறார்

ஜுன்னாய்ட். இயற்கை எந்தக் கட்டுப்பாடும் இல்லாமல் உங்களுக்கு வாழ்க்கையை அளிப்பது போல், நானும் எந்தக் கட்டுப்பாடும் இல்லாமல் உங்களுக்கு சந்நியாசம் தருகிறேன். இயற்கை உங்கள் மேல் வைத்திருக்கும் நம்பிக்கையைக் கெடுப்பதற்கு நான் யார்?

தந்த்ரா மார்க்கம் எல்லோருக்கும் உரியது. அது சிலருக்கு மட்டும் உரிய பாதையாக ஏன் ஆயிற்று? அவர்களால் அதைப் புரிந்துகொள்ள முடியாமல் போனதே காரணம். குதிக்கத் தயாராக இருக்கும். எல்லோருக்கும் அது ஏற்றதே.

''மகாமுத்திரையில் எல்லாப் பாவங்களும் எரிந்து போகும்.''

ஆம், பாவங்கள் நற்செயல்களால் சமன் செய்யப்படவில்லை. மகாமுத்திரை என்றால் என்ன? **முழுமையிலிருந்து பிளவுபடாத நமது இயல்பாம் நிலையே மகாமுத்திரை எனப்படும்.** முழுமையோடு கொள்ளும் ஆழமான புணர்ச்சி போன்றதே அது.

காதலர் இருவர் ஆழ்ந்த கலப்பில் இருக்கும்போது ஒருவர் இன்னொருவருக்குள் உருகி விடுகிறார். அங்கு ஆணும் இல்லை, பெண்ணும் இல்லை. யிங், யங் ஆகியவற்றின் வட்டமாக அவர்கள் ஆகிறார்கள். தங்கள் தனித்தன்மையை மறந்து ஒருவருக்குள் இன்னொருவர் பொருந்துகிறார்கள். தன் அடையாளத்தை இழந்து விடுகிறார்கள். எனவேதான், காதல் அழகியது. இந்த நிலையை முத்திரை என அழைப்பர். ஆழ்ந்த புணர்ச்சியே முத்திரை. முழுமையோடு கொள்ளும் புணர்ச்சியின் இறுதிநிலை மகாமுத்திரை.

ஒரு சமயம் நான் முல்லா நஸ்ருதீனைக் கேட்டேன், 'உங்களுக்குத் திருமணம் ஆகி எவ்வளவு ஆண்டுகள் ஆயின?' அவர் சொன்னார், 'இருபது சில்லறை.' நான் கேட்டேன், 'ஏன் அதைச் சில்லறை என்கிறீர்கள்?' அவர் சொன்னார், 'மனைவியைப் பார்த்தால் நீங்களே புரிந்து கொள்வீர்கள்.'

கணவன் - மனைவி உறவு வலிந்து திணிக்கப்பட்ட சமுதாய நிகழ்வு ஆகிவிட்டது. காதலைத் தவிர மற்றைய காரணங்களுக்காக அது நிகழ்கிறது. எனவேதான், கணவன் மனைவி உறவில் தடையற்ற ஓட்டம்

இல்லை. உண்மையான காதல் இருக்குமிடத்தில் மட்டுமே உண்மை புணர்ச்சியும் நிகழும்.

மனித சமுதாயத்திற்கு ஏற்பட்ட துரதிர்ஷ்டவசமான செயல்களில் இதுவும் ஒன்று. பெண்ணுக்குப் புணர்ச்சி சுகம் இல்லாதபோது, ஆணுக்கும் அது கிடைக்காது. புணர்ச்சி என்பது இருவரும் சந்திப்பது. இருவரும் உருகி ஒருவரில் மற்றொருவர் கலக்கும்போது மட்டுமே அதில் சுகம் ஏற்படும். ஒருவருக்கு உண்டு, மற்றவருக்கு இல்லை என்பது சாத்தியம் இல்லை. அங்கு நிகழ்வு இறுக்க நீக்கம் மட்டுமே.

புணர்ச்சி என்பது என்ன? உடல் ஒரு பொருள்போல் இல்லாது சக்தியாகும் நிலை. மின்சாரத்தைப் போன்ற அதிர்வு அது. அதன் அதிர்வு மிக அழகாக இருப்பதால், உடல் ஒரு பொருள் என்பதே மறந்துவிடுகிறது. அது ஒரு மின்சார நிகழ்வு.

பொருள் என்பது உண்மையில் வெறும் தோற்றமே, ஆனால் அதன் ஆழத்தில் இருப்பது வெறும் ஆற்றலே என்று இப்பொழுது இயற்பியலார் கூறுகின்றனர். புணர்ச்சியின் போது உடம்பின் ஆழத்து இறுதிநிலை அடைவதால், அங்கு பொருள் என்பதே இல்லை, வெறும் ஆற்றல் அலைகளே அதிர்கின்றன என்பது புலனாகிறது. நாம் அதிர்ந்து ஆடும் ஆற்றலாகிறோம். அங்கு எல்லைகள் (boundaries) உடைகின்றன. வெறும் உணர்ச்சி பூர்வமான அதிர்வு மட்டுமே உள்ளது.

காதலிக்கும் இருவர் படிப்படியாக இந்த உணர்ச்சியின் உச்சநிலையில் ஒருவருக்குள் மற்றவர் சரண்புகுகின்றனர். அது மரணத்தைப் போன்றது. உடலின் கரைகள் உடையும்போது, உடல் ஆவியாகும்போது, நுட்பமான வெறும் ஆற்றல் மட்டுமே எஞ்சியிருக்கிறது. அந்த நுண்ணிய உணர்வோட்டத்தில் நாம் இல்லாது போலவே காணப்படுகிறோம். ஆழ்ந்த காதலில் மட்டுமே இது நிகழும். காதல் மரணத்தைப் போன்றது. உடல் உணர்வு இறந்து வெறும் ஆற்றல் மயமாகவே ஆகிவிடுகிறோம்.

அந்த அதிர்வு நயம் ஒத்துப் போகும்போது, இதயத்துடிப்பும் உடலும் கூட ஒருங்கிணைகின்றன. இனிமேலும், அவர்கள் இருவர்

அல்லர். இணைப்பில் வெறும் ஒருமையே நிகழ்கிறது. யின், யங் என்பதன் குறியீடு இதுவே. யின் யங்கிற்குள் செல்கிறது, யங் யின்னிற்குள் நுழைகிறது. ஆண் பெண்ணிற்குள்ளும், பெண் ஆணிற்குள்ளும் ஐக்கியமாகின்றனர். இருவரும் ஒரு வட்டம். ஒன்று சேர்ந்தே அதிர்கின்றனர். இதயத்துடிப்பும் ஒன்றாகவே ஆகிவிடுகிறது. அவர்கள் ஓர் இசையாகி விட்டனர். இதுவே மிகச் சிறந்த இசை. இதைநோக்கும்போது மற்ற இசையெல்லாம் வெறும் நிழல்களே.

இரண்டு ஒன்றாகி அதிர்வதே புணர்ச்சி. இதுவே இருப்பின் முழுமையோடு (whole existence) நிகழும்போது மகாமுத்திரை யாகிறது; பெரும்புணர்ச்சியாகிறது. இதை எவ்வாறு அடைவது என்று உங்களுக்குக் கூறுகிறேன்.

இந்தோனீசியாவில் பபக் சுடித் என்று அரியமனிதர் ஒருவர் இருந்தார். லதிஹன் (lathihan) என்ற வழி முறையைத் தம்மை அறியாமலேயே அடைந்திருந்தார் அவர். அது மிகப்பழைய தந்த்ரா முறைகளில் ஒன்று. மகாமுத்திரையின் முதல் படியே லதிஹன். உடலை ஆற்றலாக்கி, அதிர்வடையச் செய்து, உருவமில்லாமல் ஆக்குவது. அப்பொழுது உடம்பு கரைந்து எல்லைகள் பொடியாகும்.

பபக் சுடித் ஒரு முகமதியர். ஆனால் அவரது மார்க்கம் சுபுத் (subud) எனப்பட்டது. அது ஒரு பௌத்தச்சொல். 'சு' 'பு' 'த' ஆகிய மூன்றின் சேர்க்கையே 'சுபுத்' 'சு' என்பது சுசீலம்; பு (த்) என்பது புத்தர் த (dhu) என்பது தர்மம். ஆகவே சுபுத் (subud) என்பதற்கு 'சுசீல புத்த தர்மம்' என்பது பொருள். புத்தரிடமிருந்து பெற்ற மிகப்பெரிய தர்ம விதியைக் குறிக்கிறது அச்சொல். இதையே 'மகா உபதேசம்' என்கிறார் திலோபா.

லதிஹன் என்பது மிக எளிமையானது. அதுவே முதற்படி. ஓய்வாக, நெகிழ்வாக, இயல்பாக நிற்க வேண்டும். தனிமை கிடைத்தால் நல்லது. அறையை மூடிக் கொண்டு தனியாக இருங்கள். லதிஹன் தெரிந்த வர் அருகில் இருப்பது உதவியாக இருக்கும். அத்தகையவர் இருப்பது கிரியா ஊக்கியாகப் பயன்படும். இல்லையேல் நாம் முன்னேறச் சிறிது காலம் பிடிக்கும்.

லதிஹன் தெரிந்தவர் அருகில் இருந்தால் அவர் ஆற்றல் நமக்குள் ஊடுருவிச் செய்ய ஆரம்பிக்கும். அவரது ஆற்றல் நறுமணம் போல நம்மைச் சுற்றி நிற்கும். திடீரென்று இசையை உணர்கிறோம். உள்ளே ஆழ்ந்த சக்தி பரவுகிறது. அதனால் அறையின் குணமே மாறிவிடுகிறது.

ஒன்றும் செய்யாது, இயல்பாகவும் நெகிழ்ச்சியோடும் காத்திருத்தல் போதும். அப்பொழுது உடல் அசைந்தால் அந்த அசைவை அனுமதியுங்கள். திடீரென்று மாபெரும் சக்தி நம்முள் இறங்கியது போன்று, உடல் அசைய ஆரம்பிக்கும். ஒரு மேகம் வந்து நம்மைச் சூழ்ந்த போன்றிருக்கும். அந்த மேகம் நம்மை ஆட்கொள்ளும் நம் உடலில் ஊடுருவிச் செல்லும், உடல் அசைய ஆரம்பிக்கும் கைகள் எழும், நுட்பமான அசைவுகள் செய்வோம். மென்மையான முத்திரையோடு சிறு நடனம் தொடங்கும்.

தானாக (automatic) எழுதும் முறை தெரிந்தால், லதிஹனில் நடப்பனவற்றை எழுத வசதியாக இருக்கம். கையில் ஒரு பென்சிலை எடுத்துக் கொண்டு கண்ணை மூடவும், காத்திருக்கவும் கையில் திடீரென்று ஓர் அழுத்தம் உண்டாகும். கையில் ஏதோ சக்தி நுழைந்தது போன்ற உணர்வு உண்டாகும். நாம் எதுவும் செய்ய வேண்டாம். அதுவே செய்யும். நாம் அது நிகழ அனுமதிக்க வேண்டும். ‘இயல்பாக நெகிழ்வோடு இருத்தல் வேண்டும.’ திலோபாவின் வார்த்தைகள் அற்புதமானவை. நாம் அதைத் தடுக்கக் கூடாது. தொடக்கத்தில் அச்சக்தி மிகவும் நுட்பமாகவே இருக்கும். அதைத் தடுக்காது சிரத்தையோடு காத்திருக்க வேண்டும். தடுத்தல் சந்தேகப் படுதல் ஆகியவை தடைகள். நம்புங்கள் கை படிப்படியாக தாளில் எழுத ஆரம்பிக்கும். கேள்விக்கு விடை தானாகவே கிடைக்கும்.

பத்து பேர் முயற்சித்தால் மூன்று பேர் இதில் வெற்றி பெறுவர், நமது நெகிழ்வும் ஏற்புத்தன்மையுமே இதில் முக்கியம். வாழ்வில் பெரும் சக்தியாக இது ஆகலாம். நமது உச்ச மையம் கீழான மையத்தை ஆட்கொள்கிறது என்பதே உண்மை.

உணர்வின் உச்சி, பள்ளமாம் ஆழ்மனத்தைப் பற்றிக் கொள்கிறது. நாம் கேட்கிறோம், நமது அக இருப்பு (inner being) பதிலளிக்கிறது.

அங்கு நாம் இதுவரை அறியாத நமது அக இருப்பு மட்டுமே இருக்கிறது. அது நம்மைவிட உயர்ந்தது.

ஆழ்ந்த நமது உள்ளிருப்பே இறுதி மலர்ச்சியாம். மலர் விதையை ஆட்கொண்டு பதிலளிப்பதைப் போற்றது இது. விதைக்கு இது தெரியாது. ஆனால் மலர்.... பொறுப்பை ஏற்றுக்கொள்கிறது. எதிர்காலம் இறந்த காலத்தையும், தெரியாதது தெரிந்ததையும் பற்றிக் கொள்வதைப் போன்றது இச்செயல். முதுமை இளமையைக் கைக்கொள்வதையும் இதற்கு உவமை கூறலாம்.

தானே எழுதுதலில் கையை நெகிழ்வாகவும் இயற்கையாகவும் விடுகிறோம். அதுபோல லதிஹனில் உடல் முழுவதையும் நெகிழ் வாகவும் இயல்போடும் விட்டுக் காத்திருக்கிறோம். நாம் ஒத்துழைத்தால் திடீரென்று ஓர் உந்துதல் உண்டாகும். கைதானே எழும், கண்ணுக்குத் தெரியாத ஒருவர் அதை இழுப்பதைப்போன்று இருக்கும். கால்கள் எழுந்திருக்கும், நாம் சிறு நடனம் ஆடுவோம். அதில் ஒழுங்கு இருக்காது. படிப்படியாக நாம் அதில் ஆழ்ந்து செல்லும்போது அதில் தாள ஒழுங்கு தானே ஏற்படும். இயல்பாகவும், ஓர் அமைப்போடும் நடனம் அமையும் உயர்சக்தி நம் உடலைத் தன் பிடியில் கொண்டு அசைவது இச்செயல்.

லதிஹன் என்பது முதல்படி போகப்போக அண்டவெளிக்கும் (cosmos) நமக்கும் இடையே அடிக்கடி இத்தகைய சந்திப்பு நிகழ்வதை உணர்வோம். ஆனால் இது முதல்படிதான். இது அழகானதுதான் ஆனால் இதுவே இறுதிப்படி ஆகாது. முதலில் 30 நிமிடம், போகப் போக 60 நிமிடங்கள் லதிஹன் நடனம் நிகழ்தல் நல்லது.

அறுபது நிமிடங்கள் நம் உடலின் ஒவ்வொரு செல்லும் தூய்மை யாகும், பழைய அழுக்கு முழுதும் எரிந்து, நாம் முற்றிலும் புதியவரா வோம். இதைத்தான் திலோபா, ‘மகாமுத்திரையில் எல்லாப் பாவங்களும் எரிந்து போகும்’ என்கிறார். இறந்தகாலம் முழுதும் நெருப்பில் இடப்படுகிறது. புதுப்பிறவி ஏற்படுகிறது. உடம்பு முழுதும் உள்ளும் புறமும் ஆற்றல் நிரம்பி வழிவதை உணரலாம். நடனம் வெளியில் மட்டுமன்று, உள்ளேயும் உடம்போடு ஒத்துழைக்கிறது. அப்பொழுது உலகோடு இணைந்த ஒத்ததிர்வு உண்டாகிறது. பிரபஞ்சத்தின் சந்தத்தை நாம் உணர்வோம் அப்போது.

முப்பது நிமிடத்தில் தொடங்கி அறு'பது நிமிடத்தில் முடிக்க வேண்டும். நாற்பது நிமிடங்களை அடையும்போது நாம் இயற்கையோடு இணையும் தருணத்தில் இருப்போம். அந்த ஒத்திசைவு **(attumed)** இருபது நிமிடத்தில் நடந்தால் அதுவே சரியான காலம் பத்து நிமிடத்தில் கிடைத்தால் இருபது நிமிடங்கள் வரை தொடர வேண்டும். பதினைந்து நிமிடங்களில் கிடைத்தால், முப்பது நிமிடம் வரை தொடர வேண்டும். நேரத்தை இரட்டிக்கும்போது, நாம் முழுவதும் தூய்மையாகி விடுவோம். ஒரு பிரார்த்தனையோடு அதை முடிக்க வேண்டும்.

முழுவதும் தூய்மையடைந்ததும் உடல் புத்துணர்ச்சி பெற்றதை உணரலாம். ஆற்றலின் மழையில் நனைந்து உடல் உணர்வே இல்லாது போய்விடும். இப்பொழுது பூமியை நோக்கிக் குனிய வேண்டும். சுஃபிக்களும், முகமதியர்களும் பிரார்த்தனையின் போது செய்வதைப் போல மண்டியிடுங்கள். ஏனெனில் லதிஹனுக்கு ஏற்ற முத்திரை இதுவே பின் இரண்டு கைகளையும் ஆகாயத்தை நோக்கி உயர்த்தி கண்களை மூடிக் கொள்ளுங்கள் உள்ளீடற்ற மண் பானையாக மூங்கிலாக உணருங்கள். தலையே பானையின் வாயாகட்டும். தலை வழியாக சக்தி அருவியைப் போலக் கொட்டும். மழையைப் போலல்லாது அருவியைப் போலவே சக்தி நமக்குள் பெருகி ஓடும். அதன் வலிமையால் நம் உடல் காற்றில் இலைபோல நடுங்க ஆரம்பிக்கும். அருவியில் நீண்ட நேரம் நிற்பது போல் இருக்கும். லதிஹனுக்குப் பிறகும் இப்படித்தான் சக்தி நமக்குள் நிறைவதை உணரலாம்.

அது எவ்வளவு ஆழம் செல்ல முடியுமோ செல்லட்டும். மண்டி யிட்டு பூமியை நோக்கித் தலையை வைத்து ஆற்றல் முழுவதையும் பூமியில் கொட்டுங்கள். சக்தி நிரம்பி வழியும் போதெல்லாம் அதை பூமிக்கே திரும்ப அடித்துவிடுங்கள். உள்ளீடற்ற வெறும் மூங்கிலாக இடையில் இருங்கள்.

இது, ஏழுமுறை செய்யப்பட வேண்டும் வானத்தில் இருந்து நிரப்பிக் கொள்ளுதல், பின் முழுவதும் பூமியில் கொட்டிக் காலியாக்குதல் என இவ்வாறு ஏழுமுறை செய்யும்போது ஒவ்வொரு முறையும் அச்சக்தி உடம்பின் ஒவ்வொரு சக்கரத்திலும் ஆழ்ந்து ஊடுருவிச் செல்லும். ஏழு

முறைக்குக் குறைத்தால், சக்தி இடையில் எங்காவது தேங்கிப்போகும் பின் நாம் அமைதி இழந்துவிடுவோம்.

உடம்பின் ஏழு சக்கரங்களையும், அது ஊடுருவிச் செல்லும் பொழுது நாம் முழுவதும் உள்ளீடற்ற வெறும் பாதையாக மட்டுமே ஆகிவிடுகிறோம். மின்சாரத்தைப் போலவே இது சக்தி. ஆகாயத்தி லிருந்து பூமிக்குச் செல்வதற்கு நாம் ஒரு பாதை. வெறும் பாத்திரமாக, உள்ளீடற்ற மூங்கிலாக, சக்தி செல்லும் பாதையாகிறோம் நாம். ஏழு முறைக்கு மேலும் செய்யலாம். ஆனால், குறையக் கூடாது. இதுவே, முழுமையான மகாமுத்திரை.

இவ்வாறு தினமும் செய்தால், மூன்று மாதங்களுக்குள் நாம் இங்கு இல்லை என்பதை உணர்வோம் அகந்தை முழுவதும் அழிந்துவிடும். உலகமும் இருக்கும், நாமும் இருப்போம் கடலும், அலையுமாக இதுவே மகா முத்திரை, இறுதிச் சேர்க்கை உணர்வின் சாத்தியமான அழகுநிலை.

காதலர் இருவர் சேர்வதைப் போன்றது இது. ஆனால், அதைப் போல் பல்லாயிரம் மடங்கு பெரியது ஏனெனில், நாம் பிரபஞ்சத்தோடு காதல் கொள்கிறோம். எனவேதான், தந்த்ரா மார்க்கம், காதல் பாதை, காதல் யோகம் என அழைக்கப்படுகிறது.

> **''மகாமுத்திரையில் எல்லாப் பாவங்களும் எரிந்து**
> **போகும்,**
> **இவ்வுலகச் சிறையிலிருந்து விடுதலை கிட்டும்,**
> **தர்மத்தின் தன்னிகரற்ற ஒளிவிளக்கு இதுவே.**
> **இதை நம்ப மறுப்பவர் அறிவிலிகள்.**
> **அவர்கள் எப்போதும் துன்பத்திலும் துயரத்திலும்**
> **உழலுவர்''**

திலோபா தெளிவாகவும், முற்றிலும் வெளிப்படையாகவும், இருக்கிறார். ''இதை நம்ப மறுப்பவர்கள் அறிவிலிகள்' என்கிறார் ஏன்? அவர்களைப் பாவிகள் என்று சொல்லாது அறிவிலிகள் என்கிறார். ஏனெனில் இதை நம்பாத போது அவர்கள் மிக உயர்ந்த ஆனந்தத்தை இழக்கிறார்கள். முழுதும் மிக உயர்ந்த ஆனந்தத்தை இழக்கிறார்கள். முழுதும் நம்பிக்கை வைத்து, சரண் புகுந்தவர்க்கே இது நிகழும். சாவு

கூட சரண் புகும்போது அழகுதான். பின்பு வாழ்க்கை! சரணடைந்தால் ஆசிர்வாதமாகும். நம்பிக்கை இல்லையெனில், நாம் இந்த உன்னதக் கொடையை இழந்துவிடுவோம்.

கற்க நினைத்தால் நம்பிக்கை ஒன்றையே கற்றுக் கொள்ளுங்கள், அது போதும். வாழ்க்கை அர்த்தமற்றுப் போகும்போது சரணாகதி நமக்கு நம்பிக்கையூட்டும்.

"இதை நம்ப மறுப்பவர்கள் அறிவிலிகள்.
அவர்கள் எப்போதும் துன்பத்திலும், துயரத்திலும்
உழலுவர்.
முத்தி பெற
குருவருளை நம்ப வேண்டும்
குருவருள் கிடைத்த மனத்திற்கு
முத்தி கையிலேயே உள்ளது."

குருவை ஏன் நம்ப வேண்டும்? இதுவரை தெரியாதது (unknown) வெகுதூரத்தில் இருக்கிறது. பேரின்பத்தைச் சுவைக்க நமக்கு யார் உதவி செய்வார்? ஏற்கனவே அதை அனுபவித்தவர்தான். அவர் ஒரு கிரியா ஊக்கியாகச் செயல்படுகிறார். அவர் ஒன்றும் செய்வதில்லை அவர் சந்நிதியில் நமக்குப் பேரின்பம் கிடைக்கிறது. அவர் ஒரு ஜன்னலைப் போன்றவர். அதன் மூலமாக நாம் விண்ணைத் தரிசிக்கலாம். திறந்த ஜன்னலாகவே நாமும் இருக்க வேண்டும். திலோபாவைப் படித்தால் மட்டும் போதாது. அவரை நன்கு அறிதல் வேண்டும். குரு என்பவர் ஆனந்தத்தின் மொத்த வடிவம். அவரிடம் நம்பிக்கை வைத்தால் அவரிடத்து உள்ள ஆனந்த அலைகள் நம்முள்ளும் அதிரும். குரு என்பவர் ஆசிரியர் அல்லர். அவர் நமக்கு எதையும் போதிப்பதில்லை அவர் வெறும் சந்நிதியே. அவரை நம்பினால் அவர் மூலம் நாம் தெய்வீகத்தை உணர முடியும். பின் நாமே நமது சொந்த முயற்சியைத் தொடரலாம். 'முத்தி பெற குருவருளைச்சார வேண்டும்! 'குருவருள் கிடைத்த மனத்திற்கு முத்தி கையிலேயே உள்ளது!

குருவால் நமக்கு விடுதலை தர முடியாது. ஆனால், அந்த எல்லைக்கு நம்மை அவர் அழைத்துச் செல்ல முடியும். முத்தியை

நாம்தான் சாதித்து அடைய வேண்டும். ஒருவர் தாம் முன்னர் கொடுத்ததைப் பின்னர் திரும்பக் கேட்கலாம். ஆனால், நம்முடையது மட்டும் என்றும் நம்முடையதாகவே இருக்கும். குருவால் நம்மை ஆசிர்வதிக்க மட்டுமே முடியும். ஆனால், அவர் மூலமாக நம் எதிர் காலத்தை நாம் உணர முடியும், விதியை அறிய முடியும். விதைக்குத் தண்ணீர் ஊற்றுவதைப் போன்றது அவரது ஆசிர்வாதம்.

கீழை நாடுகளில் குருவின் ஆசிர்வாதம் என்பது மிகவும் முக்கியம். மேற்கு அதுபற்றி அறியவே இல்லை. மேலைநாட்டினர்க்கு ஆசிரியர்கள் தெரியுமே தவிர, குருமார்கள் தெரியாது. குரு என்பவர் தாமே அனுபவம் பெற்றவர். ஆனால் ஆசிரியரோ பல பேரிடமிருந்து தாம் அதைக் கற்றிருக்கிறார் ஆனால் அவருக்கு அந்த அனுபவம் இல்லை. எனவே குருவைத் தேடுங்கள் ஆசிரியர் பலர், குரு மிகச் சிலரே.

குருவை எவ்வாறு சென்றடைவது? செல்லுங்கள். யாராவது ஞானம் பெற்றவர் அகப்பட்டால் சென்று சந்தியுங்கள். சிந்தனையாளராக இருக்காதீர்கள், காதலராக இருங்கள். உணர்வால் மட்டுமே குருவை அடைய முடியும். ஆனால் ஆசிரியரைச் சிந்தனையால் அடைய முடியும். ஆசிரியர் சொல்வதை, அவரது வாதங்களைக் கேளுங்கள். அவரது பேச்சைச் சாப்பிடுங்கள், கரைத்துக் குடியுங்கள். அவரது உரையைக் கேட்பது மட்டும் பயன்தராது. அதைச் சாப்பிட்டுச் சுவைப்பது மட்டுமே பயன்தரும். அப்பொழுதுதான் இன்னொரு வகை இருப்பைப் பற்றிய விழிப்புணர்வு உண்டாகும்.

குருவைக் கண்டறிய பெண்மை ஏற்பு (feminine receptiveity) தேவை. வாழும் குரு அருகில் இருந்தால் அது தானாகவே நிகழ்கிறது. நம்பங்கில் ஏதும் இல்லை. நாம் அங்கு வெறுமனே இருக்கிறோம். அவ்வளவே. அந்த ஆற்றலின் பிடியில் நாம் சிக்குகிறோம். இது ஒரு காதல் நிகழ்ச்சி. 'நான் என் குருவைக் கண்டு கொண்டேன்' என்று நிரூபிக்க முடியாது. இதற்கு நிரூபணம் ஏதும் இல்லை. நிரூபிக்க முயற்சித்தால், அதற்கு எதிராக யாராது நிரூபிக்க முயற்சிக்கலாம். கண்டறிந்து சுவைத்தது நாம். இது நமக்கு மட்டுமே தெரியும். இதயத்தில் உணரும் அறிவு இது.

திலோபா கூறுகிறார்.

> "முத்தி பெற
> குருவருளைச்சார வேண்டும்.
> குருவின் ஆசீர்வாதம் பெற்ற மனத்திற்கு
> முத்தி கையிலேயே உள்ளது."

'குரு' என்ற வார்த்தை அர்த்தம் மிக்கது. ஆனால் 'ஆசிரியர்' என்ற சொல் அவ்வாறன்று. பயிற்சியினால் புலமை பெறுபவர் ஆசிரியர். ஆனால் குருவோ முற்றிலும் வேறானவர்.

நம் மீது மழை பொழியக் காத்திருக்கும் கனத்த மேகம் அவர், மிகுந்த நறு மணத்தால் நம் நாசியை ஊடுருவிச் செல்லும் மலர். குரு என்ற சொல்லுக்கே கனம் என்பது பொருள். ஆற்றலின் கனம், தெய்வீகத்தின் கனம், கருவுற்ற தாயின் கனம். கடவுளைக் கருவாக உடையவர் குரு. எனவேதான், குருவைக் கடவுள் என்கிறோம். மேலை நாட்டினர்க்கு இது புரிவதில்லை. உலகத்தைப் படைப்பவரே கடவுள் என்று அவர்கள் கூறுகிறார்கள். படைப்பவரைப் பற்றி நாம் அதிகம் கவலைப்படுவதில்லை. குருவைக் கடவுள் என்கிறோம். ஏனெனில் தெய்வீகத்தன்மை நிரம்பியவர் அவர். தெய்வீகத்தால் கனத்திருக்கும் அவர் உடனே பொழியக் காத்திருக்கிறார் நமக்குத் தாகம்தான் தேவை.

அவர் எதையும் கற்றுப் புலமை பெறவில்லை, பயிற்சியும் பெறவில்லை. எக்கலையிலும் வல்லமையும் அவருக்கு இல்லை. வாழ்க்கையை முழுமையில் வாழ்ந்திருக்கிறார். எதையும் வலிந்து செய்ததும் இல்லை. காற்றோடு நகர்கிறார். இயற்கை தன் வழியில் செல்வதை அவர் அனுமதிக்கிறார். அனுபவத்தால் முதிர்ச்சி அடைந்து நிற்கிறார். மரத்திலிருந்து விழக்காத்திருக்கும் முற்றிய கனி குரு. அவர் நம்முள் விழலாம்.

குரு என்று முழுவதும் கீழைநாட்டு நிகழ்வு, மேலைநாட்டிற்கு அது பற்றி இன்னமும் தெரிவதில்லை. குருவை ஏன் வணங்க வேண்டும்? நமக்குத் தேவை என்றால் வணங்க வேண்டியதுதான். அவர் கனத்துக் கொட்டத்தயாராக இருக்கும் மேகம். நாம் குனியவில்லையேல் நம்மால் அடைய இயலாது.

முழு சிரத்தையோடு ஒரு சீடன் குருநாதன் காலில் விழுந்தால், கண்ணுக்குத் தெரியாத ஏதோ ஒன்று நிகழ்கிறது. குருவிடமிருந்து ஒரு சக்தி சீடனுக்குள் நுழையும். முடிந்தால் குருவைச் சுற்றி இருக்கும் ஒளிவட்டத்தையும், அவரது சக்தி சீடனுக்குள் இறங்குவதையும் காணலாம்.

தெய்வீக சக்தியால் கனமாக இருக்கிறார் குரு. தம்மிடம் இருக்கும் எல்லையற்ற சக்தியை எல்லையற்ற மாணவர்க்கு அவர் ஊற்றலாம். பல்லாயிரக்கணக்கான மாணவர்களோடு அவர் ஒருவராகவே வேலை செய்யலாம்.

முழுமையோடு தொடர்பு பெறுவதால், அவர் சோர்ந்து போவதே இல்லை. எல்லாவற்றுக்குமான மூலத்தை அவர் கண்டறிந்து விட்டார். அந்த ஆழம் கடந்த கடலுள் அவர் மூலமாக நாமும் குதிக்கலாம். கடவுள் இருக்குமிடம் தெரியாததால் சரணாகதி புரிதல் கடினமாக இருக்கிறது. அவர் யாரிடமும் தமது முகவரியை இதுவரைக் கொடுத்ததில்லை. ஆனால் குருவைக் கண்டறிய லாம். குருவே கடவுளின் முகவரி.

'குருவின் ஆசி கிடைத்த மனத்திற்கு
முத்தி கையிலேயே உள்ளது'

பின் நாம் ஏற்கப்பட்டோம் என்பது உறுதி. குருவின் ஆசிகள் மலர்களாய் நம்மீது வர்ஷிக்கப்படும்போது, முத்தி கைவசப்படுவது நிச்சயம்.

புத்தரின் சீடர் சாரிபுத்தர், புத்தரின் திருவடியைத் தொட்டு வணங்கி னார். திடீரென்று தனக்குள் சக்தி பாய்வதை உணர்ந்தார். திடீர் மாற்றம் ஏற்பட்டது. தான் அழிந்து மறுபடியும் படைக்கப்பட்டதாக உணர்ந்தார் சாரபுத்தர். 'இல்லை! சிறிது பொறுங்கள்' என்று கத்தினார் சாரிபுத்தர். புத்தசங்கத்திற்கு அங்கு நிகழ்ந்தது புரியவில்லை. 'ஏன்'என்று கேட்டார் புத்தர்.

சாரிபுத்தர் சொன்னார், ''பின் இந்தக் கால்கள் என்னுடையவை யாக இருக்க மாட்டா. முத்தி அருகில் இருக்கிறது. நான் உங்களுடன் இன்னும் சிறிதுநேரம் இருக்க ஆசைப்படுகிறேன். என்னை இவ்வளவு

சீக்கிரம் தள்ளி விடாதீர்கள்''. குருவின் ஆசிகிட்டினால் உடனே முக்தி கிடைக்கும். அதுவே இறுதி. பின் குருவை விட்டுச் செல்ல வேண்டியது தான். எனவே தான் சாரிபுத்தர் 'சற்று பொறுங்கள்' என்றார்.

சாரிபுத்தர் பின்னர் ஞானம் பெற்றார் 'இப்பொழுது செல்லலாம் நான் உனக்குத் தந்தவை எல்லாவற்றையும் எங்கும் பரப்பு எல்லோர்க்கும் கொடு' என்றார். புத்தர். சாரிபுத்தர் அழுதுகொண்டே செல்ல வேண்டியிருந்தது. 'நான் ஞானம் பெற்று விட்டேன். ஆனால் புத்தர் என்னைத் தமது திருவடியில் இருக்க அனுமதித்தால், ஞானத்தால் கிடைக்கும் ஆனந்தத்தைக் கூட நான் தூக்கி எறியத் தயார், என்று பதில் சொன்னார் சாரிபுத்தர்.

அவ்வளவு ஆழ்ந்த நன்றி. பின்னர் அவர் எங்கிருந்தாலும் புத்தர் இருக்கும் திசைநோக்கி வழிபடத் தவறியதே இல்லை. ஒருவர் கேட்டார், 'ஏன் இந்தத் திசைநோக்கி வணங்குகிறீர்கள்?' என்று உடனே அவர், 'புத்தர் தெற்கில் பயணம் செய்து கொண்டிருக்கிறார், என்பார்.

தனது இறுதி நாட்களில் கூட, 'புத்தர் எங்கிருக்கிறார். அத் திசையை வணங்கியபடியே நான் இறக்க விரும்புகிறேன், என்றார். புத்தர் அப்பொழுது இருந்த திசையை வணங்கிக் கொண்டே இறந்தார் சாரிபுத்தர்.

குருவிடமிருந்து இறுதியாக ஆசிகள் கிடைக்கும்போது, முக்தி என்பது கையிலேயே இருக்கிறது.

ஜென் மதத்தில், ஜப்பானில், சீடர் குருவைக் காண வரும்போது ஒரு பாயைக் கொண்டு வருவார். குருவின் முன் பாயை விரித்து அதில் அமர்ந்து குரு சொல்வதைக் கேட்பார். தினமும் குருவிடம் வந்த அவர் சொல்வதைக் கேட்டு, பாயை அங்கேயே விட்டுச் செல்வார்.இது பல ஆண்டுகள் தொடர்ந்து நடக்கும். இறுதி ஆசி பெற்றபின் அந்தப் பாயைச் சீடர் சுற்றித் தன்னோடு எடுத்துச் செல்கிறார். இங்கு பாய் என்பது குறியீடு. சீடன் பாயைச் சுற்றி விட்டால் அவனுக்கு முழுவதும் ஆசி கிடைத்து விட்டது என்பது பொருள். பின் குருவிடம் அவன் செல்லத் தேவையில்லை.

"ஐயோ, இவ்வுலகில் உள்ள எல்லாமே அர்த்தமற்றவை
அவை துயரத்தின் விதைகள்
சிறு உபதேசங்கள் செயலுக்கே அழைத்துச் செல்லும்
எனவே
மகா உபதேசங்களை மட்டுமே பின்பற்ற வேண்டும்."

தந்த்ரா உபதேசமே. மகாஉபதேசம். இன்னதைச் செய், இன்ன தைச் செய்யாதே என்பவை சிறிய உபதேசங்கள். பத்துக் கட்டளைகள் விதிக்கின்றன. அவை எந்தக் கட்டளையும் மகாஉபதேசம் விதிக்காது. நாம் செய்வதைப்பற்றி அதற்குக் கவலையில்லை நமதியல்பு, மையம், உணர்வு ஆகிய ஒன்றே அதற்கு முக்கியம்

திலோபா கூறுகிறார்.

"ஐயோ, இவ்வுலகில் உள்ள எல்லாமே அர்த்தமற்றவை
அவை துயரத்தின் விதைகள்
சிறு உபதேசங்கள் செயலுக்கே அழைத்துச் செல்லும்
எனவே
மகா உபதேசங்களை மட்டுமே பின்பற்ற வேண்டும்."

இவ்வுலகில் எல்லாமே துயரத்தின் விதைதான், ஆனால் ஒருவர் ஞானம் பெறும்போது ஓர் ஒளிக்கற்றை இவ்வுலகில் நுழைகிறது. அந்த ஒளியைப் பின்பற்றிச் சென்றால், அவ்வொளியின் மூலமாகிய சூரியனையே அடையலாம்.

'சிறு உபதேசங்களுக்குப் பலியாகி விடாதீர்கள்' என்கிறார் திலோபா. ஆனால், பலர் அவ்வாறு ஆகிறார்கள். சிலர் என்னிடம் வந்து, நாங்கள் சைவ உணவு சாப்பிடுபவர்கள். அது எங்களுக்கு ஞானத்தைத் தருமா?' என்று கேட்கிறார்கள். 'நாங்கள் இரவில் சாப்பிடுவதில்லை. இது ஞானத்தைத் தருமா? என்று கேட்கிறார்கள் 'பிரம்மசரியத்தில் எங்களுக்கு ஆழ்ந்த நம்பிக்கை' என்கிறார்கள். இவையெல்லாம் சிறிய உபதேசம் எல்லாவற்றையும் உபதேசிப்பவர் ஒன்றை மறந்துவிடுகிறார்கள். நமது இயல்பின் (being) வெளிப்புறத்தைத் தொடும் அவ்வகை உபதேசங்கள் வெறும் அழகுப் பூச்சே. உண்மையான உபதேசம் உள்ளேயிருந்து

வரவேண்டும். மையத்திலிருந்து விளிம்பிற்கு அது பரவவேண்டும். விளிம்பிலிருந்து மையத்திற்கு அதைக் கட்டாயமாகச் செலுத்தக் கூடாது.

மகா உபதேசம் இதுதான். நாம் இனி ஆக இருப்பதும், இப்பொழுது நாம் இருப்பதே. நாமே இலக்கு (goal), அது இப்போதே நிறை வேறிவிடும். எதற்காகக் காத்திருக்கிறீர்கள்? படிப்படியான முன்னேற்றத் தில் நம்பிக்கை வேண்டாம். தைரியமாக ஒரே குதி. அப்பொழுதுதான் தந்த்ராமார்க்கத்தை நாம் பின்பற்றியவர் ஆவோம்.

மரணபயம், நம்மை இழக்கப்பயம் சரணடையப்பயம் இவற்றால் சிறு உபதேசங்களுக்குப் பலியாவீர்கள். சிறு உபதேசங்கள் நாம் பின்பற்ற எளிமையானவை. சரணாகதியே மகா உபதேசம். முழுமையிடம் சரண்புகுங்கள். முழுமை நம்பொறுப்பை ஏற்கட்டும். ஆற்றை எதிர்க்க வேண்டாம். ஆற்றோடு மிதந்து ஆறாகவே மாறுங்கள் ஆறு கடலை நோக்கிச் சென்று கொண்டிருக்கிறது. இதுவே மகா உபதேசம்.

7. பாடல் தொடர்கிறது

"துவைதத்தைக் (இரட்டையை) கடக்க வேண்டும் என்பது ராஜநோக்கு.
கவனம் சிதறாமல் இருப்பது ராஜமார்க்கம்.
பயிற்சி ஏதும் இல்லாத பாதையே எல்லாப் புத்தர்களின் வழியும் ஆகும்.

அப்பாதையில் செல்பவர் புத்த நிலையை அடைவர்.
பொய்த்தோற்றமும கனவுகளும் போன்று
சாரமற்ற இவ்வுலகம் நிலையில்லாதது.
உலகை மறங்கள், உறவுகளைத் துறங்கள்
காமத்தையும் பகையையும் நீத்து
மலைகளிலும் காடுகளிலும் தியானம் செய்யுங்கள்.

முயற்சி ஏதும் இல்லாமல்
நெகிழ்வோடும் இயல்பாக இருந்தால்
சீக்கிரமே மகா முத்திரையை அடைவீர்,
அடையாமையை அடைவீர்."

7. பாதையற்ற பாதை

பாதை இரண்டு. போர்வீரனின் பாதை, அரசனின் பாதை. யோகம் போர்வீரனின் பாதை, தந்த்ரா மார்க்கம் அரசப்பாதை, எனவே, ரோர்வீரனின் பாதை எது என்பதை முதலில் புரிந்து கொண்டால், பின் திலோபா கூறும் அரசவழியைப் புரிந்து கொள்ளமுடியும்.

போர்வீரன் ஒவ்வொரு அங்குலமாகப் போராடி முன்னேற வேண்டும், எதிரியை வெல்லவேண்டும், பலாத்காரம் வேண்டும்.

நமக்குள் முரண்பாட்டை உண்டாக்க முயற்சிக்கிறது யோகம். இது சரி. அது சரியில்லை. இது நல்லது அது மோசம், இது கடவுளுக்குரியது, அது சாத்தானுக்கு உரியது என்று தெளிவாகப் பிரிக்கிறது. தந்த்ரா மார்க்கம் தவிர எல்லாச் சமயங்களும் யோக நெறியையே பின பற்று கின்றன. உண்மையைப் பிரித்து அக முரண்பாட்டை உண்டாக்கி, முரண்பாட்டின் மூலம் முன்னேறுகின்றன.

உதாரணமாக, நமக்குள் வெறுப்பு இருந்தால் வீரனின் பாதை அதை அழிக்கக நினைக்கும். கோபம். பேராசை, காமம் போன்றவற்றை, எதிர்மறையாக இருப்பனவற்றை அழிப்பதே போர்வீரனின் பாதை, எதிர்மறையை நீக்கி உடன்பாட்டை வளர்க்கும் அப்பாதை. வெறுப்பு அழிக்கப்பட்டு அன்பு உருவாக்கப்பட வேண்டும். காமம் நீங்கிப் பிரம்ம சரியம் உருவாக வேண்டும். கோபம் நீங்கிக் கருணை உருவாதல் வேண்டும் யோகம் உடனே கத்தியால் நம்மை இரு பங்காகக் கூறு போடுகிறது சரி, தப்பு என்று. சரியானது தப்பை வெல்லவேண்டும்.

யோகம் என்ன பரிந்துரைக்கிறது? ஒன்றை நீக்க அதன் எதிர்நிலைப் பழக்கத்தை உருவாக்குங்கள்.அதே பழக்கம் ஆகும்போது 'ரோபாட்' போல நாம் செயல்பட ஆரம்பிக்கிறோம் எனவேதான் அது போர் வீரனுக்குரிய பாதை என்று அழைக்கப்படுகிறது. உலகம் முழுதும், வரலாறு முழுதும் ஒரு போர்வீரன் ரோபாட்டைப்போலப் பயிற்சியளிக்கப் படுகிறான். அவன் பழக்கங்களை உருவாக்கிக் கொள்ள வேண்டும்.

பழக்கங்கள் உணர்வே இல்லாமல் செயல்படுகின்றன. அவற்றுக்கு விழிப்புணர்வு தேவையில்லை, நாம் இல்லாமலேயே அவை நிகழலாம்.

நம் பழக்கத்தை இவ்வாறு கவனிக்கலாம். பாக்கெட்டிலிருந்து ஒருவர் சிகரெட்டை எடுக்கிறார் என்று வைத்துக் கொள்வோம். தன் செயல் அவருக்கே தெரியாது. ரோபாட்டைப் போலக் கையில் பாக்கெட்டில் விடுகிறார். மன அமைதி இல்லாத போது அவர் கை உடனே பாக்கெட்டிலிருந்து சிகரெட்டை எடுக்கிறது, அவர் உடனே புகைக்க ஆரம்பிக்கிறார். சிகரெட்டின் இறுதிப்பகுதியை அவர் தூக்கி எறிகிறார். ஆனால் தன் செயல் பற்றி அவர் ஒன்றும் அறிய மாட்டார்.

நாம் போர்வீரனுக்குச் சொல்லித்தருவது ரோபாட் தன்மையையே. போர்வீரன் தனக்குச் சொல்லப்பட்ட கட்டளையைப் பின்பற்றி நடக்க வேண்டும், அவனுக்கு விழிப்புணர்வு தேவையில்லை. வலது பக்கம் திரும்பக் கட்டளை பிறப்பிக்கப்பட்டால், அவன் சிந்திக்கவே கூடாது, வலது பக்கம் திரும்ப வேண்டும். சிந்திக்க ஆரம்பித்தால் அவனால் செயல்படமுடியாது. சிந்தனையும் அவனுக்குத் தேவையில்லை, விழிப்புணர்வும் தேவையில்லை. கட்டளையைப் புரிந்து கொள்ளுதல் மட்டுமே போதும். கட்டளை பிறப்பிக்கப்படுகிறது, மிஷின் போல உடனே அதைப் பின்பற்ற ஆரம்பிக்கிறான். இடது பக்கம் திரும்பச் சொன்னால் அதைக் கேட்டு அவன் திரும்புவதில்லை, பழக்கத்தின் காரணமாகத் திரும்புகிறான்.

வில்லியம் ஜோன்ஸ் ஒரு நிகழ்ச்சியைக் கூறியிருக்கிறார். ஒரு காபி ஹோட்டலில், ஒரு வயதான போர்வீரரும் அவரும் உட்கார்ந்திருந்தனர். படையிலிருந்து அந்தப் போர்வீரர் ஓய்வு பெற்று இருபது ஆண்டுகள் ஆகிவிட்டன. போர் வீரர் தம் கையில் ஒரு வாளி முட்டைகளை ஏந்தி நடந்து சென்று கொண்டிருந்தார். திடீரென்று ஜோன்ஸ் சத்தம்போட்டு, 'கவனம்' (attention) என்று கத்தினார். நடந்துகொண்டிருந்த போர்வீரர், திடீரென்று நின்றார். பாவம் கையிலிருந்த முட்டைகள் கீழே விழுந்து விட்டன. எல்லாம் உடைந்து போயின! அவருக்கு மிகவும் கோபம் வந்தது. இது என்ன நகைச்சுவை? என்று கத்தினார் அந்தப் போர்வீரர்.

வில்லியம் ஜேம்ஸ் சொன்னார், 'நான் சொல்வதை நீங்கள் பின்பற்றத்தேவையில்லை. உங்களை யார் பின்பற்றச் சொன்னார்கள்? நீங்கள் உங்கள் வழியில் சென்றிருக்க வேண்டியது தானே!

அம்மனிதர் சொன்னார், 'அது முடியாது. தானாகவே நடக்கும். 20 வருடங்கள் கழிந்தாலும் நான் படையில் இருந்ததால் இந்த வழக்கம் ஆழமாக வேரூன்றி விட்டது. பல ஆண்டுப் பயிற்சி கட்டுப்படுத்தப்பட்ட பதில்செயலை (conditioned reflex) உண்டாக்கிவிட்டது.'

'கட்டுப்படும் பதில் செயல்' (conditioned reflex) என்ற வார்த்தை மிக நல்லது. பாவ்லாவ் என்ற ரஷ்ய உளவியலாளர் ஒருவர் ஏற்படுத்திய சொல் இது. நமது பதில் செயலைக் குறிப்பது அது. நம் கண்ணில் ஒருவர் ஏதாவது தூக்கி எறிகிறார். என்று வைத்துக்கொள்வோம், நாம் உடனே கண்களை மூடிக்கொள்கிறோம், வேறு எந்தவித நினைப்பும் அங்கு இருப்பதில்லை. ஓர் ஈ பறந்து வந்தால், சிந்தனை ஏதும் இன்றியே கண்ணை மூடிக் கொள்கிறோம். 'கட்டுப்படும் பதில் செயல்' இது. தானாகவே இது நிகழ்கிறது, உடம்பில், ரத்தத்தில், எலும்புகளில் உள்ள பழக்கம்! தானாகவே நிகழ்கிறது. இதற்காக ஏதும் செய்யத் தேவையில்லை.

போர்வீரன் ரோபாட் (robot)போலப் பயிற்சியளிக்கப்படுகிறான். கட்டுப்படும் பதில் செயல் சூழலில் அவன் வாழவேண்டும் யோகத்திலும் இச்செயலே நிகழ்கிறது. 'கோபம் வந்தால் கோபப்படாதே' அதற்கு எதிரான கருணையைப் பழகு' என்கிறது யோகம். படிப்படியாகச் சக்தி கருணையை நோக்கிப் பாயும்.

நீண்ட நாளுக்குப் பிறகு கோபம் முழுமையாக மறைந்து விடும். கருணை அமையும். ஆனால் நாம் மனித இயந்திரமாக (robot) இருப் போம் கருணையும் இயல்பாக அமையாமல் பயிற்சி செய்யப்பட்ட தாகவே இருக்கும்.

நல்ல பழக்கத்தையும் பழகிக் கொள்ளலாம், கெட்ட பழக்கத்தையும் பழகிக் கொள்ளலாம். புகைபிடிக்கப் பழகலாம், புகைபிடிக்காமலும் இருக்கப் பழகலாம்,அசைவ உணவைச் சாப்பிட்டுப் பழகலாம், சைவ உணவையும் சாப்பிட்டுப் பழகலாம். இரண்டுமே பழக்க வழக்கம்தான். இதைச் சற்று ஆழமாகச் சிந்திக்க வேண்டும். நல்ல பழக்கத்தை உருவாக்கிக் கொள்வது எளிது. ஆனால் நல்லவராக இருப்பது கடினம். நல்ல பழக்கத்திற்கு மாற்று மலிவு. அதை எளிமையாகச் செய்யலாம்.

இப்பொழுது ரஷ்யாவில் 'கட்டுப்படும் பதில் செயல் மருத்துவம்' (conditioned reflex therapy) என்ற ஒன்றை வளர்த்து வருகிறார்கள். மக்கள் தங்கள் பழக்க வழக்கங்களை விடமுடியாது என்று அவர்கள் சொல்கிறார்கள். 20 ஆண்டுகளாகப் புகைபிடிப்பவர் அதைவிட முடியுமா? அதன் மோசமான விளைவுகளை நீங்கள் எடுத்துக் கூறலாம், அது புற்றுநோயை உண்டாக்கும் என்று டாக்டர்கள் கூறலாம் ஆனால் 20 ஆண்டுகளாக வேறூன்றிக் கிடக்கும் பழக்கத்தை விடுதல் என்பது அவருக்குக் கடினம். அவரே விரும்பினாலும் அதை விட முடியாது.

எதையுமே அம்மனிதனிடம் விளக்கிச் சொல்ல வேண்டாம் என்று ரஷ்யாவில் கூறுகின்றனர். அவர்கள் ஒரு மருத்துவ முறையை உருவாக்கி இருக்கிறார்கள். புகைபிடிக்க ஆரம்பித்ததும் மின் அதிர்வைத் (electric shock) தருகிறார்கள். அது தரும் அதிர்ச்சியும், வலியும் அம்மனிதனால் தாங்க முடியாது. 7 நாட்கள் மருத்துவ மனையில் இவ்வாறு மருத்துவம் தரப்பட்டதும் தானாகவே இப்பழக்கம் அவரை விட்டு நீங்கிவிடும். கையில் சிகரெட்டை எடுத்ததும் அவன் உடம்பு நடுங்க ஆரம்பிக்கும்.

இனிமேல் அவன் புகைபிடிக்கவே மாட்டான். அதிர்ச்சி வைத்தியத்தால் நீண்ட நாளைய வழக்கம் நீங்கிவிடும். ஆனால் இம்முறையால் அவன் புத்தராகிவிட முடியாது. இம்முறையால் பழக்க வழக்கங்களை மட்டுமே மாற்றமுடியும். அவன் ஒரு இயந்திரமாய் மாறிவிடுவதால் புத்தராகிவிட முடியாது. பழைய வழக்கங்களை நீக்கி அவனுக்குப் 'பயம்' என்னும் புதிய பழக்கம் தரப்பட்டதே காரணம்.

'நரகம்' என்பதன் பொருளும் இதுவே. சமயங்கள் இதனை அதிர்ச்சி வைத்தியமாகவே பயன்படுத்தி இருக்கின்றன. 'நரகம்' என்பதும் 'சொர்க்கம்' என்பதும் இல்லவே இல்லை. இவை வெறும் தந்திரங்கள், உளவியல் மருத்துவக் கூறுகள். நரகத்தைப் பயங்கரமாக ஓவியம் தீட்டியதன் மூலம் அதைப்பார்க்கும் குழந்தைக்குப் பயம் ஏற்படுகிறது. நரகம் என்ற சொல்லே பயத்தை ஏற்படுத்துகிறது. அதுபோலவே சொர்க்கமும். நல்ல பழக்கங்களை வளர்த்துக் கொள்ளப் பயன்படும் தந்திரமே. நல்ல நெறியால் சந்தோஷ வாழ்க்கை வாழலாம் என்பது சொர்க்கம். சமுதாயம் நல்லது என்று கூறுவனவற்றைப் பின்பற்ற வேண்டும். நேரிடைத்தன்மையை (positivity) நோக்கிச் செய்யப்படும்

உதவி சொர்க்கம், எதிர் மறைத் திசையில் செல்லாது இருக்கப் பயன்படுவது நரகம்.

தந்த்ரா மார்க்கம் ஒன்று மட்டுமே இத்தகைய கட்டுப்பாடு எதையும் பயன்படுத்துவதில்லை. நாம் முழுமையாக மலரவேண்டும், வெறும் இயந்திரமாக இருக்கக் கூடாது என்பது தந்த்ராவின் கோட்பாடு. ஆகவே தந்த்ராவைப் புரிந்து கொண்டால், எவ்வகைப் பழக்கமும் கெட்டதே என்பது விளங்கும். பழக்கமே மோசம்தான். விழிப்புணர்வு ஏற்பட்டதும் எவ்வகைப் பழக்க வழக்கமும் இருக்காது. வாழ்வின் ஒவ்வொரு கணமும் முழு விழப்புணர்வு மட்டுமே இருக்கும்; பழக்க வழக்கம் இருக்காது. எந்தப் பழக்கமும் இல்லாமல் இருப்பதே ராஜமார்க்கம்.

ஏன் அதை ராஜ மார்க்கம் என்கிறோம்? படைவீரன் ஓர் நியதியைப் பின்பற்ற வேண்டும், ஆனால் அரசன் எதையும் பின்பற்ற தேவையில்லை. அவன் ஆணையிடுகிறான், ஆனால் அவனுக்கு யாரும் ஆணையிடுவதில்லை. அரசன் ஒருபோதும் சண்டையிடுவதில்லை, அவனுக்காகப் படைவீரர் மட்டுமே போரிடுகின்றனர். இது ஒரு உருவகம். அரசன் நெகிழ்வோடும் இயல்பாகவும் இருக்கிறான். அவனுக்கு மேல் யாரும் இல்லை. நமக்குமேல் யாரும் இல்லை. நாம் யாரையும் பின்பற்ற வேண்டாம். யார் மூலமாகவும் வாழ்க்கை நெறிமுறைகளை அறிய வேண்டாம் என்கிறது தந்த்ரா. நெகிழ்வாக, இயல்போடு ஆற்றொழுக் கான வாழ்க்கை வாழ்தல் போதும் விழிப்புணர்வு மட்டுமே தேவை.

போரிட்டால் நல்ல பழக்கங்களைப் பயிர்செய்யலாம், ஆனால் அவையும் வெறும் வழக்கமாய்ப் போகுமே தவிர, இயற்கையாகாது. பழக்கம் என்பது இரண்டாவது இயற்கை என்பர். 'இரண்டாவது' என்ற சொல் முக்கியமானது. அது இயல்பானதன்று; இயல்பானது போல் தோன்றும், அவ்வளவே.

உண்மையான கருணைக்கும், பழகிக்கொண்ட கருணைக்கும் இடையே உள்ள வேறுபாடுதான் என்ன? உண்மையான கருணை என்பது நேர்விளைவு (response); சூழ்நிலைக்கு ஏற்ப விளையும். அது என்றும் புதிது, இதயத்தின் நேரான ஓட்டம் அதை நோக்கி அமையும். ஒரு குழந்தை கீழே விழுந்து விட்டது என்று வைத்துக் கொள்வோம்; நாம்

சென்று உடனே அதைத் தூக்கி நிற்க உதவுவது நேர்விளைவு. ஆனால் போலிக்கருணை என்பது எதிர் விளைவு (reaction); அது பயிற்சியால் அமைவது, இயல்பினால் அன்று.

நேர்விளைவு (response),எதிர்விளைவு (reaction) ஆகிய இரு சொற்கள் பொருள் பொதிந்தவை. நேர்விளைவு என்பது சூழ்நிலைக்குத் தக்க அமைவது; ஆனால் எதிர்விளைவு என்பது வெறும் பழக்கமே. இறந்த காலத்துப் பயிற்சியால், ஒருவர் கீழே விழுந்த போது அவருக்கு உதவி செய்கிறோம். ஒருவர் ஆற்றில் மூழ்கிக் கொண்டிருக்கிறார் என்றால், நாம் அவருக்கு உதவுகிறோம் அவ்வாறு சொல்லித்தரப்பட்டதே காரணம். பிறர்க்கு உதவி செய்வது என்பது பயிற்சியால் வளர்க்கப் பட்டது. உதவி செய்தாலும் நம் இதயம் அங்கில்லை, எனவே இச்செயல் நேர்விளைவு ஆகாது. நாம் முன்னமே கற்றதைப் பின்பற்றுகிறோம், அவ்வளவே.

ஒரு குறிப்பிட்ட நெறியைப் பின்பற்றுவது நல்லதே. எல்லோருக் கும் தொண்டு செய்தல், கருணையோடு இருத்தல் என்பது நல்லதே. அதன்மூலம் எதிர்விளைவு உண்டாகிறது. இறந்த காலத்தின் மூலமாகவே செயல் வருகிறது. ஆனால் சூழ்நிலை செயலை உருவாக்கும் போதுதான் நாம் முழு விழிப்போடு செயல்படுகிறோம். அப்பொழுதான் அழகான செயல் ஏதேனும் நடக்கும்.

பழைய வழக்கத்தின் அடிப்படையில் நடந்தால், நமக்கு எந்த வித லாபமும் இல்லை; சிறிது அகந்தை கிடைக்கும், அவ்வளவே. ஆற்றில் விழுந்தவனைக் காப்பாற்றினோம் என்று பெருமை அடித்துக் கொள்ள லாம். ஆனால் அது இயல்பாக நடக்காதபோது எந்தவித லாபமும் இல்லை. இயல்பாக கருணையோடு இருக்கும் வாய்ப்பை இழந்து விடுகிறோம்.

சூழ்நிலைக்குத் தக்கபடி நடந்து கொண்டிருந்தால், நமக்குள் ஒரு மலர்ச்சி ஏற்பட்டிருக்கும். உள்ளே ஆழந்த அமைதி கிட்டியிருக்கும். நேர்விளைவு ஏற்படும் போதெல்லாம் உள்ளே மலர்ச்சி ஏற்படும். எதிர்விளைவால், ஏற்படுவது இயந்திரத்தனம். எதிர்விளைவு அழகற் றது, நேர்விளைவோ அழகானது. எதிர்விளைவு முழுமைத் தன்மை

அற்றது. ஆனால் நேர்விளைவோ முழுமைத்தன்மை கொண்டது. அதில் சிந்தனையே இல்லை. சூழ்நிலையே அதை நடக்கச் செய்து விடும்.

வாழ்வில் நேர்விளைவும் இயல்பான தன்மையும் இருந்தால், ஒருநாள் நாமும் புத்தர் ஆகலாம். பழக்க வழக்கத்தால் ஆன வாழ்க்கை செயற்கைத்தன்மை கொண்டதால் நாம் புத்தராக முடியாது. உள்ளே நாம் பிணமாக இருப்போம். பழக்கம் வாழ்க்கையைக் கொல்லும்; அது வாழ்க்கைக்கே எதிரானது.

தினம் விடியற்காலையில் எழுந்திருப்பது என்பது ஒரு பழக்கமாகி விட்டது. காலை 5 மணிக்கு எழுந்திருக்கிறோம். விடியற்காலை என்பது பிரம்ம முகூர்த்தம், சூரியன் உதிப்பதற்கு முன்பே எழுந்து விட வேண்டும், அது புனிதவேளை மங்களமானது என்று பல நூற்றாண்டு களாகச் சொல்லித்தரப்படுகிறது. ஆனால் அதுவே பழக்கமாகிவிடக் கூடாது. புனிதம் என்பது உயிருள்ள நேர்விளைவு. விடியற்காலையில் எழுவது நேர்விளைவாக இருக்கும்போது அது சிறப்புப் பெறுகிறது.

வாழ்க்கை முழுவதுமே நம்மைச் சுற்றி விழிப்புணர்வு கொள்கிறது. நட்சத்திரங்கள் மறைகின்றன, பூமி சூரியனுக்காகக் காத்திருக்கிறது. எல்லாம் மேலும் உணர்வு கொள்கிறது! பூமி தூங்குகிறது, மரங்கள் உறங்குகின்றன, பறவைகள் பறக்கத் தயாராகின்றன. எல்லாம் தயாராகிறது. புதிய நாள் தொடங்குகிறது புதிய கொண்டாட்டம்.

இது ஒரு நேர்விளைவு (response) பின் நாம் பறவையைப் போன்று பாடிக்கொண்டே எழுந்திருப்போம், ஆடுவோம். ஆனால் இது ஒரு பழக்கம் அன்று. சாத்திரங்களில் சொல்லப்பட்டதை அப்படியே ஏற்றுக் கீழ்ப்படிவது ஆகாது. இதுவே பழக்கமாகிப்போனால், பறவைகளின் ஒலி நமக்குக் கேட்காது. ஏனெனில், பறவைகளின் பாட்டு சாத்திரத்தில் எழுதப்படவில்லை. சூரியன் உதிப்பதைப்பார்க்க மாட்டோம் ஏனெனில் அது அன்று நோக்கம். இறந்து போன ஒரு கட்டுப்பாட்டை நாம் பின்பற்றுவதால் இவ்விளைவு.

இரவு படுக்கச் செல்ல நேரமாகி இருக்கலாம், அதனால் சீக்கிரம் எழுந்திருக்க மனம் வராது போகலாம், ஏன் கோபம் கூட வரலாம். இன்னும் சற்று நேரம் அதிகம் தூங்கியிருக்கலாமே என்று நினைக்கலாம்.

நாம் களைப்பாக இருந்தோமே தவிர்த் தயாராக இல்லை. அல்லது இரவு முழுவதும் அதிகமாகக் கனவு கண்டதன் விளைவாக உடல் சோம்பல் தனம் உற்று, இன்னும் சற்று அதிகமாகத் தூக்கம் தேவைப்படலாம். ஆனால் சாத்திரங்களோ இதற்கு எதிரானவை, குழந்தைப்பருவத்தி லிருந்து நமக்கு இப்படித்தான் சொல்லிக்கொடுத்திருக்கிறார்கள்.

எனது குழந்தைப் பருவத்தில் என்பாட்டனார், நான் விடியற்காலை யில் சீக்கிரம் எழுந்திருக்க மிகவும் வற்புறுத்துவார். விடியற்காலையில் மூன்று மணிக்கே என்னைப் படுக்கையிலிருந்து எழுப்பி, தன்னுடன் வெளியில் உலாவ அழைத்துச் செல்வார். என்னால் எதுவும் செய்ய முடியாது, எனவே அவரை மனதிற்குள் திட்டுவேன். எனக்குத் தூக்கமாக வரும், இருப்பினும் நான் அவரோடு நடந்தே ஆக வேண்டும். எல்லா அழகையும் கெடுத்துவிட்டார் அவர்.

பிற்காலத்தில் காலை உலாவலுக்குச் செல்லும்போதெல்லாம் என்னால் அவரை மன்னிக்கவே முடியவில்லை. எப்பொழுதும் அவரை நினைப்பேன் . பல ஆண்டுகள் நான் அவருடன் தொடர்ந்து நடந்திருக் கிறேன். என்னிடம் ஒரு வாழ்க்கை முறையை உண்டு பண்ண உதவுவதாக அவருக்குள் ஓர் நினைப்பு. ஆனால் இது அல்ல வழி. பாதை அழகு, காலைப்பொழுது அழகு, ஆனால் அவரோ அழகை முற்றிலும் அழித்து விட்டார். பல ஆண்டுகள் சென்றபின்னரே, காலையில் நடக்கும்போது அவர் நினைவு என்னிடமிருந்து நீங்கியது. அவர் இறந்தபின்னரும் அவரது நிழல் என்னைத் தொடர்ந்து கொண்டே இருந்தது.

வலிந்து பழக்கம் ஆக்கினால் காலைப்பொழுது அழகற்றதாக ஆகிவிடும். அந்நிலையில் தூங்கச் செல்வதே மேல். சில நாள் காலையில் எழுந்திருக்க முடியாது போய்விடும் அதில் தவறு ஒன்றும் இல்லை, பாவம் ஏதும் இல்லை. தூக்கம் வந்தால் தூங்குவதும் அழகுதான். காலைப் பொழுதைப் போன்று, சூரிய உதயத்தைப் போன்று தூக்கமும் அழகே. சூரியனைப் போலவே தூக்கமும் தெய்வீகமானதே. நாள் முழுவதும் ஓய்வெடுக்க நினைத்தால் அதுவும் நல்லதே.

எனவேதான், அரசனைப்போல இருங்கள், படைவீரனைப்போல அன்று, என்கிறது தந்த்ரா. நம்மைஅதிகாரம் செய்ய நமக்குமேல்

யாரும்இல்லை. வாழ்க்கை ஒரே பாணியில் அமையக் கூடாது.இதுவே ராஜ மார்க்கம். வாழ்க்கையின் ஒவ்வொரு கணத்தையும் இயல்பாகச் செயற்கைத் தன்மையின்றி அனுபவிக்க வேண்டும். இயல்பான தன்மை என்பதே வழி. நாளையைப் பற்றி ஏன் கவலைப்பட வேண்டும்? இந்த ஒரு கணம்போதும், அதில் வாழுங்கள்! அதில் முழுமையாக வாழுங்கள் நேராக நோக்குங்கள், எதிர்ச் செயல் வேண்டாம். 'எந்தப் பழக்கமும் வேண்டாம்' என்பதே வாய்பாடு.

அதனால் குழப்பத்தில் வாழ வேண்டும் என்பதில்லை, பழக்க வழக்கத்தில் வாழ வேண்டாம் என்கிறேன். இயல்பான தன்மை அமையும்போது, ஒரு வாழும் முறை நம்மை உருவாக்கும். அது வலிந்து திணிக்கப்பெறாதது. காலைப்பொழுதை அனுபவித்தால், அனுபவத்தின் மூலம் காலையில் எழுந்திருங்கள், பழக்கத்தின் காரணமாக அன்று. பின் வாழ்க்கை முழுதும் காலையில் எழுந்திருப்பது பழக்கத்தினால் அமையாது. அது தானாக அமையும். அது அழகானது, அதை அனுபவியுங்கள், நேசியுங்கள்.

அன்பினால் அமைவது பழக்கத்தினாலோ, பயிற்சியினாலோ அன்று. பழக்கம் குறையக் குறைய. மேலும் துடிப்பு உண்டாகும். பழக்க வழக்கம் இல்லாத வாழ்க்கையே சரியான வாழ்க்கை. பழக்கம் என்பது நம்மீது அமையும் பொறுக்குப் போன்றது. விதையைச் சுற்றி நிற்கும் தோல் போன்று அது கடினமானது. வளைந்து கொடுங்கள், விடாப்பிடியாக இருக்காதீர்கள்.

தீமைக்கு எதிராக உள்ளதை வளர்த்துக் கொள்ளச் சொல்கிறது யோகம். நல்லதை ஏற்று, தீமையோடு போராடச் சொல்கிறது அது. நமக்குள் இருக்கும் வன்முறையைக் கொல்ல அஹிம்சையை வளர்த்துக் கொள்ளச் சொல்கிறது யோகம். எதிர்ப்பண்பை வளர்த்து அதுவே வாழ்க்கை முறையாக அமையும்படி செய்வது அதன் பண்பு. இது படைவீரனின் மார்க்கம் சிறு உபதேசம்.

தந்த்ரா மார்க்கமோ மகா உபதேசம். மிக உயர்ந்தது. தந்த்ரா கூறுகிறது. ''உங்களுக்குள் முரண்பாட்டை உருவாக்கிக் கொள்ளாதீர்கள். இரண்டையும் ஒப்புக்கொள்ளுங்கள். அப்பொழுதுதான் அவற்றைக்

கடக்கமுடியும்'' யோகத்தில் வெற்றி உண்டு. தந்த்ராவில் இல்லை... வெறும் கடப்புநிலை மட்டுமே உண்டு. வன்முறை, வன்முறையின்மை ஆகிய இரண்டுமே கடக்கப்படும். நாம் மூன்றாவது நிகழ்வாக (phenomenon) ஆகிவிடுகிறோம். வெறும் சாட்சியாகி விடுகிறோம்.

ஒரு சமயம் நான் கசாப்புக் கடையில் உட்கார்ந்து கொண்டிருந்தேன். அதன் உரிமையாளர் மிகவும் நல்லவர். அவரை அடிக்கடி நான் சந்திப்பது வழக்கம். அன்று மாலை அவர் கடையை மூடும் நேரத்தில் ஒருவர் கோழியை வாங்க வந்தார். ஆனால், அன்று ஒரு கோழி மட்டுமே விற்கபடாமல் இருந்தது. எனவே உள்ளே சென்று அக்கோழியை எடுத்து வந்து தராசில் நிறுத்து, 'இது ஐந்து ரூபாய்' என்றார்.

அந்த மனிதரோ, 'பல நண்பர்களுக்கு விருந்தளிக்கப் போகிறேன். எனவே, இந்தக் கோழி போதாது இன்னும் பெரியது வேண்டும், என்றார். ஆனால் எஞ்சியிருப்பதோ ஒரு கோழி மட்டுமே. எனவே கடைக்காரர் சிறிது யோசித்தபின், உள்ளே சென்று மறுபடியும் திரும்பி வந்து, அதே கோழியைத் தராசில் நிறுத்து, 'இது ஏழு ரூபாய்' என்றார். அந்த மனிதரோ, 'நான் இரண்டு கோழிகளையுமே எடுத்துக்கொள்கிறேன், என்ன விலையானாலும் சரி, என்றார். கடைக்காரர் திகைத்து நின்றார்!

தந்த்ரா மார்க்கமும் அதே போல்தான் கூறுகிறது. 'நான் இரண்டையும் எடுத்துக்கொள்கிறேன்' என்கிறது.

வெறுப்பு என்பது நேசிப்பின் இன்னொரு பக்கம். கோபம் என்பது கருணையின் மற்றொரு பக்கம். வன்முறை என்பது அஹிம்ஸையின் இன்னொரு முகம். வெறுப்பு நேசிப்பு, கோபம் கருணை, வன்முறை அஹிம்சை ஆகிய இரண்டையுமே முழுதும் ஏற்கிறது தந்த்ரா. ஏற்று ஒப்புக்கொள்ளுதல் மூலம் அவற்றைக் கடக்க முடியும். ஏனெனில், அவை இரட்டை இல்லை. வன்முறையும் அஹிம்ஸையும் இரண்டல்ல, கோபமும் கருணையும் இரண்டல்ல, வெறுப்பும் நேசிப்பும் வேறல்ல இவை யெல்லாம் ஒன்றே.

இவ்வுண்மை நமக்குத் தெரிகிறது, ஆனால் நாமோ இதை அங்கீகரிப்பதில்லை. நேசம் தான் வெறுப்பாக ஒரு நொடியில் மாறுகிறது. இவை இரண்டும் வேறாக இருந்தால் எப்படி ஒன்று மற்றொன்றாக

மாறமுடியும்? நேசிக்கும் கணத்திலேயே அதே மனிதரை வெறுக்கிறோம். காலையில் நேசிக்கும் அதே மனிதரை, மாலையில் வெறுக்கிறோம். இவ்விளையாட்டு தொடர்கிறது. உண்மையில் நேசிப்பு வெறுப்பு, கோபம் கருணை என்பதே சரியான வார்த்தைகள், அவை ஒரே நிகழ்வு அல்லாது வேறன்று. எனவேதான், நேசிப்பு வெறுப்பாகிறது, வெறுப்பு நேசிப்பாகிறது. கோபம் கருணையாகிறது, கருணை கோபம் ஆகிறது.

இப்பிளவை உண்டு பண்ணுவது மனமே. பின் சண்டை தொடங்குகிறது. முதலில் பிரிவு, பின் ஒன்றைப் பாராட்டி மற்றொன்றைக் கண்டிப்பது. இதனால் பிரச்னை ஏற்படுகிறது. யோகி கஷ்டப்படுவது இதனால்தான். அவன் எது செய்தாலும் வெற்றி என்பது முடிவாகாது, அது தற்காலிகமே.

கோபத்தைக் கீழே தள்ளிக் கருணையோடு செயல்படலாம். ஆனால் கோபம் அழிவதில்லை, ஆழ்மனத்தில் இன்னமும் இருக்கிறது. எந்நேரமும் மேலே வரலாம். எனவே மறுபடியும் மறுபடியும் அதைத் தள்ளிக்கொண்டே இருக்க வேண்டும். இவ்வாறு எதிர்மறைகளைக் கீழே தள்ளிக் கொண்டிருந்தால், வாழ்க்கை முழுவதும் வீணாகிப் போகும். தெய்வீகத்தை எப்பொழுது அனுபவிப்பது? இடமும், காலமும் இருக்காது. கோபம், பேராசை, பொறாமை என ஆயிரம் பொருள்களோடு போராடிக் கொண்டே இருந்தால் ஓய்வே இருக்காது. நெகிழ்வோடு இயல்பாக இருப்பது எப்படி? எப்பொழுதும் இறுக்கமும், பயமும் தான்.

யோகிகள் தூக்கத்தைக் கண்டு கூடப் பயப்படுகிறார்கள். ஏனெனில் தூக்கத்தில், அவர்கள் கீழே தள்ளியவை எல்லாம் மேலே வரும். விழிப்பில் அடைந்த பிரம்மசரியம் கனவுகளில் நீங்கி விடும். கனவில் அழகிய பெண் உள்ளே இருப்பாள். யோகியால் ஏதும் செய்ய இயலாது. அந்த அழகிய பெண்களைக் கடவுள் அனுப்பவில்லை. அவர் தன் கனவுகளைத் தானே உருவாக்கிக்கொள்கிறார்.

நாம் மனத்துள் மறைப்பவை எல்லாம் கனவுகளில் வெளிப்படும். யோகி மறுப்பவை கனவுகளின் ஒரு பகுதியாகும். நனவுகள் எப்படி நம்முடையனவோ, கனவுகளும் அவ்வாறே. ஆகவே நனவில் ஒரு

பெண்ணைக் காதலிப்பதும், கனவில் காதலிப்பதும் ஒன்றே. இரண்டுக்கும் வேறுபாடு இல்லை. அங்கு பிரச்னை பெண்ணால் ஏற்படுவதில்லை. நாமே பிரச்னையாகிறோம். ஒரு பெண்ணைக் காதலித்தலும் பெண்ணின் படத்தைக் காதலிப்பதும் ஒன்றே. பெண்ணும் நமக்குள் படமாய் இருக்கிறாள். நமக்குப் படம் மட்டுமே தெரியும். உண்மையான பெண்ணை ஒரு போதும் தெரியாது.

நான் இங்கிருக்கிறேன். உண்மையில் நான் இங்குதான் இருக்கிறேன். என்பது உங்களுக்கு எப்படித் தெரியும்? எனதிருப்பை நீங்கள் கனவாகக் காணலாம். கனவுக்கும், நனவுக்கும் என்ற வேறுபாடு? நான் இங்கிருப்பது முக்கியமன்று உங்கள் மனத்தினுள் நீங்கள் என்னைக் காண்கிறீர்கள். உங்கள் கண் பார்ப்பதை மனம் விளக்குகிறது. ஒருவரை உண்மையாக, நாம் ஒருபோதும் காண்பதில்லை.

எனவேதான் இதுமாயை, பொய்யுலகம் என்று இந்துக்கள் கூறுகின்றனர். திலோபா கூறுகிறார், 'பொய்த்தோற்றமும், கனவுகளும் போன்று, சாரமற்ற இவ்வுலகம் நிலையில்லாதது. ஏன்? கனவுக்கும் நனவுக்கும் இடையே எந்த வேறுபாடும் இல்லை. இரண்டிலும் நாம் மனத்தனவிலேயே நிற்கிறோம். நாம் பார்ப்பது படங்களையே. உண்மையை அன்று; நம்மால் பார்க்க முடியாது. நாம் உண்மையானால் மட்டுமே உண்மையைக் காணமுடியும். பேய்போல, நிழல்போல இருந்தால் எவ்வாறு உண்மையைக் காண்பது? நிழல் நிழலை மட்டுமே காண முடியும். மனம் நீங்கிய நிலையிலேயே உண்மையை அறிய முடியும். உருவாக்குவது விளக்கம் தருவது எல்லாம் மனமே. எனவேதான் மன மற்ற நிலை வலியுறுத்தப்படுகிறது.

'சண்டையிடாதீர்கள்' என்கிறது தந்த்ரா. சண்டையிட்டால் அது பலபிறவிகள் தொடரவேண்டியிருக்கும், ஒரு பயனும் விளையாது. நாம் இரண்டாகப் பார்ப்பதில் இருப்பது ஒன்றே. இது முதல்படி. இதைத் தவறவிட்டால் இலக்கை அடையமுடியாது. பயணம் முழுதும் தொடர்ந்து பாதிக்கப்படும். முதல்படி சரியாக எடுக்கப்படவேண்டும். இல்லையேல் ஒருபோதும் இலக்கை அடைய முடியாது.

பின் எதுதான் முற்றிலும் சரியானது? இருமையில் ஒருமையை, பலவற்றிலும் ஒன்றையே காண்பதுதான் சரி என்கிறது தந்த்ரா.

இருமையில் ஒருமையைக் காணத் தொடங்கிவிட்டால், கடப்புநிலை தொடங்கிவிட்டது என்பது பொருள். இதுவே ராஜமார்க்கம்.

இப்பொழுது சூத்திரத்தைப் புரிந்துகொள்ள முயற்சிப்போம்.

'துவைதத்தைக் கடக்கவேண்டும் என்பது ராஜநோக்கு' கடத்தல், வெல்லுதல் அன்று. 'கடத்தல்' என்றால் என்ன?

சிறு குழந்தை பொம்மைகளோடு விளையாடுவதைப் போன்றது இது. பொம்மைகளை அகற்றச் சொன்னால் அதற்குக் கோபம் வரும். தூங்கும்போதும் பொம்மைகளைத் தன் அருகில் வைத்துக்கொண்டே தூங்குகிறது, அது தூங்கியபின் தாய்தான் அவற்றை அகற்ற வேண்டியிருக்கிறது. காலையில் எழுந்தவுடன் குழந்தையின் முதல் கேள்வி, எங்கே என் பொம்மைகள்? என்பதுதான். பொம்மைகளைப் பற்றியே அது கனவு காணவும் செய்கிறது. திடீரென்று ஒரு நாள் பொம்மைகளை மறந்து விடுகிறது. சில நாட்களுக்குப் பொம்மைகள் அறையின் மூலையில் கிடக்கின்றன. அவை வேறு இடத்திற்கு அகற்றப்பட்டபின் அல்லது தூக்கி எறியப்பட்டபின், பொம்மைகளைப் பற்றி அக்குழந்தை இனியும் கேட்பதில்லை. என்ன நிகழ்ந்தது? அவற்றைக் கடந்து பக்குவம் பெற்றுவிட்டது. அக்குழந்தை. அது ஒரு போரட்டமோ, வெற்றியோ இல்லை. பொம்மை வேண்டும் என்று குழந்தை போரிடவில்லை. அவை வெறும் பொம்மை என்ற உண்மையை உணர்ந்ததும், உண்மை வாழ்க்கைக்கு அவை உதவ மாட்டா என்பதை அது புரிந்துகொள்கிறது. இனி அவை பற்றிக் கனவுகூட காண்பதில்லை அக்குழந்தை. வேறு ஏதாவது குழந்தை பொம்மையோடு விளையாடினால் அதைப்பார்த்துச் சிரிக்கிறது. அது அறிவுள்ள சிரிப்பு. இவ்வாறு பொம்மையைக் கடந்துவிடுகிறது குழந்தை.

கடத்தல் (transcendence) என்பது மிக இயல்பான நிகழ்வு. அதைப் பயில வேண்டாம். மேலும் பக்குவம் வந்தால் போதும். ஒரு பொருளின் அர்த்தமற்ற தன்மையை அறிந்தால் போதும்....அதைக் கடந்துவிடுவோம்.

கவலையோடு என்னிடம் வந்தான் ஓர் இளைஞன். அவனுக்கு அழகான மனைவி இருந்தாள், ஆனால் அவளது மூக்கு மட்டும் சிறிது நீளம். ''என்ன செய்வது?'' என்று கவலையோடு கேட்டான். அறுவை சிகிச்சை செய்யப்பட்டது, ஆனால் மூக்கு மேலும் அழகற்றுப் போனது. குற்றம் ஒன்றும் இல்லாதபோது அதை திருத்த நினைப்பது மேலும் அழகின்மையைத் தரும். குழப்பமே மிஞ்சும். இப்பொழுது என்ன செய்வது என்று அவ்விளைஞன் என்னிடம் கேட்டான்.

பொம்மைகளைப் பற்றி அவனிடம் பேசினேன். ''இது வெறும் குழந்தைத் தனம். மூக்கின் மேல் ஏன் அவ்வளவு தீவிரம்? உடம்பில் சிறிய பகுதி அது. இப்பிரச்னையால் உன் மனைவியும் பாதிக்கப்பட்டி ருக்கிறாள். மூக்கே உங்களுக்கு வாழ்வின் முழுப்பிரச்னை ஆகி விட்டது. எல்லாப் பிரச்னைகளுமே இப்படித்தான்! உன் பிரச்னை பெரியது என்று நினைக்க வேண்டாம். எல்லாப் பிரச்னைகளுமே குழந்தைத்தன மானவை, பக்குவமின்மை காரணமாகவே பிறக்கின்றன. ஒரு நாள் நீ இதனைக் கடந்துதான் ஆக வேண்டும்.''

மூக்கு காரணமாக அவன் தன் மனைவியின் முகத்தைக் கூடப் பார்ப்பதில்லை. பார்க்கும்போதெல்லாம் வருத்தம் ஏற்படும. ஆனால், முகத்தை நோக்காமையால் பிரச்னை தீர்ந்துவிடாது. மூக்கைப் பற்றிய நினைவு தொல்லைப் படுத்திக்கொண்டே இருக்கும். நாம் நினைத்தாலும் பிரச்னை நம்மை விடாது. எனவே மனைவியின் மூக்கைத் தியானிக்கு மாறு அவ்விளைஞனிடம் கூறினேன். ' என்ன? என்னால் அந்த மூக்கைப் பார்க்கக்கூட முடியாதே' என்றான் அவன்.

''இது நிச்சயமாக உதவி செய்யும். முற்காலத்தில் தங்கள் மூக்கின் நுனியைத் தியானிப்பர். எனவே உன் மனைவியின் மூக்கை நீ தியானிப்பதில் என்ன தவறு? முயற்சி செய்'' என்றேன் நான்.

'இதனால் என்ன விளையும்?' என்று கேட்டான் இளைஞன். ''முயற்சிசெய் . சில மாதங்கள் கழித்து நடப்பதை என்னிடம் சொல். ஒவ்வொரு நாளும் உன்முன் அவள் உட்காரட்டும். அவன் மூக்கின் மீது தியானம் செய், '' என்றேன்.

ஒரு நாள் அவன் ஓடிவந்தான். ‘இவ்வளவு நாளாக எவ்வளவு முட்டாள்தனமாக நடந்துகொண்டுவிட்டேன்!திடீரென்று ஒரு நாள் கடந்துவிட்டேன். முட்டாள்தனம் முழுவதும் வெளிப்பட்டுவிட்டது. இப்பொழுது அது ஒரு பிரச்னையே இல்லை,’ என்றான்.

அவன் வெற்றி பெறவில்லை. ஏனெனில் வெல்வதற்குப் பகைவன் யாரும் இல்லை. தந்த்ரா சொல்வதும் இதுவே. முழுவாழ்வும் நம்மை ஆழமாக நேசிக்கிறது. யாரும் அழிக்கப்படவேண்டாம். யாரையும் வெல்லவேண்டாம். யாரும் நமக்குப் பகையும் இல்லை. வாழ்க்கை முழுவதுமே நம்மை நேசிக்கிறது. எல்லா இடங்களிலிருந்தும் அன்பு ஓடுகிறது.

நமக்குள்ளும் பகைவரே இல்லை. இவற்றை உண்டாக்கியவர்கள் புரோகிதர்களே.நம்மையே போர்க்களம் ஆக்கி விட்டனர் அவர்கள். ‘இதோடு சண்டையிடு. இது மோசம்! அதோடு சண்டையிடு. அது மோசம்’ என்று அவர்கள் கூறுகின்றனர்.அவர்கள் பல பகைவர்களை உண்டாக்கி விட்டனர். நம்மைச் சுற்றிலும் பகைவர் சூழ்ந்திருப்பதால், வாழ்வின் அழகோடு நமக்குத் தொடர்பே அற்றுப்போகிறது.

நான் உங்களுக்குச் சொல்கிறேன்.கோபம் உங்களுக்குப் பகையில்லை, பேராசை பகைஇல்லை, கருணையோ நண்பன் இல்லை, அஹிம்ஸையும் நண்பன் இல்லை. நட்பும் பகையும் இருந்தால் இரட்டை இன்னும் இருக்கிறது என்பது பொருள்.

நமதிருப்பின் முழுமையையும் நோக்கினால் அவை எல்லாம் ஒன்றே என்பது தெரியும். பகைநட்பாகும்போது, நட்பு பகை ஆகும் போது எல்லா இரட்டையும் அற்றுப்போகும். திடீரென்று நடப்புநிலை உணர்வு (transcendence), ஒரு விழிப்புணர்வு. அது திடீரென்றுதான் நிகழும். சண்டையிடும்போது அங்குலம் அங்குலமாகப் போரிட வேண்டும். இது ஒரு சண்டையே இல்லை. இது அரசர்களின் வழி ராஜ மார்க்கம்.

‘துவைதத்தைக் கடக்க வேண்டும் என்பது ராஜநோக்கு’ என்கிறார் திலோபா.

துவைதத்தைக் (இரட்டையை) கடப்பதா! வெறுமனே உற்றுக் கவனியுங்கள், இரட்டையே இருக்காது.

போதிதர்மா சீனாவிற்குச் சென்றார். அரசர் அவரைப் பார்க்க வந்தார். ''சில சமயம் நான் மிகவும் பாதிக்கப்படுகிறேன். என்னிடத்துக் கவலையும் கஷ்டமும் அவ்வளவு உள்ளன'' என்றார் அரசர்.

அவரைநோக்கிக் கூறினார் போதி தர்மா'' நாளைக் காலை 4 மணிக்கு வாருங்கள். வரும்போது கவலை, தொல்லை, கஷ்டம் எல்லாவற்றையும் கொண்டு வாருங்கள்' 'நீங்கள் என்ன சொல்கிறீர்கள்?' என்று கேட்டார் அரசர்.

போதிதர்மா சொன்னார், ''நீங்கள் அவற்றைக் கொண்டு வராது போனால், நான் எப்படிச் சரிசெய்ய முடியும்? எல்லாவற்றையும் கொண்டு வாருங்கள், நான் சரிசெய்கிறேன்.

அரசன் நினைத்தான், ''போகாமல் இருப்பதே மேல். காலை 4 மணி இருட்டாக இருக்கும். இந்த மனிதனோ பைத்தியம்போல் இருக்கிறான். கையில் உள்ள பெரிய தடியால் என்னை அடித்தாலும் அடிப்பான். எல்லாவற்றையும் சரி செய்வதாகச் சொல்கிறான், எப்படி?''

இரவு முழுதும் அரசனால் தூங்க முடியவில்லை. காலையில் விரைந்து சென்றார். தயக்கத்துடன் வந்த அரசனைப் பார்த்து போதிதர்மா கேட்டார், 'எனவே நீங்கள் வந்தாயிற்று நீங்கள் குறிப்பிட்ட மற்றவர்கள் எங்கே?'

''உங்கள் பேச்சு புதிராக உள்ளது. அவை பொருள் அல்ல கொண்டுவருவதற்கு. அவை உள்ளே இருப்பவை,'' என்றான் அரசன்.

போதிதர்மா சொன்னார், ''சரி. உள்ளோ, வெளியிலோ, பொருள் கள் பொருள்களே. உட்கார்ந்து கண்ணை மூடுங்கள், உள்ளே அவற்றைக் காண முயலுங்கள். அவற்றைப் பிடித்துக்கொண்டு உடனே என்னிடம் சொல்லுங்கள். என் கையிலுள்ள தடியைப் பாருங்கள். நான் அவற்றைச் சரி செய்து விடுகிறேன்.

அரசர் கண்ணை மூடினார் வேறுவழியின்றி மூடினார். கொஞ்சம் பயத்தோடு உள்ளே நோக்கினார். உள்ளே ஒன்றும் இல்லை என்ற

விழிப்புணர்வு திடீரென்று ஏற்பட்டது. கவலை, தொல்லை எல்லாம் நீங்கின. ஆழ்ந்த் தியானத்தில் மூழ்கினார் அரசர். நேரம் நகர்ந்தது. சூரியன் உதித்தான், அவர் முகத்தில் அற்புத மௌனம்.

இப்பொழுது போதிதர்மா கூறினார், 'இப்பொழுது கண்களைத் திறக்கலாம். இது போதும்! எங்கே அந்த கவலை போன்றவை? அவற்றை உங்களால் பிடிக்க முடிந்ததா?

அரசர் சிரித்தார், குனிந்து போதிதர்மா பாதங்களைத் தொட்டு வணங்கினார். 'உண்மையிலேயே நீங்கள் அவற்றைச் சரிசெய்து விட்டீர்கள். இப்பொழுது அவற்றை என்னால் காண இயலவில்லை. விஷயம் என்ன என்பது இப்பொழுது புரிகிறது. முதலில் அவை இல்லை. நான் உள்ளே நுழைந்து அவற்றை நோக்காமையால் அவை இருந்தன. நான் உள்ளே இல்லாதவரை அவை உள்ளே இருந்தன. நான் உள்ளே நுழைந்ததும் அவை இப்பொழுது இல்லை. நீங்கள் பெரிய அற்புதத்தைச் செய்து விட்டீர்கள், என்றார்.

நடந்தது இதுதான். இதுவே கடப்புநிலை (transcendence). பிரச்னையைத் தீர்க்காது. பிரச்னை என ஒன்று இருக்கிறதா என்று முதலில் கண்டறிதல். பிரச்னையை உருவாக்கிப் பின் தீர்வை விசாரித்தல். கேள்வியை உருவாக்கி, பதிலுக்காக உலகம் முழுதும் அலைதல். இதுவே என் அனுபவமும் கூட. கேள்வியைக் கண்காணித்தால் அதுதானே மறைந்துவிடும். பதிலுக்கான தேவையே இல்லை. இதுவே கடப்புநிலை இது ஒரு தீர்வு இல்லை, ஏனெனில் தீர்ப்பதற்குக் கேள்வியே இல்லையே. நோயே இல்லை. உள்நோக்கிக் கவனித்தால் நோயே இருக்காது. பின் தீர்வுக்கு என்ன தேவை இருக்கிறது?

ஒவ்வொரு மனிதனும் அவன் எவ்வாறு இருக்க வேண்டுமோ அவ்வாறே இருக்கிறான். ஒவ்வொரு மனிதனும் அரசனாகவே பிறக்கி றான். நம்மிடம் எக்குறையும் இல்லை, நாம் முன்னேறத் தேவையே இல்லை. நம்மை முனனேறச் செய்பவர்கள் உண்மையில் நம்மை அழிக்கிறார்கள். எலிக்காகக் காத்திருக்கும் பூனை போன்றவர் பலர். அவர்கள் அருகில் சென்றால் நம்மீது பாய்ந்து நம்மை முன்னேறச் செய்வார்கள். பலர் இவ்வாறு செய்வதால்தான் உலகம் மிகுந்த

குழப்பத்தில் இருக்கிறது. பிறர் நம்மை முன்னேற அனுமதிக்கக் கூடாது. நாம் அகரம் மட்டும் இல்லை,இறுதி எழுத்தான னகரமும் கூட. முழுமை யாகவே நாம் இருக்கிறோம், குறையேதும் இல்லை.

முழுமையற்ற தன்மையை உணர்ந்தால் கூட, அதுவும் முழுமையே என்கிறது தந்த்ரா. அதுபற்றிக் கவலைப்பட வேண்டாம். இது விநோதமாகத் தோன்றலாம். வளர்கின்ற முழுமையே முழுமை யற்றதாகத் தோன்றுகிறது. முழுமை Perfection எவ்வாறு வளரும் என்று கேட்கலாம். இது தர்க்கமற்றதாகக் கூடத் தோன்றலாம். முழுமை என்பது வளர்ச்சியின் இறுதிநிலை என்று நாம் நினைப்பதே காரணம். ஆனால் அந்த முழுமை உயிரற்றது. வளர்ச்சி அடையாதது. இறந்து விட்டது என்றுதானே அர்த்தம்.

கடவுள் வளர்ந்து கொண்டே இருக்கிறார். அவரிடம் குறை ஏதும் இல்லை. எனவே அவர் முழுமையானவர். ஒரு முழுமையிலிருந்து இன்னொரு முழுமை நோக்கி அவர் வளர்கிறார், வளர்ச்சி தொடர்கிறது. - கடவுள் என்பது பரிணாமம் (evolution) முழுமையின்மையிலிருந்து முழுமையை நோக்கிய வளர்ச்சி அஇ;று இது, முழுமையிலிருந்து மேலும் முழுமையை நோக்கிய வளர்ச்சி.

எதிர்காலம் இல்லாத முழுமை இறந்து போன ஒன்று. எதிர்காலம் இருக்கும் போது மேலும் வளர்ச்சி, மேலும் இயக்கம் உண்டு. அது அப்பொழுது முழுமையற்றதுபோல் தோன்றும். இதுவே வாழ்க்கை. வளர்ந்து கொண்டே இருங்கள். இல்லையேல் புத்தர்போலச் சிலையாகி விடுவீர்கள்.

முழுமை வளர்ந்து கொண்டே இருப்பதால்தான், நாம் முழுமை யற்றவர் போலத் தெரிகிறது. அது அவ்வாறே இருக்கட்டும். அவ்வாறே இருக்க விடுங்கள். இதுவே ராஜ மார்க்கம்.

''துவைதத்தைக் கடப்பது ராஜநோக்கு
கவனம் சிதறாமல் இருப்பது ராஜ மார்க்கம்''

நம் கவனம் பலமுறை சிதறலாம். தியானிக்க உட்காரும் போது ஓர் எண்ணம் உதிக்கிறது. உடனே நம்மை மறந்து விடுகிறோம். எண்ணத்தில்

ஈடுபட்டு அதைப் பின் தொடர்கிறோம். கவனம் சிதறிப் போதலை வெல்ல வேண்டும் என்கிறது தந்த்ரா வெல்ல வேண்டியது அது ஒன்றே.

என்ன செய்ய வேண்டும்? எண்ணம் உதிக்கும் போது அதை விட்டு விலகிச் சாட்சி மாத்திரமாய் நின்று கவனிக்க வேண்டும். அது, வந்து போதலை விலகி நின்று கவனியுங்கள். அதோடு சேர்ந்து விடாதீர்கள். அது ஒரு மோசமான எண்ணமாக இருக்கலாம். ஆனால் அது மோசமான எண்ணம் என்று ஒதுக்கிவிட வேண்டாம். அதைப் பற்றி எண்ண ஆரம்பித்தால் அதோடு ஒட்டிக் கொள்வோம், கவனம் சிதறிப் போகும். அந்த எண்ணம் இன்னொரு எண்ணத்திற்கு அழைத்துச் செல்லும். ஒரு நல்ல எண்ணம் உதிக்கும். கருணைமிக்க அந்த எண்ணத்தைப் பற்றி வியப்பு உண்டாகும். நல்லதோ கெட்டதோ, எண்ணத்தோடு சேராமல் சாட்சியாகப் பார்த்துக் கொண்டிருங்கள்.

ஆனால், தொடக்கத்தில் பலமுறை கவனம் சிதறலாம். பரவாயில்லை, அதைப் பற்றிக் கவலைப்பட வேண்டாம். கவலைப்பட்டால் அதே பெரிய தடையாகிவிடும். கவனம் சிதறும் போது, 'என் கவனம் சிதறிவிட்டது' என்ற நினைவு மட்டும் இருக்கட்டும். மனம் நோக வேண்டாம். 'இது மோசமான எண்ணம், எனவே என் கவனம் சிதறிவிட்டது' என்று நினைத்தால், நாமே இரட்டையை உருவாக்கி விடுகிறோம். நல்லது - கெட்டது, சரி - ஒப்புக் கொள்ளுங்கள். மறுபடியும் திரும்பி வாருங்கள். கவனம் சிதறுவதால் கூட முரண்பாடு உருவாகாது.

ஜே. கிருஷ்ண மூர்த்தி சொல்வதும் இதைத்தான். 'கவனமில்லாமல் இருக்க நேரிட்டால், கவனத்தோடு கவனமில்லாமல் இருங்கள்' என்ற முரண்பாட்டு மொழியை அவர் பயன்படுத்துகிறார். கவனமில்லாத போது, அதைக் கவனியுங்கள், மறுபடியும் திரும்பி வாருங்கள். கிருஷ்ண மூர்த்தி சொல்வதும் ராஜமார்க்கமே. எனவேதான், அவரைச் சரியாகப் பலர் புரிந்து கொள்ளவில்லை. அவர் சொல்வது யோக மார்க்கமாக இருந்தால் பலர் அவரைப் புரிந்து கொண்டிருப்பர். அவரோ 'மார்க்கமே இல்லை' என்கிறார். அது ராஜமார்க்கம். எந்த சாத்திரமும் பயன்படாது என்கிறார் அவர் - ராஜ மார்க்கத்தில் எந்தச் சாத்திரமும் இல்லை.

கவனக் குறைவா? அந்த எண்ணம் ஏற்பட்டதும் திரும்பி வாருங்கள். முரண்பாட்டை உருவாக்காதீர்கள். இது நல்லது, அது

ஓஷோ

கெட்டது என்று கூறாதீர்கள். வருந்தவும் வேண்டாம். அதையும் மகிழ்ச்சியோடு அனுபவியுங்கள். அவ்வளவே!

கவனக் குறைவை அனுபவிக்க ஆரம்பித்ததுமே, அது படிப்படியாகக் குறைந்து விடும். பிறகுதான் கவனச் சிதறலே ஏற்படாது. ஆனால் இது வெற்றியன்று. கவனச் சிதறலை நாம் மனத்தின் ஆழத்தில் தள்ளவில்லை. அதையும் அனுமதித்திருக்கிறோம். அதுவும் நல்லதே.

ஆக, எல்லாமே நல்லது, புனிதமானது என்பதே தந்த்ராக் கோட்பாடு. கவனச் சிதறலும் தேவைதான். அது ஏன் தேவை என்பது தெரியாது. ஆனால் எப்படியும் அது தேவைதான். நிகழும் எல்லாவற்றையும் ஏற்கும்போதுதான் நாம் ராஜமார்க்கத்தில் செல்கிறோம் என்று ஆகும். எல்லாவற்றோடும் சண்டை போடும்போது நாம் அரசனுடைய பாதையிலிருந்து வீழ்ந்து, சாதாரண படை வீரனாகி விடுவோம்.

"துவைதத்தைக் (இரட்டையை) கடக்க வேண்டும் என்பதே ராஜநோக்கு.
கவனம் சிதறாமல் இருப்பது ராஜமார்க்கம்.
பயிற்சி ஏதும் இல்லாத பாதையே எல்லாப் புத்தர்களின் வழியும் ஆகும்."

எந்தப் பயிற்சியும் தேவையில்லை, ஏனெனில் பயிற்சி, பழக்கங்களை உண்டாக்கும். தேவை விழிப்புணர்வே, பயிற்சியன்று. அழகு தானாகவே விளைவது, பயிற்சியால் அன்று. அன்பு காட்டப் பயிற்சி செய்யலாம். அமெரிக்காவில் இதற்கெனவே வகுப்புகள் நடக்கின்றன. எப்படி அன்பு காட்டுவது என்பதையே மக்கள் மறந்து விட்டார்கள்! விநோதம்! பறவைகள், விலங்குகள், மரங்கள் கூட எந்தப் பயிற்சியும் இல்லாமல் அன்பு செலுத்துகின்றன - அவை எந்தக் கல்லூரிக்கும் செல்வதில்லை.

சில நாள் முன்பு ஓர் இளைஞன் கடிதம் எழுதியிருந்தான். 'எப்படிக் காதலிப்பது? எவ்வாறு தொடர்வது? ஒரு பெண்ணை அணுகுவது எப்படி? என்று கேட்டிருந்தான். இது கேலிக்குரியதாக இருக்கலாம், ஆனால் நாம் இயல்பை, நெகிழ்வை இழந்து விட்டோம். காதலிப்பதற்குக்

கூடப் பயிற்சி தேவைப்படுகிறது. எல்லாமே பயிற்சியின் மூலம் அமைவதே காரணம். பயிற்சியால் விளைவது நடிப்பாக இருக்குமே தவிர உண்மையாக இருக்காது. பயிற்சியால் விளையும் காதல் வெறும் நடிப்பே. நடிகர்களின் காதல் தோல்வியாகவே அமைவதைக் காணலாம். 24 மணி நேரமும் பல வழிகளில் காதலில் பயிற்சி பெறும் அவர்கள் தொழிலே காதல்தான். உண்மை வாழ்க்கையிலும் அவர்கள் காதல் முழுமை உடைய தாகவே இருக்க வேண்டும். ஆனால் அவர்கள் காதல் வாழ்க்கையோ வெறும் தோல்வியைத்தான் தழுவுகிறது.

நடிகர், நடிகையர் வாழ்க்கை... காதல் வாழ்க்கை.... எப்பொழுதுமே தோல்வியைத்தான் தழுவுகிறது. அவர்கள் காதல் இயல்பாக அமையாது, வெறும் பயிற்சியால் ஏற்படும் செயற்கை வினையாக இருப்பதே காரணம். அவர்கள் காதல் செய்தல் எல்லாம் முழுதும் செயற்கையானதே.

எனவே நினைவில் கொள்ளுங்கள். பயிற்சி (Practice) வாழ்க்கை யைக் கொன்றுவிடும். பயிற்சியில்லாத வாழ்க்கையே உயிர்த்தன்மை மிக்கது. எந்தவிதக் குறிப்பிட்ட அமைப்பும் இன்றி அது எல்லாத் திசைகளிலும் பெருகியோடும், வலிந்து திணிக்கப்படும் கட்டாயம் அங்கு இல்லை.

''பயிற்சி ஏதும் இல்லாத பாதையே எல்லாப் புத்தர்களின் வழியும் ஆகும். அப்பாதையில் செல்பவர் புத்தநிலையை அடைவர்''

பயிற்சி இல்லாத தன்மையே பாதை என்றால், பின் என்ன செய்வது? இயல்பாக வாழ்வது. பயம் ஏது? ஏன் இயல்பாக வாழப் பயப்பட வேண்டும்? ஆம், பயங்கள் ஆபத்துகள் உண்டு. ஆனால் அது நல்லதே! வாழ்க்கை என்பது தண்டவாளம் போன்றது அன்று, ஆறு போன்றது. ஆறு தானாகவே தனது பாதையை உருவாக்கிக் கொள்ளும். அது வாய்க்கால் அன்று. வாய்க்கால் என்பது பழக்க வழக்கம் நிறைந்த வாழ்க்கை - அது நல்லதன்று. வாழ்வில் ஆபத்து இருக்கலாம், ஆனால் ஆபத்துதான் வாழ்க்கை. இறந்தவர் மட்டுமே ஆபத்தைக் கடந்தவர்.

நம் வீடுகள் கல்லறையைப் போன்றவை. நமக்கும் பாதுகாப்புதான் மிகவும் முக்கியம். வாழ்க்கை பாதுகாப்பு அற்றது என்பதற்காகப்

பாதுகாப்பு குறித்துத் தேவைக்கு அதிகமாகவே நாம் கவலைப்படுகிறோம். எல்லாப் பாதுகாப்புமே பொய், கற்பனைதான். பாதுகாப்பு கருதியே நாம் திருமணத்தை உருவாக்குகிறோம். பாதுகாப்பு காரணமாக சமுதாயத்தை உருவாக்குகிறோம். வாழ்க்கையில் ஒரு குறிப்பிட்ட பாதையை வகுத்துக் கொள்வதும் பாதுகாப்பு கருதியே.

வாழ்க்கை என்பது விரிந்து பரந்தது. காதலும் அப்படியே. கடவுளும் அப்படியே. நம் தோட்டத்திற்குள் அவர் வரமாட்டார். நம் வீடுகள் மிகச் சிறியவை, எனவே அவர் வரமாட்டார். வகுக்கப்பட்ட பாதையில் அவரை ஒருபோதும் சந்திக்க முடியாது. அவர் எல்லை கடந்தவர் (wild)

வாழ்க்கையும் விரிந்து பரந்தது, எல்லை கடந்தது என்கிறது தந்த்ரா. எல்லா ஆபத்துக்களிலும் வாழ்ந்துதான் ஆகவேண்டும். குறிப்பிட்ட பாதையில் வாழ்க்கையை மாற்ற நினைக்காதீர்கள். அது தன் வழியில் செல்லட்டும். எல்லாவற்றையும் ஒப்புக் கொள்ளுங்கள், அதன் மூலம் இரட்டையைக் கடந்து செல்லுங்கள். தானாகச் செல்லும் பாதையில் வாழ்க்கை செல்லட்டும். இலட்சியத்தை நாம் 'நிச்சயம்' அடைவோம். 'நிச்சயம்' என்பதே உண்மை. பாதுகாப்புக் கருதிச் சொல்லப்படவில்லை இது. எல்லை கடந்தவர் (wild) எப்பொழுதும் அடைவார்கள்.

''பொய்த் தோற்றமும் கனவுகளும் போன்று-
சாரமற்ற இவ்வுலகம் நிலையில்லாதது.
உலகை மறங்கள், உறவுகளைத் துறங்கள்
காமத்தையும் பகையையும் நீத்து
மலைகளிலும் காடுகளிலும் தியானம் செய்யுங்கள்.
முயற்சி ஏதும் இல்லாமல்
நெகிழ்வோடு இயற்கையாய் இருந்தால்
சீக்கிரமே மகாமுத்திரையை அடைவீர்.
அடையாமையை அடைவீர்.''

இந்த சூத்திரத்தை ஆழ்ந்து புரிந்து கொள்ள வேண்டும். இதைப் பற்றிய தவறான கருத்துக்கள் உள்ளன. எனக்கு முன்னர் விமரிசனம் செய்த எல்லோருமே முக்கியமான கருத்தைக் கூற மறந்து விட்டனர்.

'இவ்வுலகம் நிலையில்லாதது' என்ற வருவதே இதற்குக் காரணம். கனவினைப் போன்றதே உலகம். கனவுக்கும் இந்த உலகிற்கும் இடையே எந்தவித வேறுபாடும் இல்லை. விழிப்பிலும் சரி, தூக்கத்திலும் சரி நம்முடைய கனவுலகில்தான் நாம் வாழ்கிறோம். இருப்பது ஓர் உலகம் இல்லை. எவ்வளவு மனிதர் உண்டோ அவ்வளவு உலகம் உண்டு. ஒவ்வொருவரும் அவருக்கே உரிய உலகில் வாழ்கிறார். சிலசமயம் நம் உலகங்கள் மோதிக்கொள்கின்றன. சில சமயம் கலக்கின்றன, சிலசமயம் நம் உலகத்தில் நாம் அடைபட்டுக் கிடக்கிறோம்.

மனத்தால் உருவாக்கப்பட்ட இவ்வுலகம் நிலையில்லாதது 'பொய்த்தோற்றமும் கனவுகளும் போன்று சாரமற்றது.'

இயற்பியலாரும் (Physicists) இதையே சொல்கிறார்கள். பொருள் (matter) என்பது கடந்த 30, 40 ஆண்டுகளுக்குள் அவர்கள் சொற்கோவையிலிருந்து (Vocabulary) மறைந்தே விட்டது. 75 ஆண்டுகளுக்கு முன் நியட்ஷே (Nietzsche) கூறினார்.

'கடவுள் இறந்து விட்டார்' என்று. பொருள் (matter) மட்டுமே இருக்கிறது என்ற கருத்தை வலியுறுத்தவே அவர் அவ்வாறு சொன்னார். அவர் 1990ல் இறந்தார். 25 ஆண்டுகளுக்குப் பிறகு 1925ல் இயற்பியலார் கடவுளைப் பற்றி நமக்கு ஒன்றுமே தெரியாது என்றனர். ஆனால் பொருள் செத்து விட்டது என்பது மட்டும் நிச்சயம். நம்மைச் சுற்றி வெறும் அதிர்வலைகளே இருக்கின்றன அவை குறுக்கும் நெடுக்குமாக அதிர்ந்து பொருள் இருப்பதைப் போன்று ஒரு தோற்றத்தை உண்டு பண்ணுகின்றன.

சினிமாவிலும் இதே நிலைதான். திரையில் ஒன்றும் இல்லை. மின்சார ஒளி குறுக்கும் நெடுக்குமாகப் பரவி ஒரு பொய்தோற்றத்தை உண்டு பண்ணுகிறது. முப்பரிமாண திரைப்படங்களும் இப்பொழுது வருகின்றன. இங்கு முழுமையான பொய்த்தோற்றம் வெளிப்படுகிறது. திரைப்படத்தைப் போலவே - நாம் மட்டுமே உண்மை, சாட்சி மட்டுமே உண்மை, மற்ற எல்லாம் வெறும் கனவுதான். இந்தக் கனவுகளை யெல்லாம் கடந்த நிலையே புத்த நிலை. அப்பொழுது காண்பவர் மட்டுமே இருக்கிறார். காண்பவரும் மௌனமாகவே இருக்கிறார்.

புத்தநிலை (Buddhehood) என்பதும் இதுவே. இப்பொழுது உண்மையை அடைந்து விட்டோம் என்பது பொருள்.

"பொய்த் தோற்றமும் கனவுகளும் போன்று -
இவ்வுலகம் சாரமற்றது, நிலையில்லாதது
உலகை மறங்கள், உறவுகளைத் துறங்கள்."

'உலகைமறங்கள், உறவுகளைத் துறங்கள்' என்ற வார்த்தைகள் தவறாகப் புரிந்து கொள்ளப்பட்டுள்ளன. தாங்கள் துறவிகளாக இருப்பதால் திலோபா சொல்வது அவர்களுக்குப் புரியவில்லை. துறவை வலியுறுத்துவது திலோபாவின் போக்கு அன்று. கனவுகளைத் துறப்பது எப்படி? உண்மையைத் துறக்கலாம், ஆனால் பொய்யான கனவினை எவ்வாறு துறப்பது? இது முட்டாள்தனமில்லையா? இருக்கும் உலகைத் துறக்கவா? பொய்த் தோற்றமாகும் உலகைத் துறக்கத்தேவையில்லையே. காலையில் எழுந்தவுடன் எல்லோரையும் அழைத்து, 'நான் கனவுகளைத் துறந்து விட்டேன். நேற்று இரவு பல கனவுகள் வந்தன. அவை எல்லாவற்றையும் துறந்து விட்டேன்' என்று கூறினால், அவர்கள் நமக்குப் பைத்தியம் பிடித்து விட்டது என்று சிரிப்பர். கனவுகளை யாரும் துறப்பதில்லை. விழித்தவுடன் அவை தாமே நீங்கி விடும்.

ஜென் (zen) குரு ஒருவர் ஒரு நாள் காலை விழித்தவுடன் தம்முடைய சீடர் ஒருவரை அழைத்து, "நேற்று இரவு நான் ஒரு கனவு கண்டேன். அதன் பொருளை யாராவது எனக்குச் சொல்ல முடியுமா?" என்று கேட்டார்.

சீடர் கூறினார், "சற்று பொறுங்கள். உங்களுக்கு ஒரு கப் டீ கொண்டு வந்து தருகிறேன்."

குரு டீயைக் குடித்தார், "என் கனவு?" என்றார்.

சீடர் சொன்னார். "அதை மறந்து விடுங்கள். கனவு கனவுதான். அதற்கு விளக்கம் தேவையில்லை. ஒரு கப் டீயே போதுமான விளக்கம். விழியுங்கள்!"

குரு கூறினார், "சரி, முற்றிலும் சரி! என் கனவுக்கு நீ விளக்கம் கொடுத்திருந்தால் உன்னை இந்த மடாலயத்திலிருந்து வெளியே

தள்ளியிருப்பேன். ஏனெனில், முட்டாள்களே கனவுகளை விளக்க முற்படுகின்றனர். நீ செய்தது சரிதான். இல்லையேல் உன் முகத்தில் கூட விழித்திருக்க மாட்டேன்.''

கனவு ஏற்படும் போது, ஒரு கப் டீ போதும். ஃப்ராய்டு, யுங், ஆட்லர் ஆகியோர் இதைப்பற்றி மிகவும் கவலைப்பட்டிருப்பர். கனவுகளுக்கு விளக்கம் காண்பதிலேயே அவர்கள் வாழ்க்கையை வீணடித்திருக்கிறார்கள். கனவைத் தாண்டிக் கடக்க வேண்டும். கனவு என்று தெரிந்ததுமே அதைக் கடக்க வேண்டும் - இதுதான் துறவு.

உலகில் பல துறவிகள் இருப்பதால் திலோபா தவறாகப் புரிந்து கொள்ளப் படுகிறார். அவர் உலகத்தைத் துறக்கச் சொல்வதாக நினைக்கிறார்கள். இல்லை. 'உலகம் நிலையற்றது' என்பதை அறியுங்கள். இதுவே துறவு' என்கிறார் அவர். 'துறங்கள்' என்று அவர் சொல்வதற்கு 'இதைக் கனவு என்று அறியுங்கள்' என்பதே பொருள்.

'உறவுகளைத் துறங்கள்' என்பதற்கு, 'குடும்பத்தை, உறவுகளை, பெற்றோரை, குழந்தைகளை விட்டுவிடு' என்பது பொருள் அன்று. அவரால் இப்படிச் சொல்ல முடியாது. மக்களோடு கொள்ளும் அக உறவைத் (inner relation) துறக்கச் சொல்கிறார் அவர். 'நமது' என்ற மமகாரமே பொய்த்தோற்றம், வெறும் கனவு. 'இவன் என் மகன்' என்று கூறக் கூடாது. 'எனது' 'என்னுடைய' என்பவை வெறும்கனவே. யாரும் நமது உடைமை ஆக மாட்டார்கள். துறக்க வேண்டியது 'அவர்கள் நமக்குரியவர்கள்' என்ற எண்ணத்தையே. கணவன், மனைவி, நண்பன், பகைவன் எல்லாம் வெறும் நோக்குதான். இவை எல்லாவற்றையும் துறந்து விடுங்கள்.

இவற்றை விட்டால் நாம் உறவினர்களைத் துறந்தவர் ஆவோம். இதனால் நாம் விடுபட்டு விலகி ஓடுகிறோம் என்பது பொருளன்று. விலகி ஓடுகிறோம் என்றாலே உறவு நம்முடையது என்று நினைப்பவர் ஆகிவிடுவோம். மனைவியைவிட்டு ஓடுகிறோம் என்றால் மனைவியை ஒரு பொருளாக மதிக்கிறோம் என்பதே அர்த்தம். இல்லையேல் ஏன் ஓடுகிறோம்?

சுவாமி ராமதீர்த்தர் என்ற இந்துத் துறவி அமெரிக்காவிலிருந்து திரும்பி வந்தார். இமயமலையில் தங்கியிருந்தார். அவர் மனைவி அவரைப் பார்க்க வந்தாள். அதனால் சற்று சலனம் அடைந்தார். அருகிலிருந்த அவரது மாணவர் சர்தார் பூரணசிங் இதைக் கவனித்தார். மனைவி சென்றபின் காவிஉடையைக் கழற்றிஎறிந்து விட்டார் ராமதீர்த்தர். பூரண சிங் கேட்டார், ''என்ன ஆயிற்று உங்களுக்கு? நானும் கவனிக்கிறேன், நீங்கள் சலனம் அடைந்து இருக்கிறீர்கள், ஏன்?''

ராமதீர்த்தர் கூறினார், ''பல பெண்களைச் சந்தித்திருக்கிறேன், சலனம் அடையவில்லை. ஆனால் இவளைக் கண்டதும்சிறிதே சலனம் ஏற்பட்டது. இவள் என் மனைவி என்ற எண்ணம் இன்னும் இருக்கிறது. காவி உடை அணிய எனக்குத் தகுதி இல்லை. 'என்னுடையதை' நான் இன்னும் துறக்கவில்லை. மனைவியைத் துறந்தாலும், 'என்' என்பதைத் துறக்கவில்லை. மனைவி என்பது பிரச்னை இல்லை. வேறு எந்தப் பெண்ணும் என்னைச் சலனப்படுத்தவில்லை. என் மனவைி சாதாரணப் பெண்தான். ஆனால் அவளைக் கண்டதும்திடீர்ச் சலனம். பாலம் இன்னமும் இருக்கிறது'' பின் ராமதீர்த்தர் காவி உடையைத் தொடவே இல்லை. அதை அணியத் தனக்குத் தகுதி இல்லை என்று சாதாரண உடையை மட்டும் உடுத்தினார்.

மனைவி, மக்கள், உறவினரைத் துறக்கச் சொல்ல திலோபாவால் முடியாது. பாலங்கள் உடையட்டும் என்கிறார் அவர். மனைவி நம்மை அவளது கணவன் என்று நினைத்தால் அது அவள் காரியம், நம்முடையது அன்று. மகன் நம்மைத் தந்தை என்று நினைத்தால் அது அவன் பிரச்னை, நம்முடையது அன்று.

அகப் பாலங்களை, கனவுகளைத் துறக்க வேண்டும் என்கிறார் திலோபா.

'..... மலைகளிலும் காடுகளிலும் தியானம் செய்யுங்கள்'

காடுகளுக்கும் மலைகளுக்கும் ஓட வேண்டாம் என்கிறார். பலர் வீட்டைத் துறந்து காட்டிற்குச் சென்றுள்ளனர். இது தவறு, திலோபா கூறுவது ஆழமானது. நாம் காடுகளுக்குச் சென்றாலும் மனம் மார்க்கெட்டி

லேயே இருக்கும். இமாலயத்தில் இருந்தாலும் மனம் மனைவி மக்களைப் பற்றிச் சிந்திக்கும். மனமே பிரச்னையாகிறது.

மனைவி மக்களைத் துறந்த ஒருவன் திலோபாவைக் காண வந்தான். சீடனாகத் தீட்சை பெற விரும்பினான். ஊருக்கு வெளியே ஒரு கோயிலில் தங்கியிருந்தார் திலோபா, திலோபாவை அவர் தனியாக இருந்தபோது சந்தித்தான். அவனை நோக்கினார். 'சரி நீங்கள் வந்திருக்கிறீர்கள் - ஆனால் ஏன் இத்தனைக் கூட்டம்?'' என்று கேட்டார். சுற்று முற்றும் பார்த்தான் அம்மனிதன். ஆனால் யாரையும் காணவில்லை. 'திரும்பிப் பார்க்காதீர்கள். உள்ளே பாருங்கள் - கூட்டம் மனத்தில் இருக்கிறது' என்றார். கண்மூடி உள்ளே நோக்கினான் அவன். உள்ளே பெருங்கூட்டம் - மனைவி அழுகிறாள், குழந்தைகள் அழுகின்றன. உறவினர், உற்றார் எல்லாரும் ஊர் எல்லையில் நிற்கின்றனர். அவன் அவர்களையெல்லாம் விட்டு வரவேண்டியிருக்கிறது. திலோபா கூறினார், 'வெளியே சென்று அந்தக் கூட்டத்தை விட்டு வாருங்கள். நான் மனிதர்க்கே தீட்சை அளிப்பேன், கூட்டத்திற்கு அன்று.''

உலகைத் துறந்து காட்டுக்குச் செல்லுதலைத் திலோபா ஒருபோதும் ஏற்க மாட்டார் - அவர் விழிப்புணர்வு பெற்றவர். கனவுகளை, உறவுகளை, பாலங்களைத் துறக்கச் சொல்கிறார் அவர். துறவு மனத்தில் அமைய வேண்டும். வீட்டிலும் சரி, மார்க்கெட்டிலும் சரி, மனத்துறவு ஏற்படும்போது வீடும் மார்க்கெட்டும் மறைந்து விடும். திடீரென்று நாம் தனித்திருப்போம், நாம் மட்டுமே இருப்போம், வேறு யாரும் இருக்க மாட்டார்கள்.

கூட்டத்திலும் தனித்து இருக்கலாம், தனிமையிலும் கூட்டமாய் இருக்கலாம். உலகத்திலும் இருக்கும்போதே காட்டிலும் வசிக்கலாம்.

இது நமக்குள்ளே நடப்பது. நமக்குள்ளேயும் மலைகளும் காடுகளும் உண்டு. வெளியில் உள்ள மலைகளையும் காடுகளையும் பற்றித் திலோபா ஒன்றும் கூறவில்லை, ஏனெனில், அவையும் கனவுகளே. புனேயில் உள்ள மார்க்கெட்டைப் போலவே இமயமலையும் வெறும் கனவே. இரண்டுமே நமக்கு வெளியில் உள்ளவை. காடுகளும் கனவுகளே. உள்ளே நுழைய வேண்டும் - உண்மை அங்கிருக்கிறது.

உள்ளே ஆழ்ந்து செல்லச்செல்ல உண்மையான இமயமலையை அடைவோம். நமதிருப்பாம் உண்மைக் காட்டை, சிகரங்களை, பள்ளத்தாக்குகளை - நமதிருப்பின் உயரத்தை, ஆழத்தை அடையலாம்.

'முயற்சி ஏதும் இல்லாமல்
நெகிழ்வோடும் இயல்பாக இருந்தால்....'

மனைவி, மக்களைத் துறப்பது இயற்கையான செயல் அன்று; அது நெகிழ்வும் ஆகாது. மனைவி மக்களைத் துறப்பவன் நெகிழ்வோடு இருக்க முடியாது. மேலும்இறுக்கமே வந்து சேரும். துறக்க முயலும் போதே இறுக்கம் (tension) வந்துவிடும்.

'இயல்பாக இருத்தல்' என்பதற்கு எங்கிருக்கிறோமோ அங்கேயே இருக்கவேண்டும் என்பது பொருள். கணவனாக இருந்தால் நல்ல கணவனாக, மனைவியாக இருந்தால் நல்ல மனைவியாக, நல்ல தாயாக இருக்க வேண்டும். எங்கிருந்தாலும் அச்சூழலை ஏற்று அவ்வாறு இருப்பதே 'இயல்பாக இருத்தல்' சூழலை ஏற்கும்போதுதான் இயல்பும் நெகிழ்ச்சியும் உண்டாகும். உலகிலிருந்து தப்பியோடும் சாதுக்கள், பிக்ஷுக்கள் எல்லாம் மடங்களில் உட்கார்ந்திருக்கும் கோழைகள். அவர்களால் நெகிழ்வோடு இயல்பாக இருக்க முடியாது. இயற்கைக்கு மாறாக நடந்து கொண்டு விட்டதால் அவர்கள் சண்டையிட்டுக் கொண்டேதான் இருக்க வேண்டும். இயற்கையின் ஓட்டத்திற்கு எதிராக அல்லவா அவர்கள் சென்று விட்டார்கள்!

சிலருக்கு மட்டுமே அது இயற்கையாக அமையும். அதற்காக நீங்கள் மார்க்கெட்டில்தான் இருக்க வேண்டும் என்று நான் கட்டாயப் படுத்தவில்லை. அவ்வாறு செய்தால் மறுபடியும் அதே தவறு நடை பெறும். சிலருக்கு மடத்திற்குச் செல்வது கட்டாயத் தேவையாகலாம். சிலருக்குக் காடுகளுக்குச் செல்வது அவசியமாகலாம். நினைவில் கொள்ள வேண்டியது 'நெகிழ்வோடு இயல்பாக இருத்தல். மார்க்கெட்டில் இயல்போடு இருந்தால் - மார்க்கெட்டும் தெய்வீகம் மிக்கதே. இமயத்தில் நெகிழ்வோடும் இயல்பாக இருந்தால் அதுவும் அழகுதான். பலவந்த மில்லாமல் இயல்பாக நெகிழ்வோடு இருங்கள் - இறுக்கம் வேண்டாம். இதுவே கவனிக்க வேண்டியது.

'சீக்கிரமே மகாமுத்திரையை அடைவீர்'....
நெகிழ்வும் இயல்பும் இருப்பின் உச்சி அனுபவத்தைத் தரும்.
'.... அடையாமையை அடைவீர்'

அடைய முடியாததை அடைவீர். ஏன் அடைய முடியாது என்கிறோம்? அதை இலக்காக்க முடியாது. இலக்குசார் மனத்தால் அதை அடைய முடியாது. சாதிக்கும் மனத்தால் அதை அடைய முடியாது.

பலருக்குச் சாதிக்கும் மனம் அமைகிறது. இலக்கை அடைய வேண்டும் என்பதால் இறுக்கம் (tension). பொறுமையோடு நெகிழ்வாகக் காத்திருந்தால் உரிய நேரத்தில் அதுதானே நிகழும். ஒவ்வொன்றுக்கும் உரிய காலம் உண்டு. உரிய பருவத்தில்தான் எதுவும் நிகழும். ஏன் அவசரம்? அவசரப்பட்டால் இறுக்கமும் எதிர்பார்ப்பும் உண்டாகும்.

எனவேதான், திலோபா கூறுகிறார், 'அடைய முடியாததை அடைவீர்கள்'. அது ஒரு இலக்கு அன்று, குறிக்கோளும் (target) அன்று. அம்பைப் போல அதை அடைய முடியாது.

நாம் தயாராக இருக்கும்போது திடீரென அது வருகிறது. அதன் அடியோசை கூடக் கேட்பதில்லை. திடீரென்று அது வரும். அதன் வருகை பற்றிய விழிப்புணர்வு கூட ஏற்படாது. திடீரென்று மலர்ச்சி ஏற்படும். திடீரென்று நாம் மலர்ச்சியைக் காண்கிறோம். நறுமணத்தால் நிரம்பி நிற்கிறோம்.

8. பாடல் தொடர்கிறது:

மரத்தின் வேரை அறுத்தால் இலைகள் உதிர்ந்து போகும்;
மனத்தின் வேரை அறுத்தால் சம்சாரம் வீழ்ந்து போகும்.
நீண்ட கல்ப காலம் உள்ள இருளைக் கூட
விளக்கின் ஒளி
ஒரு கணத்தில் நீக்கி விடும்;
அறியாமையாம் திரையை
வலிமையான மன ஒளியின் ஒரு பொறியே எரித்து
விடும்.

மனத்தைப் பற்றி நிற்பவர்
மனத்திற்கு அப்பால் உள்ள உண்மையை அறிய
மாட்டார்.
தர்மத்தை வலிந்து அனுஷ்டிப்பவர் கூட
அனுஷ்டானத்திற்கு அப்பால் உள்ள உண்மையை
அறிவதில்லை.
மனத்திற்கும் அனுஷ்டானத்திற்கும் அப்பால் உள்ளதை
அறிய
மனத்தின் வேரை அறுத்து
நிர்வாணமாக நோக்க வேண்டும்.
இவ்வாறு எல்லா வேறுபாடுகளிலிருந்தும் விலகி
இயல்பாக இருக்க வேண்டும்.

8. வேரினை அறுப்போம்

விருப்பம் (choice) என்பது பந்தம், விருப்பமின்மை, சுதந்திரம். ஒன்றை விரும்பித் தேர்ந்தெடுக்கும்போது நாம் உலக வலையில் விழுந்துவிட்டோம் என்பது பொருள். விருப்பமாம் சூழ்ச்சியிலிருந்து தப்பும்போது, விருப்பமில்லா விழிப்புணர்வோடு இருக்கும்போது, வலை தானாகவே மறையும். விருப்பம் இல்லாதபோது வலைக்கும் (trap) வேலை இல்லை. வலையை உருவாக்குவதும் நம் விருப்பமே.

ஆகவே விருப்பம் அல்லது தேர்வு என்ற சொல்லை ஆழமாகப் புரிந்து கொள்ள வேண்டும். அப்பொழுதுதான் விருப்பமின்மை (choicelessness) நமக்குள் மலர முடியும்.

ஒன்றைத் தேர்வு செய்யாமல் ஏன் நம்மால் இருக்க முடிய வில்லை? ஒரு மனிதனையோ அல்லது ஒரு பொருளையோ பார்த்த உடனேயே தெரிவு செய்யும் நுண்மை அலை நம்முள் நுழைகிறது. நம்மை அறியாமலேயே இது நிகழ்கிறது. ஒரு பெண் நம்மைத் தாண்டிச் செல்கிறாள், உடனே அவள் அழகானவள் என்கிறோம். நமது விருப்பம் பற்றி நாம் ஒன்றும் சொல்லாதபோது அது நுழைந்து விடுகிறது. ஒன்றைத் தேர்ந்தெடுக்கும்போது நாம் வலையில் வீழ்ந்துவிட்டோம் என்பது பொருள். விதை மண்ணில் வீழ்ந்துவிட்டது, சீக்கிறமே செடியாக, மரமாக வளர்ந்துவிடும்.

'இந்த கார் அழகு' என்னும்போதே நமக்குள் விருப்பம் நுழைந்து விட்டது. கார் வேண்டும் என்ற எண்ணம் வந்துவிட்டது என்பதே இதன் பொருள். ஒன்று அழகற்றது என்னும்போது அது நமக்கு வேண்டாம் என்பதே கருத்து.

விருப்பம் என்பது மிகவும் நுட்பமானது. அதைப் பற்றி மிகவும் கவனமாக இருத்தல் வேண்டும். ஒன்றைச் சொல்லும்போது, ஆழ்மனத்தில் ஏதோ நிகழ்ந்துவிட்டது என்பது பொருள். இது அழகு, இது அழகற்றது என்று வேறுபடுத்தாதீர்கள். அழகு அழகின்மை, நன்மை தீமையை அறிமுகப்படுத்துவது நாமே. அவை நல்லதாகவும் இல்லை,

தீயதாகவும் இல்லை. வெறுமனே இருக்கின்றன. அழகு அழகின்மை, நன்மை தீமை ஆகியவை நம் விளக்கம்.

ஒரு பொருள் அழகானது என்றால் என்ன அர்த்தம்? எந்த அடிப்படையில் அழகு வளர்க்கப்படுகிறது? அழகை நிரூபிக்க முடியுமா? அழகியலைப் பற்றி ஆயிரக்கணக்கான நூல்கள் வெளிவந்துள்ளன. அழகை விளக்கப் பல அறிஞர்களும், சிந்தனையாளர்களும், தத்துவ அறிஞர்களும் பல பக்கங்கள் எழுதிக் குவித்துள்ளனர். ஆனால் அழகு என்றால் இதுதான் என்று யாரும் குறிப்பிட்டுச் சொல்ல முடியவில்லை. ஏனெனில் அழகு, அழகின்மை என ஏதும் கிடையாது. எல்லாம் நமது விளக்கமே.

ஒரு பொருள் அழகானது என்று முதலில் நாமே உருவாக்கு கிறோம். அதனால்தான் நாமே வலையைச் செய்து அதனுள் விழுகிறோம் என்கிறேன். நம் முகம் அழகு என்று நினைக்கிறோம். இது நம் எண்ணம், வெறும் கற்பனை, மனத்தின் விளக்கம். நாமே குழியை வெட்டி அதனுள் நாமே விழுந்து, நம்மைக் காப்பாற்ற பிறரை உதவிக்கு அழைக்கிறோம்.

எதுவுமே தேவையில்லை, இது வெறும் தந்திரம். நமது படைப்பு.

ஒரு பொருள் அழகற்றது என்றால் என்ன பொருள்? பூமியில் மனிதன் இல்லாதுபோனால், ஏது அழகும் அழகின்மையும்? மரங்கள் பூக்கும், மழை வரும், கோடை முதலிய பருவங்கள் வந்து போகும் ஆனால் அழகு என்றோ அழகற்றது என்றோ ஒன்றும் இருக்காது. மனித மனம் மறைந்தால் அவையும் மறைந்துவிடும். சூரியன் உதிக்கும், இரவு வானில் விண்மீன்கள் நிறையும். ஆனால் அழமு அழகின்மை என்ற பேதம் இருக்காது. மனித மனம் செய்யும் வேலை இது.

இயற்கையில் நல்லது, தீயது என்பதே இல்லை. தந்த்ரா மார்க்கம் என்பது நெகிழ்வான, இயல்பான வழி. வாழ்வின் ஆழமான இயற்கை நிகழ்வை அது நமக்குக் கொண்டுதர நினைக்கிறது. மனத்தை விடச் சொல்கிறது அது. எல்லா வேறுபாடுகளையும் மனம் உருவாக்குவதே இதற்குக் காரணம். 'இதைத் தேர்ந்தெடு, இதைத் தவிர்' என்கிறது மனம். நாம் இதைப் பற்றி நினைக்கிறோம். ஒன்றைப் பற்றிக் கொண்டு

மற்றொன்றிலிருந்து விடுபட நினைக்கிறோம். முழுச் செயலையும் பாருங்கள், எந்தப் பயிற்சியும் தேவையில்லை. முழுச் சூழலையும் நோக்குவது மட்டுமே தேவை.

சந்திரன் அழகானது ஏன்? அது அழகானது என்று பல நூற்றாண்டுகளாக நமக்குச் சொல்லி வந்திருக்கிறார்கள், பல கவிஞர்கள் பாடியிருக்கிறார்கள், மக்கள் நம்பி வந்திருக்கிறார்கள். அது நமக்குள் ஆழப் பதிந்து விட்டது. சந்திரன் நம் மனத்தைச் சாந்தப்படுத்துகிறது, நிலவொளி அழகாக இருக்கிறது, கனவு நிலையைத் தருகிறது, மயக்கத்தை அளிக்கிறது. பைத்தியம் (lunatic) என்ற சொல் சந்திரன் (luna) என்பதிலிருந்து அமைகிறது.

ஒரு மாதிரி மயக்கத்தைத் தருகிறது சந்திரன். கடல் சந்திரனால் பாதிக்கப்படுவதுபோல, நம் உடம்பில் உள்ள நீர்ப்பாகமும் சந்திரனால் பாதிக்கப்படுகிறது, நமது உடம்பில் 90% கடல் நீர்தான், அதீத உப்புதான்.

தாயின் வயிற்றில் ஒன்பது மாதங்கள் குழந்தை கடல் நீரிலேயே மிதக்கிறது. தாயின் கருப்பை கடல் நீரினால் நிரம்புகிறது. அதனால்தான் கருவுற்ற காலத்தில் பெண்கள் அதிகமாக உப்பைச் சாப்பிடுகிறார்கள். மனித சமுதாயம் கடந்துவந்த எல்லா நிலைகளையும் குழந்தை கருவில் கடக்கிறது. முதலில் மீன்போல, தாயின் கருப்பையாம் உப்புநீர்க் கடலில் மிதக்கிறது. படிப்படியாக 9 மாதங்களில் அது பல்லாயிரம் ஆண்டுகளைக் கடக்கிறது.

சந்திரன் நம்மைப் பாதிக்கலாம், ஆனால் அழகு என்று அதில் ஏதும் இல்லை அதுஒரு ரசாயனச் செயல்.

சில கண்களை அழகு என உணர்கிறோம். ஏன்? அவற்றில் ஒருவித மின்சார ரசாயனக் குணம் இருப்பதால் அவை ஒருவித சக்தியை வெளிப்படுத்துகின்றன. அது நம்மைப் பாதிக்கிறது. சில கண்கள் வசிய சக்தி உடையவை என்கிறோம். ஹிட்லரின் கண்கள் அப்படிப்பட்டவை. அவர் பார்வை பட்டவுடனேயே நமக்குள் ஏதோ நிகழும். அழகான கண்கள் என்றால் என்ன பொருள்? நாம் பாதிக்கப்படுகிறோம் என்பதே பொருள்.

ஒரு பொருள் அழகானது என்று கூறும்போது அது நம்மை அழகிய முறையில் பாதித்தது என்பதையே வெளிப்படுத்துகிறோம், அவ்வளவே. ஒரு பொருள் அழகற்றது என்னும்போது அது நம்மை எதிர் வழியில் பாதித்திருக்கிறது என்று பொருள். நாம் கவரப்படுகிறோம் அல்லது விலகிச் செல்கிறோம். கவரப்படும்போது அது அழகு, விலக்கப்படும்போது அது அழகற்றது. எல்லாம் நாம் மட்டுமே, பாதிக்கும் பொருள் அன்று. நம்மை விலக்கும் பொருளே மற்றொருவரைக் கவரலாம்.

மற்றவரைப் பற்றி எப்பொழுதும் நாம் ஆச்சரியப்படுகிறோம். 'அந்தப் பெண்ணை இவன் காதலிக்கிறானாம், என்ன ஆச்சரியம்!' என்கிறோம். அந்தப் பெண்ணோ அழகற்றவள். ஆனால் அவனுக்கு அவள் அழகாகத் தெரிகிறாள். அழகை அளக்கப் பொது அளவுகோல் ஏதும் இல்லை.

ஒன்றை ஏற்கும்போதும், விலக்கும்போதும் நம் மனமே இவ்வாறு சூழ்ச்சி செய்கிறது என்கிறது தந்த்ரா மார்க்கம். ஒரு பொருள் அழகானது என்று கூறாதீர்கள். 'நான் அழகாகப் பாதிக்கப்பட்டேன்' என்று கூறுங்கள். அடிப்படை 'நான்' என்பதே, முழுச் செயலையும் எழுவாயிலிருந்து செயப்படுபொருளுக்கு மாற்றினால் ஒருபோதும் தீர்வு கிட்டாது. வேர் 'நான்' என்பதே. நாம் பாதிக்கப்பட்டோம் என்றால் நம் மனம் ஒரு வழியில் பாதிக்கப் பட்டது என்பதே பொருள். அந்தப் பாதிப்பே நமக்கு விலங்காகிறது (trap)

ஓர் அழகான மனிதனை நாமே உருவாக்கி அவனைத் தொடர்கிறோம். சில நாள் கழித்து அந்த எண்ணம் நீங்கிவிடுகிறது. திடீரென்று நாம் ஏமாந்துவிட்டோம் என்ற விழிப்புணர்வு ஏற்படுகிறது. அந்த மனிதன் அல்லது பெண் மிகச் சாதாரணமாகத் தெரிகிறாள். அவள் லைலா அல்லது ஜூலியட் என்றோ, அவன் மஜ்னு அல்லது ரோமியோ என்றோ நினைக்கிறோம். சில நாட்களில் அது வெறும் கனவே என்பதை உணர்கிறோம். உடனே வெறுப்பு ஏற்படுகிறது.

யாரும் நம்மை ஏமாற்றுவதில்லை. எல்லாம் நம் கற்பனையே. கற்பனைகள் ஒரு காலத்தில் வீழ்ந்துபோகும். அவை எப்போதும் தொடரமாட்டா. ஆகவே நமக்கு ஒரு பெண்ணைக் கண்டதும், உடனே

அவளைவிட்டு விலகிச் செல்லுங்கள். அப்பொழுதுதான் அவள் உலகிலேயே மிக அழகியவள் என்று நினைப்பீர்கள். அந்தக் கற்பனை உண்மையோடு என்றும் உறவுகொள்ளாது. வெறும் நினைப்பு மட்டுமே அழகை மனத்தில் தங்க வைக்கும். அவள் அருகில் சென்றால் அந்த எண்ணம் நீங்கிவிடும்!.

நெருங்க, நெருங்க உண்மை வெளிப்படும். கற்பனைக்கும் உண்மைக்கும் இடையே ஏற்படும் போராட்டத்தில் கற்பனை தோற்றுப் போகும். உண்மை ஒருநாளும் தோற்காது.

நம்மை நாமே ஏமாற்றிக் கொள்வதால் 'விழிப்புணர்வு கொள்ளுங்கள்' என்கிறது தந்த்ரா. அந்தப் பெண் அழகாகத் தெரிய முயற்சிக்கவில்லை, அவள் தன் கற்பனையை உங்கள்மீது செலுத்தவில்லை, நாமே அதை உருவாக்குகிறோம். அது விரைவில் முடிந்துவிடுகிறது. கனவு முடியத்தானே வேண்டும்.

எப்பொழுதும் இருப்பதே உண்மை என்று இந்துக்கள் கூறுகின்றனர். ஒரு கணத்தில் தோன்றி மறைவது பொய், அழியாமல் இருப்பதே மெய். அநித்தியம் பொய்யின் இயல்பு, நித்தியம் மெய்யின் தன்மை. வாழ்க்கை தொடர்வது, ஆனால் மனமோ தோன்றி மறைவது. எனவே, மனம் நமக்குத் தருவதெல்லாம் உண்மையன்று, வெறும் விளக்கமே. அந்த விளக்கம் நிறைவுபெறும் சமயத்தில் மனம் மாறிவிடும். மனம் மாறியபின் அந்த விளக்கம் ஏற்புடையது அன்றாகிவிடும். மனம் மாறிக்கொண்டே இருக்கும். அந்த மனிதன் அழகானவன் என்று தெரியும்போது மனத்தின் போக்கே மாறிவிடும். அப்பொழுது, இல்லாத ஒன்றில் நாம் வீழ்ந்து கிடப்போம்.

மனத்தின் செயற்பாட்டை அறிந்து அதன் வேரை அறுக்க வேண்டும் என்கிறது தந்த்ரா எதையும் தேர்வு (choose) செய்யா தீர்கள். அவ்வாறு செய்யும்போது அதனோடு நாம் ஐக்கியம் ஆகிவிடுவோம்.

ஒரு காரை நேசிக்கும்போது, ஒரு வழியில் நாம் காராகவே ஆகிவிடுகிறோம். கார் திருடப்படும்போது நமதியல்பில் ஒரு பகுதி திருடப்பட்டதாக நினைக்கிறோம். காரின் ஒரு பகுதி பழுதுபட்டால் நமக்குள் குறை ஏற்படுகிறது. வீட்டை நேசித்தாலும் அப்படியே.

நேசித்தல் என்றாலே ஐக்கியமாதல் என்பது பொருள். இரு மெழுகு வர்த்திகள் நெருங்கி வரும்போது அவை ஒன்றாகின்றன. படிப்படியாக அவை இணைந்துவிடுகின்றன. இதுதான் ஐக்கியம். இரு சுடர்கள் நெருங்கி வரும்போது அவை ஒன்றாகின்றன.

ஒரு பொருளோடு ஐக்கியப்படும்போது நமதான்மாவை நாம் இழக்கிறோம். உலகில் ஆன்மாவை இழத்தல் என்பதன் பொருள் இதுவே. பல்லாயிரக்கணக்கான பொருள்களோடு ஐக்கியம் ஆகும்போது, அப்பொருள் ஒவ்வொன்றிலும் நமதிருப்பின் ஒரு பகுதி அப்பொருளில் சேருகிறது. பொருளைத் தேர்ச்சி செய்வதால் இந்த ஐக்கியம். ஐக்கியத்தால் மயக்க நிலை உறக்கம் ஏற்படுகிறது.

'எதனோடும் ஐக்கியப்படவேண்டாம்' என்ற ஒன்றே குர்டெய்ஃப் தனது சீடர்களுக்குச் சொன்ன உபதேசம். அவரது உத்தி, அணுகுமுறை ஆகிய எல்லாமே இந்த அடிப்படையில்தான் அமைகிறது.

அழுகிறோம். அழும்போது அச்செயலோடு கலந்து விடுகிறோம். அதில் நம்மை இழந்துவிடுகிறோம். கண்களில் நீர்ப்பெருக்கு, கண்கள் சிவந்து போகின்றன. இதயம் துடிக்கிறது. குர்டெய்ஃப் போன்றோர் கூறுகிறார்கள், ' அழுங்கள், தவறில்லை. ஆனால் அதனோடு ஐக்கியப் படாதீர்கள், விலகி நின்று கவனியுங்கள்'. விலகி நின்று கவனிப்பது ஓர் அற்புத அனுபவம், உடல் அழட்டும், கண்ணீர் பெருகட்டும், ஆனால் அச்செயலிலிருந்து விலகி நின்று நோக்குங்கள்.

இதைச் செய்ய முடியும். ஏனெனில் நமது உள்ளிருப்பு (inner being) வெறும் சாட்சியே தவிர் செய்பவன் இல்லை. நாம் செய்கிறோம் என்று நினைத்தால் அது ஐக்கியம். நமதிருப்பு கர்த்தா இல்லை. நமது அந்தராத்மா (inner being) ஒரு அடிகூட நகர்வதில்லை. இயக்கம் எல்லாம் புறநிலையிலேய நிகழும். அவை விளிம்பில் நிகழ்பவை, சக்கரம் போலச் செயல், சக்கரத்தின் மையம் போல அந்தராத்மா. மையத்தைச் சுற்றியே சக்கரம் வட்டமிடுகிறது.

மையத்தை நினைவுகொள்ளுங்கள்! உங்கள் செயல், ஐக்கியமாதல் எல்லாவற்றையும் கவனியுங்கள். ஒரு இடைவெளி உருவாகும். செய்பவரும் கவனிப்பவரும் வேறாவர். நாம் சிரிப்பதை நாமே

கவனிக்கலாம், நாம் அழுவதை நாமே நோக்கலாம் நாம் நடப்பதை, நாம் சாப்பிடுவதை, பல செயல் செய்வதை நாமே கவனிக்கலாம். நம்மைச் சுற்றி நடப்பனவற்றை நாம் வெறுமனே ஐக்கியப்படாமல் கவனிக்கலாம். அப்பொழுது நாம் முனிவர் (seer) ஆகிறோம்.

'எனக்குப் பசிக்கிறது' என்னும்போது பசியோடு ஐக்கியப்படு கிறோம். ஆனால் பசியா நாம்? உள்ளே நோக்கினால் பசி என்பது நமக்கு ஏற்படும் ஒரு நிகழ்வு (happening) என்பது தெரியும். உடலுக்கு நிகழ்வது பசி. பசி நீங்கியவுடன் நம் நிலைதான் என்ன? ஒரு திருப்தி ஏற்படுகிறது. பசி மறையும் முன்பே திருப்தியோடு ஐக்கியம்.

நாம் குழந்தையாக இருந்தோம். இப்பொழுது இளமையோ முதுமையோ வந்துவிட்டது. ஆனால் நாம் என்ன செய்கிறோம்? இளமை அல்லது முதுமையோடு ஐக்கியப்படுகிறோம்.

நமது உள்ளிருப்பு (innermost being) கண்ணாடியைப் போன்றது. அதன் முன் வருவதை அது பிரதிபலிக்கிறது, தான் வெறும் சாட்சியாக நிற்கிறது. நோய், பசி, கோடை, இளமை, முதுமை என எது வந்தாலும் அவை எல்லாம் கண்ணாடியின் முன் நிகழ்பவை. கண்ணாடிக்கு நிகழ்பவை அல்ல.

இதுவே வேரறுத்தல் (cutting the root) வேர் என்பது கண்ணாடி (mirro) ஆகிறது. என்னைப் பொறுத்தவரையில் இதுவே துறவு. புகைப்படத்தகடு (photo plate) ஆதல் ஐக்கியப்படுதல். வெறும் கண்ணாடியாக மாறுங்கள். பொருள் வரும், போகும் கண்ணாடி மாறாது, அது வெற்றிடமாய் அப்படியே நிற்கும்.

திலோபா குறிப்பிடும் அனாத்மா (no self) இதுவே. கண்ணாடிக்கு என்று தனியாக ஏதும் இல்லை. அது பிரதிபலிக்கிறது, அவ்வளவே. எதையும் அது எதிர்ப்பதில்லை, வெறுமனே ஏற்கிறது (responds) 'இது அழகு, அது அழகில்லை' என்று அது ஒருபோதும் கூறுவதில்லை. அழகான பெண் தன் முன் நிற்கும்போதும் சரி, அழகற்றவள் நிற்கும் போதும் சரி அது ஒரே மாதிரியாகவே இருக்கிறது.

ஒருவர் கண்ணாடியைத் தாண்டிச் சென்றால், அது அவரைப் பற்றிக் கொள்வதில்லை. அதற்கு இறந்தகாலம் கிடையாது. அதைத்

தாண்டிச் சென்றதும், பிரதிபலிப்பும் உடனே நீங்கிவிடுகிறது. இதுதான் புத்தரின் மனம். நாம் அவர் முன் சென்றால், அவர் நம்முள் நிறைவார். நாம் நீங்கினால், அவரிடத்து நம்மைப் பற்றிய எந்த நினைவும் தங்காது. கண்ணாடிக்கும் சரி, புத்தருக்கும் சரி, இறந்த காலமும் கிடையாது, எதிர் காலமும் கிடையாது. மேலும் கண்ணாடி யாருக்காகவும் காத்திருப்ப தில்லை. அதற்கு விருப்பு, வெறுப்பு இல்லை. புத்தரும் அவ்றாறே.

உள் உணர்வும் கண்ணாடியும் ஒன்றே. நம்மைச் சுற்றி இருப்ப வற்றோடு, நாம் ஐக்கியப்படக் கூடாது. எப்பொழுதும் மையத்திலேயே நிலைத்திருக்க வேண்டும். நிகழ்ச்சிகள் நடந்துகொண்டேதான் இருக்கும். அவை தொடர்ந்து நடக்கும். ஆனால், கண்ணாடி போன்ற உணர்வில் மையம் கொண்டிருந்தால் முழுவதும் மாறிவிடும். நாம் எப்பொழுதும் தூய்மையாகவும், இயல்பாகவும் இருப்போம். தூய்மையின்மை எதுவும் வராது. ஏனெனில், நமக்குள் எதுவும் தங்கியிராது. நம்முடைய வெறுமை பாதிக்கப்படாமலேயே இருக்கும். பிரதிபலிக்கும்போது கண்ணாடிக்கு எதுவும் நிகழ்வதில்லை. அது மாறாமல் அப்படியே இருக்கிறது. இதுவே, வேரினை அறுத்தல் ஆகும்.

மனிதர்களில் இருவகை உண்டு. நோயின் அறிகுறிகளோடு போராடுபவர் ஒருவகை. எடுத்துக்காட்டாக, 105° ஜுரம் வந்தால் குளிர்ந்நத தண்ணீரில் குளிக்கலாம். இதனால் ஜுரம் குறையும். ஆனால், இங்கு நாம் அறிகுறியோடு போராடுகிறோம். வெப்பமே நோயாகி விடாது. வெப்பநிலை அதிகரிப்பது உடம்பில் ஏதோ கோளாறு என்பதை உணர்த்துகிறது. அது, உடலுக்குள் ஏற்படும் போராட்டம். அதற்கு எதிரியன்று. தலையில் ஐஸ் வைப்பதோ, குளிர்ந்த நீரில் குளிப்பதோ உதவி செய்யாது. அவை பாதகமாகவே முடியும்.

அறிகுறிகளுக்கு மருந்து கொடுப்பவன் முட்டாள். அறிவாளியோ, நோயின் வேரினை நோக்குகிறான். நோய்க்கான காரணத்தை அறிந்து அதை நீக்க முயற்சிக்கிறான். அப்பொழுது உடலின் வெப்பநிலை தானாகவே குறையும். மருத்துவத்தில் அறிவாளியாக இருக்கின்ற நாம், வாழ்க்கையில் அவ்வாறு இல்லையே.

வாழ்க்கையில் நாம் பல முட்டாள்தனமான காரியங்களைத் தொடர்ந்து செய்கிறோம். கோபம் வந்தால், கோபத்தோடு சண்டை போடுகிறோம். கோபம் என்பது வெப்பமே தவிர, ஜுரம் அன்று. கோபம் வந்தால், உடல் சூடாகிவிடும். ஆனால், அதுவே வேராகாது. நாமே சூழ்நிலையை உருவாக்கிக் கொள்கிறோம்.

ஒரு மிருகத்திற்கு ஆபத்து வரும்போது அதற்கு இரண்டு வழிகளே உண்டு. சண்டையிடுவது அல்லது தப்பித்து ஓடுவது. இவை இரண்டுக்குமே இரத்தத்தில் கொஞ்சம் விஷம் கலக்க வேண்டும். சண்டையிடும்போது, அதிகமான சக்தி தேவப்படுகிறது. அப்பொழுது உடல், நாளங்களிலிருந்து, ஹார்மோன், விஷம் ஆகியவற்றைச் சேகரித்துக் கொண்டு, தேவை ஏற்படும்போது, வெளி விடுகிறது.

அதனால்தான், கோபம் வரும்போது, நாம் சாதாரணமாக இருப்பதைவிட மும்மடங்கு வலிமை பெறுகிறோம். சாதாரணமாகச் செய்ய முடியாதவற்றை அப்போது செய்கிறோம். ஒரு பெரிய பாறையைக் கூடத் திருப்பி விடுகிறோம். சண்டையிடும்போது இயற்கையே இதைக் கொடுக்கிறது. தப்பி ஓடும்போதும், அதிக சக்தி தேவைப்படுகிறது. பகைவன் நம்மைத் துரத்தும்போது, நாம் வேகமாக ஓட வேண்டுமல்லவா!

எல்லாமே மாறிவிட்டன. சமுதாயம், பண்பாடு ஆகியவற்றை மனிதன் உருவாக்கிவிட்டான். மிருகச் சூழல் இனியும் இல்லை. ஆனால், உள்ளே ஆழத்தில் அது இருக்கிறது. நம்மை ஒருவர் தாக்குகிறார் என்றதும் உடல் அதற்குத் தக்கபடி மாறிக் கொள்கிறது. உடல் வெப்பம் அதிகரிக்கிறது. கண்கள் சிவக்கின்றன. முகத்தில் இரத்த ஓட்டம் அதிகரிக்கிறது. நாம் சண்டையிடத் தயாராகிறோம்.

இதுகூட ஆழமானதாகாது. ஏனெனில், இதுவும் உடம்பு தரும் ஓர் உதவியே. முகத்தில் கோபம், உடம்பில் கோபம் ஆகியவை உண்மை யானவை அன்று. அவை மனத்தைப்பின்பற்றுகின்றன. இருண்ட இரவில் தெருவில் உள்ள விளக்குத் தூணைக் கொண்டு நாம் அதைப் பேய் என நினைக்கும்போது அதோடு சண்டையிட அல்லது தப்பியோட உடல் தயாராகிறது. அதைப் பேய் என்று விளக்குவது மனமே.. உடல்

மனத்தையே பின்பற்றுகிறது. ஒருவரைப் பகைவன் என்று மனம் நினைத்தால் உடல் அதைப் பின்பற்றுகிறது. அவ்வாறே நண்பன் என்று நினைத்தாலும் உடல் மனத்தைப் பின்பற்றுகிறது.

எனவே, மூல காரணம் மனமே. புத்தர் சொல்கிறார், 'இந்த பூமி முழுவதும் உனது நண்பன் என்று நினை! இயேசு சொல்கிறார், 'பகைவர்களை மன்னியுங்கள், அவர்களை நேசியுங்கள்!'. புத்தரும், இயேசுவும் நம் மனத்தை மாற்ற முயல்கின்றனர். ஆனால், திலோபா ஒருபடி மேலே போய்க் கூறுகிறார் எல்லோரையும் நண்பர்கள் என்று நினைத்தாலும், அங்கு நட்பு பகை உறவு தொடரும். பகைவனை நேசித்தாலும், அவனைப் பகைவன் என்றே நினைக்கிறோம். இயேசு சொல்லுகிறபடி நடந்தால் சாதாரண மனிதனைவிடக் கொஞ்சம் உயர்வு நிலை ஏற்படும். பகைத் தன்மையும், கோபத் தன்மையும் குறையும். ஆனால் திலோபா கூறுவது மிக முக்கியமானது. ஒருவரை நண்பன் என்றோ, பகைவன் என்றோ நினைப்பது பிரித்துப் பார்க்கும் நிலை அப்பொழுது நாம் வலையில் விழுந்து விட்டோம். ஏனெனில், நண்பனும் இல்லை, பகைவனும் இல்லை.

சில சமயம் திலோபா புத்தரையும் இயேசுவையும் மிஞ்சிவிடு கிறார். காரணம் புத்தர் மக்கள் கூட்டத்திடையே பேசினார். திலோபா நரோபாவிடம் மட்டுமே பேசினார். ஒரு பக்குவமுள்ள சீடனிடம் பேசும்போது மிக உயர்ந்த உண்மையை உணர்த்தலாம். ஆனால், நிறைந்த மக்கள் உள்ள கூட்டத்தில் அவ்வாறு கூற முடியாது. பதினைந்து ஆண்டுகள் நான் தொடர்ந்து கூட்டத்தில் பேசினேன். படிப்படியாக அதைக் குறைத்துக் கொண்டேன். இப்பொழுது நான் நரோபாக்களுக்கு மட்டுமே பேச விரும்புகிறேன். சில சமயம் ஓர் ஆள் அதிகமானால் கூட சூழ்நிலையே மாறிவிடும்.

உயரே போகப்போக நம் உபதேசமும் உயர்வடையும். நரோபா முழுவதும் பக்குவமடையும் தருணம் வரும்போது, திலோபா முழுவதும் மௌனமாகிவிடுகிறார். அப்பொழுது எதுவுமே சொல்லத் தேவை யில்லை. மௌனமாக உட்கார்ந்திருத்தல் போதும். இதுவே உயர்ந்த உபதேசம்.

எனவே அது சீடனைப் பொருத்தது. என்னை எந்த அளவுக்கு நீங்கள் அனுமதிக்கிறீர்கள் என்பதைப் பொறுத்தது. உங்கள் மூலமாக நான் சொல்வது உலகத்திற்குப் போய்ச் சேரும்.

இயேசுவின் சீடர்கள் மிகச் சாதாரணமானவர்கள். அவர்கள் அவரிடம் ஒருநாள் இரவு, 'பெருமானே இறைவனுடைய இராஜ்ஜியத்தில் அவர் அரியணைக்கு வலப் பக்கத்தில் நீங்கள் அமர்ந்திருப்பீர்கள். நாங்கள் பனிரண்டு பேரும் எங்கு அமர்வோம்? உங்கள் பக்கத்தில் அமர்வது யார் சொல்லுங்கள்? என்று வேண்டினர். இயேசு இறக்கப் போகிறார். ஆனால் அவரிடம் இந்த அர்த்தமற்ற கேள்விகளை அவர்கள் கேட்கிறார்கள்.

அகந்தையின் முட்டாள்தனம் இது. இயேசு அவர்களுக்குச் சமாதானம் சொல்ல வேண்டியதாயிற்று. அதனால்தான், இயேசுவின் உபதேசங்கள் புத்தருடைய உபதேசங்களைப் போல அந்த உயரத்திற்குச் செல்லவில்லை. ஆனால், திலோபா இதையும் விஞ்சி நிற்கிறார். நரோபா என்ற பக்குவப் பட்ட ஒரே சீடனைத் தேடி அடைந்து, 'நரோபா, உன்னிடம், பிறர்க்குச் சொல்ல முடியாதவற்றைச் சொல்கிறேன். உன் சிரத்தையே இதற்குக் காரணம் என்றார். எனவேதான் திலோபாவின் உபதேசம் வானத்தின் விளிம்பையே தொட்டது.

இப்பொழுது சூத்திரத்தைப் புரிந்து கொள்ள முயற்சிப்போம்:-

''மரத்தின் வேரை அறுத்தால் இலைகள் உதிர்ந்து
போகும்
மனத்தின் வேரை அறுத்தால் சம்சாரம் வீழ்ந்து போகும்.
நீண்ட கல்ப காலம் உள்ள இருளைக் கூட
விளக்கின் ஒளி
ஒரு கணத்தில் நீக்கிவிடும்:
அறியாமையாம் திரையை
வலிமையான மன ஒளியின் ஒரு பொறியே
எரித்துவிடும்.''

'மரத்தின் வேரை அறுத்தால் இலைகள் உதிர்நது போகும்! ஆனால் மக்கள் சாதாரணமாக இலைகளைத்தான் வெட்டுகிறார்கள். அது

வழியன்று. அதனால் வேர் உதிராது. ஆனால் இலைகளை வெட்டினால் மேலும், இலைகள் வளரும். ஓர் இலையை வெட்டினால் மூன்று இலைகள் முளைக்கும். இலைகளை வெட்டினால் வேர்கள் மேலும் மரத்ததைக் காப்பாற்ற உறுதிப்படும். இலைகளை மேலும் வெட்டிக்கொண்டே இருந்தால் மரம் மேலும் அடர்த்தியாக வளரும் என்பது தோட்டக்காரனுக்குத் தெரியும். இலைகளை வெட்டுவது என்பது வேர்களுக்குச் சவால் விடுவது. உடனே வேர்கள் மரத்தின் உடலைப் பாதுகாக்கத் தலைப்படும். இலைகள் என்பது மரத்தின் உடல் பகுதி.

நாம் மகிழ்ச்சி அடையவோ, நிழலில் உட்காரவோ இலைகள் மரத்தில் இல்லை. சூரிய ஒளியைக் கிரகிப்பதற்கும், ஆவியை வெளியே விடுவதற்கும், பிரபஞ்சத்தோடு உறவு கொள்வதற்கும் இலைகள் இருக்கின்றன. இலைகள் மரத்தின் உடல். இலைகளை அழிக்க நினைக்கும்போது அவற்றைக் காப்பாற்ற நினைப்பது வேர்களின் கடமையாகிறது. வாழ்க்கையும் ஒரு மரம்தான்.

வேர்களும் இலைகளும் இங்கும் உண்டு. கோபம் என்ற இலையை வெட்டினால் மும்மடங்கு கோபம் வருகிறது. காமத்தை அடக்கினால் மும்மடங்கு அதிகரிக்கிறது. எதை வெட்டினாலும் அது மும்மடங்கு வளரும். மனமோ, 'இன்னும் வெட்டு, இது போதாது', என்று கூறும். வெட்ட வெட்ட அதிலிருந்து மேலும் வளர்ச்சிதான். அது ஒரு விஷ வட்டமாகும். எல்லாக் கிளைகளையும் வெட்டினாலும் மரம் அழிவதில்லை, ஏனெனில் மரம் வேரில் இருக்கிறதே தவிர கிளைகளில் இல்லை.

ஒன்றோடு ஐக்கியப்படுதல் என்பதே வேர். மற்றவை எல்லாம் இலைகள். பேராசை, கோபம், காமம் ஆகியவற்றோடு ஐக்கியப்படுவது வேர். அதுபோலவே தியானம், அன்பு, மோட்சம், கடவுள் ஆகியவற்றோடு ஐக்கியப்படுவதும் வேர். மற்றவை இலைகள். இலைகளை வெட்டாதீர்கள், அவற்றில் தவறில்லை.

அதனால்தான், நம் குறைகளை வளர்ப்பதில் தந்த்ரா, அக்கறை காட்டுவதில்லை. மரத்தை வெட்டுவதால் அதன் அமைப்பு ஒழுங்காகும். ஆனால் மரம் மாறாது. அப்படியேதான் இருக்கும். குண நலன் (character) என்பது வெளிவடிவம்-நாம் மாறுவதில்லை, அப்படியே இருக்கிறோம். தந்த்ரா மார்க்கம் ஆழ்ந்து சென்று, ‘வேரினை அறு’ என்கிறது. எனவேதான் தந்த்ரா தவறாகப் புரிந்துகொள்ளப் படுகிறது. ‘பேராசையா, பேராசைப்படு, அதைப் பற்றிக் கவலைப் படாதே.. காமமா, அதைப் பற்றிக் கவலைப்படாதே’ என்கிறது. சமுதாயத் தால் இத்தகைய உபதேசத்தைப் பொறுத்துக்கொள்ள முடியவில்லை. இத்தகைய உபதேசம் குழப்பத்தை உருவாக்கி, முழு ஒழுங்கையும் கெடுத்துவிடும் என்று சமுதாயம் நினைக்கிறது. ஆனால் தந்த்ரா மார்க்கம் மட்டுமே சமுதாயத்தை, மனிதனை, மனத்தை மாற்றுகிறது என்பதை மக்கள் அறிவதில்லை. தந்த்ரா மார்க்கம் மட்டுமே இயல்பான அக ஒழுங்கினை, இயல்பான மலர்ச்சியை உண்டாக்குகிறது. ஆனால், இது ஒரு ஆழமான பாதை- வேரினை அறுக்க வேண்டும்.

பேராசையைக் கவனி, காமத்தைக் கவனி, கோபத்தைக் கவனி (watch) எல்லாவற்றையும் கவனி. ஆனால் அவற்றோடு ஐக்கியப்படக் கூடாது. வெறும் கவனம், வெறும் பார்வை, சாட்சி மாத்திரமான பார்வை மட்டும் போதும். படிப்படியாகச் சாட்சியாகும் குணம் மலர்கிறது. பேராசை, காமம், கோபம், போன்றவற்றின் நுட்பம் புரியும். அகந்தை எப்படி நுட்பமாகச் செயல்படுகிறது என்பது புரியும். அகந்தை ஸ்தூல மானதன்று, மிக நுட்பமானது, ஆழ்ந்திருப்பது.

கவனம் அதிகமாக அதிகமாக, கண்களின் நோக்கும் சக்தி அதிக மாகும். நம் போக்கும் ஆழமாகும். நமக்கும் நம் செயலுக்கும் இடையே அதிக இடைவெளி ஏற்படும். இது பலன் தரும். மிக அருகில் இருக்கும் பொருளைப் பார்க்க முடியாது. கண்ணாடிக்கு மிக அருகில் நின்றால் நம் பிரதிபலிப்பை நாம் காண இயலாது. கண்கள் கண்ணாடியைத் (mirror) தொடும்போது பார்வை எவ்வாறு சாத்தியமாகும்? இடைவெளி (distance) தேவை. சாட்சியாக இருத்தல் மட்டுமே இடைவெளியைத் தர முடியும். முயன்று பாருங்கள்.

காமத்தில் (sex) ஈடுபடலாம், தவறில்லை, ஆனால் சாட்சியாக இருங்கள். அந்நிலையில் உடம்பின் இயக்கம், உடம்பிலிருந்து வெளிப்படும் சக்தி, அது வெளிப்படும் விதம், உறவு, உடல் ஒன்றுபடும் முறை, இதயத் துடிப்பு, ஆகியவற்றைக் கவனியுங்கள். இதயத் துடிப்பு

அதிகமாகிக் கொண்டே போய் எல்லை கடந்து நிற்கும். உடல் வெப்பம், ரத்த ஓட்டம், இறுதியில் எல்லாம் நம் முயற்சிக்கு அப்பாற்பட்டுச் செல்லுதல், எல்லாம் தாமே இயங்குதல், உடலின் ஆதிக்கம் எல்லா வற்யையும் கவனியுங்கள்.

முயற்சி, முறையற்ற நிலை எல்லாவற்றையும் கவனியுங்கள். எல்லாம் நம் கட்டுக்குள் அடங்கி நிற்கும்போது நாம் அதை நிறுத்த முடியும் நிலை, பின் நிறுத்த முடியாத நிலை, நம் கட்டுப்பாட்டைக் கடந்த நிலை, எல்லாம் உடம்பே எடுத்துக் கொள்ளும் நிலை- எல்லாவற்றையும் கவனியுங்கள். காமம் என்பது உடல் மனம் இயக்கத்திற்கு உட்பட்டது. அதில் சாட்சியாய் இருக்கும் தன்மை மட்டுமே இல்லை. அது மட்டுமே ஈடுபடாமல் வெளியே விலகி நிற்கிறது.

சாட்சித் தன்மை என்பதே விலகி நிற்பதாம். அதைக் கண்டறிந்தால் நாம் மலையின் உச்சியில் நிற்கிறோம். எல்லாம் கீழே பள்ளத் தாக்கில் நடப்பது. அவற்றுக்கும் நமக்கும் தொடர்பில்லை. வெறுமனே பார்த்துக் கொண்டிருப்பது மட்டும் நம் வேலை. அது யாருக்கோ நடப்பதைப் போன்று விலகி நின்று நோக்க வேண்டும். பேராசை, கோபம் ஆகிய வற்றிலும் இதே நிலைதான். விலகி நின்று கவனித்தால் எல்லா உணர்ச்சி களையும் அனுபவிக்கலாம். ஐக்கியப்படாது, சாட்சி மாத்திரமாய் நின்று நோக்க வேண்டியது ஒன்றே நம் செயலாக இருக்க வேண்டும். இதை மறக்கக் கூடாது. பின் ஐக்கியமாதல் என்ற வேர் அறும். வேர் அறுந்தபின், நாம் கர்த்தா அல்லர் என்பது புரிந்தபின், எல்லாமே திடீரென்று மாறிவிடும். ஆம், மாற்றம் என்பது திடீரென்று நிகழும்.

''மரத்தின் வேரை அறுத்தால் இலைகள் உதிர்ந்து போகும்.
மனத்தின் வேரை அறுத்தால் சம்சாரம் வீழ்ந்து போகும்.''

மனத்தின் வேர் அறும்போது, ஐக்கியப்படுதல் நீங்கும்போது, சம்சாரம் வீழ்ந்து போகும், உலகம் முழுதுமே சீட்டுக் கட்டினால் செய்த வீடாக வீழ்ந்து போகும். விழிப்புணர்வு என்ற சிறு காற்று போதும், முழு வீடும் வீழ்ந்து விடும். திடீரென்று நாம் உலகைக் கடந்து விடுவோம். ஏற்கனவே செய்த செயல்களைத்தான் செய்வோம். ஆனால் எல்லாமே புதியதாக இருக்கும். நமது இருப்பே புதியதாய் விடும்- இதுவே மறுபிறவி. 'துவிஜன்' என்று இந்துக்கள் அழைப்பதும் இதனையே.

விழிப்புணர்வு பெற்றவனே துவிஜன் (இரு பிறப்பாளன்). ஆன்மாவின் பிறப்பு இது. உயிர்த்தெழுதல் என்று இயேசு குறிப்பிடுவதும் இதனையே. உயிர்த்தெழுதல் என்பது உடம்பின் மறுபிறவி அன்று, உணர்வின் புதிய பிறவி.

'மனத்தின் வேரை அறுத்தால் சம்சாரம் வீழ்ந்து போகும்
நீண்டகல்ப காலம் உள்ள இலைகள் கூட
விளக்கின் ஒளி
ஒரு கணத்தில் நீங்கி விடும்.'
...நீண்ட நீண்ட காலங்கள்.

ஆகவே பல்லாயிரம் பிறவி இருட்டைத் திடீர் ஒளி எவ்றாறு நீக்கும் என்று கவலைப்பட வேண்டாம். இருட்டிற்குத் திண்மை (density) ஆசி இல்லை.. திணிவும் (substance) இல்லை, எனவே ஒளி அதனை நீக்கிவிடும். ஒரு கணமானாலும், பல்லாயிரம் பிறவி ஆனாலும் ஒன்றே. இருட்டு என்பது ஒளியின்மை. இன்மை வளராது, அப்படியே இருக்கும். ஆனால், ஒளி என்பது திணிவுடையது (substantial)-இருட்டு என்பது வெறும் இன்மை (absance). ஒளி இருந்தால் அங்கு இருட்டு இருக்காது.

நீக்கப்படுவது இருட்டில்லை. ஒளி வரும்போது இருட்டு நீங்குவதில்லை. வெளியே செல்ல எதுவுதம் இல்லை.. ஒளி வருகிறது, இருட்டு இல்லாது போகிறது

''வலிமையான மன ஒளியின் சிறுபொறியே
அறியாமைத் திரையை எரித்துவிடும்''.

மனம் என்பதை இரு பொருளில் பௌத்தர்கள் பயன்படுத்து கிறார்கள். மனம் என்றவிடத்து அது சாட்சிப்படும் பொருளைக் குறிக்கும். மனம் என்பது சாட்சியாய் நிற்கும் உணர்வினைக் குறிக்கும்.

சின்ன 'ம' (m) எண்ணங்கள், உணர்ச்சிகள் ஆகியவற்றைக் குறிக்கிறது.பெரிய 'ம' (m) என்பது சாட்சியாய் நிற்கும் உணர்வைக் குறிக்கிறது. சாட்சி உணர்வு எழும்போது, மற்றவை அதனுள் அடங்கிப் போகும். ஆறுகள் கடலில் கலப்பதைப் போன்றது இது. இதனால் சக்தி மறுபடியும் ஐக்கியமாகிறது. (Mind-உணர்வு mind உணர்ச்சிகள்).

பேராசை, கோபம், பொறாமை ஆகியவை வெளிச் செல்லும் சக்திகள், திடீரென்று, மனம் எழும்புவது எல்லா ஆறுகளும் தங்கள் பாதையை மாற்றிக் கொள்கின்றன. இதுவரை விளிம்மை நோக்கிச் சென்ற அவை இப்பொழுது மகா மனத்தில் ஐக்கியமாகி விடுகின்றன. எனவேதான், மனம் என்ற ஒரே சொல்லே இருவிதமாகப் பயன் படுத்தப்படுகிறது.

"வலிமையான மன ஒளியின் சிறுபொறியே
அறியாமைத் திரையை எரித்துவிடும்."

திடீரென்று ஒரு கணத்தில் எல்லா அறியாமையும் எரிந்து போகும்-இதுவே திடீர் ஞானம்.

"மனத்தைப் பற்றி நிற்பவர்
மனத்திற்கு அப்பால் உள்ள உண்மையை
அறியமாட்டார்"

மனத்தைப் பற்றி நின்றால் அதற்கு அப்பாலுள்ள மகா மனத்தை அறிய முடியாது. பற்றிக் கொள்ளுதல் (clinging) என்பது இன்னொரு பொருளோடு ஒட்டிக் கொள்வது, செயப்படுபொருள் எப்படி எழுவாயைக் காண முடியும்? இந்த ஒட்டிக் கொள்ளும் தன்மை நீங்க வேண்டும்.

"மனத்தைப் பற்றி நிற்பவர்
மனத்திற்கு அப்பால் உள்ள உண்மையை
அறியமாட்டார்.
தர்மத்தை வலிந்து அனுஷ்டிப்பவர் கூட
அனுஷ்டானத்திற்கு அப்பால் உள்ள உண்மையை
அறிவதில்லை."

நாம் செய்யும் பயிற்சிகளெல்லாம் மனத்தின் பாற்பட்டவை. சாட்சியாக இருத்தல் மட்டுமே மன வயப்படாதது. எனவே தியானத்தில் கூட வெறும் சாட்சியாகவே தொடர்ந்து இருந்து, என்ன நடக்கிறது என்று பாருங்கள். வேகமாகச் சுற்றுங்கள். உடம்பின் வேகம் அதிகரிக்க அதிகரிக்க நம் மையம் நகராமலிருப்பதை உணரலாம். சுற்றும்

உடம்பிற்கும் சுற்றாத நமது உணர்வாம் மையத்திற்கும் இடையே இடைவெளி உண்டாக்கப்படுகிறது.

தியானத்தையும் தொடர்ந்து செய்ய வேண்டாம். அந்தப் பற்றுதலைக் கூட (clinging) ஒரு நாள் விட வேண்டும். அப்பொழுது தான், தியானம் முழுமையடையும். தியானம் முழுமை பெற்றதும் இனிமேலும் தியானிக்க வேண்டியது இல்லை. ஆகவே, தியானம் என்பது ஒரு பாலம். நம் வீட்டை அடைந்தபின் அது நமக்குத் தேவைப் படாது. இலக்கை அடையும்வரை பாதை தேவை. தியானத்தோடு ஐக்கியமானால், மறுபடியும் நாம் அதே வலையில் விழுந்து விடுவோம். வேறு வழியில் அதே வீட்டிற்குள் நுழைந்து விடுவோம்

முல்லா நசுருதீன் மதுக்கடைக்கு வந்து, கடைக்காரரிடம் தனக்கு மது வேண்டும் என்று கேட்டார். ஆனால், அவனோ, ‘நீ ஏற்கனவே அதிகமாகக் குடித்திருக்கிறாய். இனிமேலும் உனக்குத் தரமாட்டேன் பேசாமல் வீட்டுக்குப் போ'' என்றான். ஆனால் முல்லா பிடிவாதம் பிடிக்கவே கடைக்காரன் அவரை வெளியே தூக்கி எறிந்தான்.

முல்லா நிண்ட தூரம் இன்னொரு மதுக்கடைக்காக அலைந்தார். ஆனால், இன்னொரு வாயில் வழியாக அதே கடைக்குத்தான் வந்தார். கடைக்காரனிடம் மீண்டும் மதுவைக் கேட்டார். கடைக்காரன் அவரை மீண்டும் வெளியே தள்ளினான். எனவே இன்னொரு கடையை நோக்கி நெடுந்தூரம் நடந்தார். ஆனால் அந்த ஊரில் இருப்பதோ ஒரே ஒரு மதுக்கடைதான். எனவே மூன்றாவது வாயில் வழியாக அதே கடைக்குள் நுழைந்து, அக்கடைக்காரனிடம், ‘என்ன இந்த ஊரில் உள்ள மதுக்கடை கள் எல்லாம் உங்களுக்கு மட்டுமே சொந்தமா?'' என்று கேட்டார்.

இப்படித்தான் நாமும். ஒரு வாயிலிலிருந்து வெளியே தள்ளப்படும் போது, இன்னொரு வாயில் வழியாக உள்ளே நுழைகிறோம். முன்னர் காமத்தோடும் கோபத்தோடும் ஐக்கியப்பட்டிருந்த நிலை மாறி இப்போது தியானத்தோடு ஐக்கியப்படுகிறோம். எனவே ஒரே கடைக்குள் வேறு வேறு வாயில் வழியாக நுழைய முயலாதீர்கள். சக்தி முழுவதும் தேவையில்லாமல் விரயமாகும். நீண்ட தூரப் பயணமெல்லாம் ஒரேயிடத்தில் மீண்டும் நுழைவதற்காக.

> "மனத்தைப் பற்றி நிற்பவர்
> மனத்திற்கு அப்பால் உள்ள உண்மையை
> அறியமாட்டார்".

மனத்திற்கு அப்பால் என்ன இருக்கிறது? வெறும் உணர்வு தான்-சச்சிதானந்தம்- உண்மை, உணர்வு, ஆனந்தம்.

> "தர்மத்தை வலிந்து அனுஷ்டிப்பவர் கூட
> அனுஷ்டானத்திற்கு அப்பால் உள்ள உண்மையை
> அறிவதில்லை."

எதை அனுஷ்டித்தாலும், அப்பயிற்சி மட்டுமே இயல்பான உண்மையை உணர்த்தாது. பயிற்சி என்றாலே செயற்கையானதுதான். இயற்கைப் பயிற்சி செய்ய வேண்டிய அவசியமில்லை. அது ஏற்கனவே இருக்கிறது. நம்மிடம் ஒன்றை அறிவதற்கு முயற்சிக்கலாம். ஆனால் நம்மிடமே இருப்பதை எப்படி அறிவது? நாம் அதில்தான் பிறந்திருக்கிறோம். அதை சொல்லித்தர எந்த ஆசிரியரும் தேவையில்லை- ஆசிரியருக்கும் குருவுக்கும் இடையே உள்ள வேறுபாடு இதுதான்.

ஒன்றை சொல்லித் தருபவர் ஆசிரியர். ஆனால், குருவோ நாம் இதுவரை கற்றவற்றிலிருந்து நம்மை அவிழ்க்கிறார். இதுவரை பயிலாத ஒன்றின் சுவையைக் குரு காட்டுகிறார். அது ஏற்கனவே இங்குதான் இருக்கிறது. ஆனால், படிப்பின் காரணமாக அதை நாம் இழந்து விட்டோம். கல்வியாம் முடிச்சை அவிழ்க்கும்போது, அதை நாம் மீண்டும் அடைகிறோம்.

உண்மை என்பது ஒரு கண்டுபிடிப்பு அன்று, மறு கண்டுபிடிப்பு. அது நாம் பிறக்கும் போதிலிருந்தே நம்மிடம் இருந்தது. அது நம்மிலிருந்து வேறானது அன்று. நமது இயல்பே அதுதான். எனவே பயிற்சியால் அதை அடையத் தேவையில்லை என்கிறார் திலோபா. நம்மிலிருந்து வேறான ஒன்றை அடையவே பயிற்சி தேவை. அதுவோ, ஆதியிலிருந்தே நம்மிடம் இருக்கிறது.

எனவே, எந்தப் பயிற்சியும் மனத்தின் ஒரு பகுதியே. அது வெளி விளிம்பில் நிற்பது, அதைத் தாண்டிச் செல்ல வேண்டும் என்பதை மறந்து விடாதீர்கள். எப்படிச் செல்வது? பயிற்சியால்தான். ஆனால்

கவனமாக, விழிப்போடு தியானியுங்கள். தியானம் என்பதன் இறுதிப் பொருள், 'சாட்சி மாத்திரமாய் இருத்தல்' என்பதேயாகும். விழிப்போடு கூடிய பயிற்சி தேவை.

எல்லா உத்திகளும் (techniques) இருட்டில் கால் வைப்பதைப் போன்றதே. தியானம் மட்டும் அவ்வாறு அன்று. திடீரென்று ஒருநாள், ஒன்றைச் செய்து கொண்டிருக்கும்போதே, நாம் சாட்சியாவோம். குண்டலினி யோகம் போன்ற தியானம் செய்யும்போதே, நாம் அதிலிருந்து சாட்சி மாத்திரமாய் விலகி நிற்போம். நாம் மௌனமாய் அமர்ந்து அதைக் கவனிப்போம் அன்றுதான் தியானம் சித்தித்தது என்பது பொருள். அன்று எந்த உத்தியும் உதவியாகவும் இருக்காது, தடையாகவும் இருக்காது. அது நமக்கு மகிழ்ச்சியைத் தரும், ஆனால் அதற்கு இப்பொழுது தேவையே இருக்காது. உண்மையான தியானம் சித்தித்து விட்டது. தியானம் என்பது சாட்சியாக இருப்பதே. தியானித்தல் என்ற சொல்லுக்கே 'சாட்சியாக இருத்தல்' என்பதே பொருள். தியானம் என்பது ஓர் உத்தியே அன்று. நான் பலவித தியான முறைகளைச் சொல்வதால் இது உங்களைக் குழப்பலாம். இறுதி உணர்வில் தியானம் என்பது புரிந்து கொள்ளுதல், வெறும் விழிப்புணர்வு. இறுதி உண்மை. வெகு எட்டத்தில் இருப்பதால், நம்முள் ஆழத்தில் மறைந்து கிடப்பதால், அதற்கு உத்திகள் தேவைப்படுகின்றன. இக்கணத்திலேயே உண்மையை உணரலாம், ஆனால், நம் மனம் சென்றுகொண்டே இருக்கிறது. இப்பொழுதே அது சாத்தியம், இருப்பினும் சாத்தியம் இல்லை. இடைவெளியை (gap) மூடவே உத்திகள் பயன்படும்.

எனவே, தொடக்கத்தில் உத்திகளே தியானம், முடிவில் அவை அல்ல தியானம் என்பது புரியும். தியானம் என்பது முற்றிலும் வேறு பட்டது. எதனோடும் அதற்குத் தொடர்பு இல்லை. ஆனால் முடிவில்தான் அது ஏற்படும். ஆரம்பத்திலேயே நடந்துவிட்டால், இடைவெளி மூடப்பெறாது.

மகரிஷி மகேஷ்யோகி, கிருஷ்ணமூர்த்தி ஆகியோரிடத்துள்ள பிரச்சினை இது-அவர்கள் இருவரும் எதிர் எதிர் துருவங்கள். உத்தியே தியானம் என்கிறார் மகேஷ்யோகி- ஓர் உத்தியைப் பின்பற்றினால் தியானம் நிகழ்ந்து விட்டது என்கிறார் அவர். இதுசரி, தப்பும்கூட.

தொடக்கத்தில் இது சரியே. ஆரம்ப காலத்தில் நமக்கு ஏதாவது ஓர் உத்தி தேவைப்படுகிறது.

குழந்தை அரிச்சுவடியைக் கற்றுக் கொள்வதைப் போன்றது இச்செயல். 'அம்மா' என்ற சொல் அகரத்தைக் குறிக்கிறது. அகரத்திற்கும் 'அம்மா' என்பதற்கும் இடையே எந்தவிதத் தொடர்பும் இல்லை. 'அ' என்பது எவ்வளவோ பொருளைக் குறிக்கலாம். ஆனால் குழந்தை அம்மாவைப் புரிந்துகொள்ளுமே தவிர அகரத்தைப் புரிந்துகொள்ளாது. அம்மாவின் மூலம் அகரத்தைப் புரிந்துகொள்வதே நோக்கம்-ஆனால் இது ஒரு தொடக்கமே தவிர முடிவில்லை.

தொடக்கத்தில் மகேஷ் யோகி சொல்வது சரியே. அவர் நம்மைப் பாதையில் செலுத்துகிறார். ஆனால் அங்கேயே நின்றுவிடக் கூடாது. அவர் கூற்று ஆரம்பப் பள்ளி போன்றது. ஆனால், அங்கிருந்து மேலே செல்ல வேண்டும். தியானம் ஒருவகை உத்தி என்பது ஆரம்பநிலைப் பாடம்.

இன்னொரு துருவத்தில் ஜே.கிருஷ்ணமூர்த்தி எந்த உத்தியும் இல்லை, எந்தவிதத் தியானமும் இல்லை. விருப்பமற்ற விழிப்புணர்வே (choiceless awareness) எல்லாம் என்கிறார் அவர். அவர் கூறுவது மிகச் சரியே - ஆரம்பப் பள்ளியில் படிக்காமலேயே பல்கலைக் கழகத்தில் நுழைவதைப் போன்றது இச்செயல். இறுதி நிலையைப் பற்றிப் பேசுவதால் அவர் ஆபத்தானவர் ஆகலாம். அவர் கூறுவதைப் புரிந்து கொள்வது கடினம். கிருஷ்ணமூர்த்தி கூறுவது அறிவுநிலையில் சரியாகத் தெரியும், ஆனால் அனுபவம் ஏதும் விளையாது.

கிருஷ்ணமூர்த்தியைப் பின்பற்றுவோர் பலர் என்னிடம் வந்து, ''எந்த உத்தியும் இல்லை என்பது சரியே. தியானம் என்பது விழிப்புணர்வே - ஆனால் என்ன செய்வது?'' என்று கேட்கின்றனர். 'என்ன செய்வது?' என்றாலே ஓர் உத்தி தேவை என்பது பொருள். 'என்ன செய்வது?' என்றால் எப்படிச் செய்வது என்று ஓர் உத்தியைக் கேட்கிறோம். கிருஷ்ணமூர்த்தி உதவி செய்ய மாட்டார். இந்நிலையில் மகேஷ் யோகியிடம் செல்வது சரியானது. ஆனால் கிருஷ்ணமூர்த்தி வழியில் முன்னேறாதவர்களும் உண்டு, மகேஷ் யோகியைப் பின்பற்றி முன்னேறாதவர்களும் உண்டு.

நான் இருவரும் இல்லை - அல்லது இருவரும் சேர்ந்தவன். நான் சொல்வது குழப்பமாக இருக்கலாம். அவர்கள் இருவரும் தெளிவாகவே இருக்கிறார்கள், அவர்கள் உபதேசமும் தெளிவாகவே இருக்கிறது. மொழி புரிந்தால் அவர்கள் உபதேசமும் புரியும். ஆனால் பிரச்னை என்னிடம் தான் உள்ளது. நான் எப்பொழுதும் ஆரம்பத்தைப் பற்றியே பேசுவேன், முடிவை ஒருபோதும் மறக்க அனுமதிக்கமாட்டேன். எப்பொழுதும் முடிவைப் பற்றிப் பேசுவேன், ஆரம்பத்திலிருந்து தொடங்க உதவியும் செய்வேன். 'தியானம் என்பது வெறும் விழிப்புணர்வு என்றால்... எதற்கு இவ்வளவு பயிற்சி முறைகள்?'' என்ற குழப்பம் நேரிடலாம்.

அந்தப் பயிற்சிகளின் மூலம் சென்றால்தான் தியானம் நமக்கு உதவி செய்யும்... தியானத்தின் பொருளும் புரியும்.

அல்லது, 'பயிற்சியே எல்லாம் என்றால் ஏன் அவற்றைச் விடச் சொல்கிறீர்கள்?' என்று கேட்கலாம்.

கஷ்டப்பட்டுக் கற்றதை விடுவது சிரமமாக இருக்கலாம். ஒன்றோடு ஒட்டிக் கொள்வது தொடக்க நிலை. அங்கேயே நிற்கக் கூடாது. பாதை யில் செல்ல ஆரம்பித்துவிட்டால் இறுதிவரை உங்களைத் தள்ளுவேன்.

என்னிடம் இது ஒரு பிரச்னை. இது முரண்பாடாகத் தெரியலாம். தொடக்கத்தையும் முடிவையும் சேர்த்துத் தர நான் முயற்சிக்கிறேன். முதல் படியும் கடைசிப் படியும் ஒருசேர அளிக்கிறேன்.

இறுதிநிலை (ultimate) பற்றிப் பேசுகிறார் திலோபா.

''தர்மத்தை வலிந்து அனுஷ்டிப்பவர் கூட
அனுஷ்டானத்திற்கு அப்பால் உள்ள உண்மையை
அறிவதில்லை,
மனத்திற்கும் அனுஷ்டானத்திற்கும் அப்பால் உள்ளதை
அறிய
மனத்தின் வேரை அறுத்து
நிர்வாணமாக நோக்க வேண்டும்.''

இதைத்தான் சாட்சியாக இருத்தல் (witnessing) என்கிறேன் நான். நிர்வாணமாகப் பாருங்கள், அது போதும், வேர் அறுந்து போகும். நிர்வாண நோக்கு கூரிய கத்தியைப் போன்றது.

"இவ்வாறு எல்லாச் சிறப்புக்களிலிருந்தும் விலகி இயல்பாக இருக்க வேண்டும்."

நெகிழ்வாக, இயற்கையாக, நிர்வாணமாக உங்களுக்குள் நோக்குங்கள் - இதுவே இறுதி வார்த்தை. ஆனால் மெதுவாகச் செல்லுங்கள். மனம் என்பது மிகவும் நுட்பமான ஒன்று. அவசரப்பட்டு திலோபாவை அதிகம் கிரகித்தால் சீரணிக்க முடியாது. எந்த அளவுக்குச் சீரணிக்க முடியுமோ அந்த அளவிற்குக் கிரகியுங்கள், ஆனால் மெதுவாகச் செல்லுங்கள்.

நீங்கள் பலராக இருப்பதால் நான் பலவற்றை இங்கு பேசலாம். ஆனால், உங்களுக்கு ஊட்டம் தருவது எதுவோ அதை மட்டும் கிரகியுங்கள், நன்கு சீரணமாகும்.

ஒரு நாள் துறவி ஒருவர், என்னிடம் வந்தார். அவர் ஒரு நல்ல சாதகர். ஆனால் யோகம் தாழ்ந்த உபதேசம், தந்த்ரா உயர்ந்த உபதேசம் என்று நான் சொன்னது அவருக்குக் குழப்பத்தைத் தந்திருக்கிறது. அவரோ இரண்டு ஆண்டுகளாக ஹடயோகப் பயிற்சி செய்து அதில் வெற்றியும் பெற்றிருக்கிறார். செய்வது அறியாது குழம்பி நின்றார். நீங்கள் அவ்வாறு குழம்ப வேண்டாம். உங்கள் விருப்பத்திற்கு ஏற்ப யோகத்தையோ, தந்த்ரா வழியையோ பின்பற்றலாம். உங்கள் மனோபாவத்தைப் பொறுத்தது இது. என் பேச்சைக் கேட்டு குழப்பம் அடைய வேண்டாம் - நெகிழ்வோடு இயல்பாக (natural) இருங்கள். உயர்வோ தாழ்வோ அதுபற்றிக் கவலைப்படாதீர்கள். அது தாழ்வாகவே இருக்கட்டும். "தாழ்வானால் அதை ஏன் பின்பற்ற வேண்டும்?" என்று அகந்தை கேட்கும். எது உங்களுக்குச் சரி என்று படுகிறதோ அதைப் பின்பற்றுங் கள். அதன் மூலமாகவே உயர்வை அடையலாம்.

மாடிப்படிக்கு இரண்டு எல்லைகள் உண்டு - ஒன்று கீழ்ப்படி (முதல்படி), மற்றொன்று இறுதிப்படி. எனவே தந்த்ராவும் யோகமும் ஒன்றுக்கொன்று மாறுபட்டவை அல்ல, துணை போகும் தன்மை கொண்டவை. யோகம் என்பது அடிப்படை, அரிச்சுவடி நிலை, அங்கிருந்துதான் தொடங்க வேண்டும். ஆனால் அதைப் பற்றிக் கொண்டு அங்கேயே நின்றுவிடக் கூடாது. ஒரு நேரம் வரும். அப்பொழுது யோகத்தைத் தாண்டி தந்த்ரா மார்க்கத்தில் பிரவேசிப்போம். இறுதியில்

மாடிப்படியை விட்டுவிட வேண்டியதுதான் - யோகம், தந்த்ரா இரண் டையுமே கடக்க வேண்டியதுதான். தனியாக நமக்குள் ஓய்வெடுக்கும் போது எல்லாமே மறந்து போகும்.

என்னைப் பாருங்கள்: நான் யோகியும் இல்லை, தந்த்ரா மார்க்கியும் இல்லை. நான் எதுவும் செய்வதில்லை - பயிற்சியும் இல்லை, பயிற்சி யின்மையும் இல்லை. ஒரு குறிப்பிட்ட வழியைப் பற்றி நிற்பதும் இல்லை, வழியின்மையையும் பற்றி நிற்பதில்லை. ஒன்றும் செய்யாமல் வெறுமனே ஓய்வாக இருக்கிறேன். எனக்கு மாடிப்படி இல்லை, பாதை மறைந்து விட்டது, எந்த இயக்கமும் இல்லை, முழு ஓய்வுதான். வீட்டிற்கு வந்தபிறகு செய்ய வேண்டியது ஏதும் இல்லை, முழு ஓய்வுதான் - முடிவான ஓய்வே கடவுள்.

சில சமயம் நான் தந்த்ரா முறை பற்றிப் பேசுகிறேன், அது பலருக்கு உதவி செய்வதால், சில சமயயம் யோகத்தைப் பற்றிப் பேசுகிறேன், பலர் அதனால் பயன் பெறுகிறார்கள். உங்கள் மனப்பாங்கு எப்படி இருக் கிறதோ அந்த வழியில் செல்லுங்கள். உங்களுக்கு உதவி செய்யவே, வழி காட்டவே நான் இங்கு இருக்கிறேன். பலருக்கு உதவி செய்யப் பல விஷயங்களை நான் பேச வேண்டியிருக்கிறது. என் பேச்சைக் கேளுங் கள். எது உங்களுக்குப் பிடிக்கிறதோ அதைச் சீரணித்து தன் வயமாக்குங் கள் - ஆனால் உங்கள் மனப் போக்கைப் பின்பற்றுங்கள்.

நான் எதைச் செய்தாலும் அதில் முழுமையாக ஐக்கியம் அடை கிறேன். தந்த்ரா பற்றிப் பேசினால் அதைப் பற்றி முழுமையாக எடுத்துரைப்பேன். ஒப்புநோக்கு முறையில் பேசமாட்டேன். தந்த்ரா மார்க்கமே உயர்ந்த, முடிவான மலர்ச்சி. ஏனெனில் நான் அதில் முழுமை யாக நிற்கிறேன்.யோகம் பற்றிப் பேசினாலும் அதில் முழுமையாக நிலைப்பேன். தந்த்ரா, யோகம் என்பதில்லை - என் முழுமையை அதில் பூர்ணமாகக் கொண்டு சேர்க்கிறேன். பதஞ்ஜலி யோகத்தைப் பற்றிப் பேசினாலும் அதுவே முடிந்த முடிவு என்பேன்.

எனவே, கவனம் சிதற வேண்டாம். இது எனது முழுமை, என தியல்பு - இதை நான் வெளிப்படுத்துகிறேன். இதை நினைவில் கொண்டால், எனது முரண்பட்ட இயல்பு உங்களைக் குழப்பாது, மாறாக உதவி செய்யும்.

9. பாடல் தொடர்கிறது

கொடுக்கவும் வேண்டாம் கொள்ளவும் வேண்டாம்
இயல்பாக இருங்கள் போதும்.
மகாமுத்திரை என்பது
ஏற்றலுக்கும் விலக்குதலுக்கும் அப்பாற்பட்டது.
அலயம் என்பது பிறப்பற்றது (சுயம்பு)
அதைத் தடுக்கவோ கறைபடுத்தவோ யாராலும்
முடியாது.
பிறப்பில்லா உலகில் நிலைத்து நிற்கும்போது
எல்லாத் தோற்றமும் தர்மத்தில் (Dharmata) கரைந்து
போகும்.
அகந்தையும் கர்வமும் அழிந்து மறையும்.

9. அப்பாலும் (அதற்கு) அப்பாலும்

உலகின் ஒவ்வொரு திசையிலிருந்தும், பரிமாணத்திலிருந்தும் மேலும் மேலும் பெற நினைப்பது மனம். அத்தகைய மனம் ஒரு பிச்சைக் காரனைப் போன்றது - அதன் பிச்சைத் தன்மைக்கு நிறைவு என்பதே கிடையாது - எல்லை கடந்தது. மேலும் பெறப்பெற அதன் ஆசையும் அதிகரிக்கிறது. அது ஒரு தீவிரப் பசியாகிறது. நமக்கு அது தேவையே இல்லை. ஆனால் எண்ணம் தீவிரப்படுதல் காரணமாக, திருப்தி அடையாமல் துன்பமடைகிறோம். மேலும் மேலும் விருப்பமுள்ள மனத்தைத் திருப்திப்படுத்தவே முடியாது. 'மேலும்' என்பது ஒரு நோய். அதற்கு முடிவே இல்லை.

சாதாரண மனம் சாப்பிட்டுக்கொண்டே இருக்கிறது. உருவக மொழியில் சொன்னால் பொருள்களை மட்டுமன்று. மனிதர்களையும் அது சாப்பிடுகிறது. மனைவியைக் கணவன் ஆதிக்கம் செலுத்த நினைக்கி றான், அது ஒரு விதமான சாப்பாடுதான். அவன் அவளை உண்டு, செரிக்க நினைக்கிறான், அவள் கணவனுக்குள் ஒரு பகுதி ஆகி விடு கிறாள். சாதாரண மனம் மிருகத் தன்மை கொண்டது. மனவியும் அவ்வாறே. அவள் கணவனைத் தனக்குள் ஐக்கியப் படுத்த நினைக்கி றாள். ஒருவர் மற்றவரைக் கொல்கின்றனர். நண்பர்களும் அப்படியே. பெற்றோர் - குழந்தை உறவும் அவ்வாறே. சாதாரண மனத்தின் எல்லா உறவுகளும் ஒன்று மற்றொன்றை முழுவதும் தனக்குள் ஐக்கியப்படுத்திக் கொள்ளப் பார்ப்பவை. இது ஒருவகையான உண்ணுதல்.

சாதாரண மனத்திற்கு நேர்மாறாக அசாதாரண மனமும் உண்டு. சமயம் அது பற்றி உபதேசிக்கிறது. 'கொடு, பங்கிடு, வழங்கு' என்கிறது சமயம். வாங்குவதைக் காட்டிலும் கொடுத்தலே சிறந்தது என்பது சமயத்தின் அடிப்படை உபதேசம். 'கொடை' உயர்வாகப் பேசப்படு கிறது. இதனால் அசாதாரண மனம் உருவாகும்.

சாதாரண மனம் எப்பொழுதும் துயரத்தில் இருக்கும், ஏனெனில் 'மேலும்' வேண்டும் என்ற ஆசையை அதனால் நிறைவேற்ற முடியாது. எனவே, எப்பொழுதும் சோகம்தான். சமயம் வளர்க்கும் அசாதாரண மனம் எப்பொழுதும் மகிழ்ச்சியாக இருக்கும். அது 'மேலும்' வேண்டும்

என்று கேட்பதில்லை, மாறாகப் பிறர்க்குக் கொடுக்கிறது - ஆனால் ஆழ்ந்து நோக்கினால் அது இன்னமும் சாதாரண மனம்தான்.

மகிழ்ச்சி என்பது புறநிலையில் (surface) மட்டுமே இருக்க முடியும். சாதாரண மனத்தின் எதிர் நிலையாக, காலால் நிற்காமல் தலையால் நிற்கிறது, சிரசாசனம் செய்கிறது அசாதாரண மனம். ஆனால், அதுவும் அப்படித்தான் இருக்கிறது. பிறருக்குக் கொடுக்க வேண்டும் என்ற புதிய ஆசை உண்டாகிறது, அதற்கும் எல்லையில்லை. அதன் மகிழ்ச்சியின் ஆழத்தில், ஒருவகை சோகத்தைக் காணலாம்.

சமயவாதிகளிடம் இதனைக் காணலாம். பிறருக்குக் கொடுப்பதால் மகிழ்ச்சி, ஆனால் 'மேலும்' கொடுக்க முடியாததால் சோகம். பிறரிடம் பங்கிட்டுக் கொள்வதால் மகிழ்ச்சி, பங்கிடப் போதுமான அளவு இல்லாததால் சோகம், எதுவுமே போதாது!.

ஆகவே, இருவகைத் துயரம் உண்டுः சாதாரணத் துயரம். இத்தகைய மக்கள் எங்கும் இருக்கிறார்கள். உலகம் முழுதும் நிரம்பிக் கிடக்கிறார்கள். இவர்கள் மேலும் வேண்டும் என்று கேட்டு அது கிடைக்காமல் திருப்தியின்மை அடைந்து துயரப்படுகின்றனர். பாதிரிகள், துறவிகள் போன்றோர் எப்பொழுதும் சிரித்தவண்ணம் இருப்பர், ஆனால் அவர்கள் சிரிப்புக்குப் பின் துயரம் இருக்கும்!

சமயவாதி சாதாரண மனிதனை விட மேலானவன். ஆனால் அதுவே இறுதி ஆகாது. சமயம் அவனை வளர்க்கிறது. பிச்சைக் காரனாக இருந்து துயரப்படுவதைவிடச் சமயவாதியகவோ, பேரரசனாகவோ இருந்து துரயப்படலாம்.

ஒரு பெரிய பணக்காரர் சாகும் தறுவாயில் என்னை அழைத்தார். நானும், அவரைக் காணச் சென்றேன். தன் மகன் பக்தியில்லாமல் இருப்பதைக் கூறி என்னிடம் புலம்பினார். தன் மகனிடம் அவர் கடைசியாக, 'பணமே எல்லாம் ஆகிவிடாது. பணத்தைக் கொண்டு எல்லாவற்றையும் வாங்கிவிட முடியாது. பணத்திற்கு அப்பாலும் பல விஷயங்கள் இருக்கின்றன. பணமே எல்லோரையும் சந்தோஷமாக்கி விடாது,' என்றார்.

மகனோ அதைக் கேட்டடுவிட்டு, 'நீங்கள் சொல்வது சரியாக இருக்கலாம். ஆனால் பணத்தின் மூலம் நாம் விரும்பிய வண்ணம்

துயரத்தை வாங்க முடியும்,' என்றான். மகிழ்ச்சியை வாங்க முடியாமல் போனாலும் சோகத்தை, துயரத்தை வாங்கி, அதன் மூலம் கஷ்டப் படலாம்.

ஏழை கஷ்டப்பட்டுதான் ஆக வேண்டும், வேறு வழியில்லை - பணக்காரன் தான் விரும்பினால் கஷ்டப்படலாம். அவனிடத்துச் சிறிது சுதந்திரம் உண்டு. ஏழைக்குக் கஷ்டம் என்பது விதி, வேறு வழியில்லை. சமயவாதியும் கஷ்டத்தைத் தேர்ந்தெடுத்துக் கொள்கிறான். சமயம் சாராதவனுக்கோ வேறு வழியில்லை. இருவரும் 'மேலும்' என்ற உலகிலேயே வாழ்கிறார்கள். ஆனால் சமயவாதியோ பேரரசனைப் போல, பிறருக்குக் கொடுத்தும் பங்கிட்டும் வாழ்கிறான்.

பௌத்தம், சமணம், டாவோ ஆகியவை மூன்றாவது வகை மனத்தை உருவாக்குகின்றன. அவ்வகை மனம் சாதாரணமானதும் அன்று, அசாதாரணமானதும் அன்று. உண்மையில் அது மனமே இல்லை. 'மனமின்மை' என்று அதனை அழைக்கலாம். அது என்ன 'மனமின்மை?' - உண்மைக்குரிய மூன்றாவது வழி இது.

பௌத்தமும் சமணமும் கொடையைப் போதிக்கவில்லை. உதாசீனத்தைப் போதிக்கின்றன. அவை, 'கொடு' என்று கூறுவதில்லை. ஏனெனில் கொடுத்தல் என்பது பெறுதலின் ஒரு பகுதியே. அதே வட்டம்தான். பரிமாணங்கள் மாறுவதில்லை, போக்கு மட்டுமே மாறு கிறது, உடைமையற்ற உதாசீனத் தன்மையைப் பௌத்தம் போதிக்கிறது. உடைமையின்மையே வலியுறுத்தப் பெறுகிறதே தவிர, கொடை அன்று. எந்த உடைமையும் வேண்டாம். அவ்வளவே. உடைமைகளை விட்டு விட வேண்டும். நம்மிடம் இருப்பதை மட்டுமே நாம் பிறருக்குக் கொடுக்க முடியும், இல்லாதகை எப்படிக் கொடுப்பது? ஆனால், நாம் உலகிற்குள் வரும்போது எதையும் உடன் கொண்டுவரவில்லை. உலகிலிருந்து செல்லும்போதும் எதையும் உடன் எடுத்துச் செல்வதில்லை.

உலகில் நாம் இந்த இருபக்கங்களில் ஒன்றையே சார்ந்திருக்க முடியும். மேலும் மேலும் வேண்டும் என்று விரும்புவோர் பக்கம் ஒருபுறம். மறுபுறம் மேலும் மேலும் கொடுக்க விரும்புகின்றவர். இரு பக்கத்தையும் சாரக் கூடாது என்கிறார் புத்தர். உடைமை அற்ற நிலையிலேயே இருத்தல் வேண்டும் என்பது அவரது உபதேசம்.

மனமற்ற நிலையில் இருக்கும் மூன்றாவது வகை மனிதன் அசாதாரண மனிதனைப் போல மகிழ்ச்சியாக இருக்க மாட்டான். ஆனால், மேலும் அமைதியாக, மேலும் மௌனமாக, ஆழ்ந்த மனநிறை வோடு இருப்பான். அவன் முகத்தில் ஒரு புன்னகையைக் கூடக் காண முடியாது. புத்தர் சிலையிலோ, மகாவீரர் சிலையிலோ ஒரு சிறு புன்னகையைக் கூடப் பார்க்க முடியாது. அவர்கள் மகிழ்ச்சியையும், துயரத்தையும் கடந்தவர்கள். உடைமை ஏதும் இல்லாமல், பற்றற்று ஓய்வாக இருப்பது அவர்கள் இயல்பு. இதனை அகசக்தி, பற்றின்மை, உதாசீனம் என்பர். இந்த மனிதனிடத்து மௌனசக்தி நிரம்பிக் கிடக்கும். அந்த மௌனத்தை நாமும் உணரலாம்.

ஆனால், திலோபா இந்த மூன்றையும் கடந்து செல்கிறார். அவரை வகைப்படுத்துவது கடினம். சாதாரண மனம் மேலும் கேட்கும். அசாதாரண மனம் மேலும் கொடுக்கும். ஒன்றுமே இல்லாத மனம் (no-mind) உதாசீனமாகப் பற்றின்றி இருக்கும். அது கொடுப்பதும் இல்லை, கொள்வதும் இல்லை. திலோபாவின் மனம் நாலாவது வகை. அதுதான் மிக உயர்ந்தது, அதற்கு மேல் ஏதும் இல்லை - ஏனெனில் அங்கு மனம் என்பதே இல்லை. அதை 'இல்லாத மனம்' என்றுகூடச் சொல்ல முடியாது. ஏனெனில் அதில் எதிர்மறையாக மனம் அமைந்திருக்கும். உலகப் பொருள்களின் மீது பற்றுக் கொள்ளாது உதாசீனமாக இருங்கள். உடைமை கூடாது, ஆனால் விழிப்புடன் பற்றின்றி இருக்க வேண்டும். இங்கு விழிப்பு அல்லது கவனம் (alert) முக்கியம். ஏனெனில் நமக்கென்று ஏதும் இல்லை.

பொருள்களின் மீது மையம் அமையாமல் நம் மீது மையம் அமைய வேண்டும். உலகத்தை உதாசீனப் படுத்தக் கூட வேண்டாம். ஏனெனில், அதுவே உலகத்தோடு நம்மை இணைக்கும் நுண்ணிய பாலமாக அமைதல் கூடும். கவனம் முழுதும் நம் மீதே குவிய வேண்டும். பிற பொருள் மீது கூடாது. உலகத்தைப் பற்றிக் கவலைப்பட வேண்டிய அவசியமே இல்லை. மேலும் கேட்கவும் வேண்டாம், மேலும் கொடுக்கவும் வேண்டாம். உலகத்தோடு உதாசீனமாக இருக்கவும் வேண்டாம். உலகம் மறைந்து விட்டது போல் இருக்கட்டும். ஆத்மாவில் மையம் கொண்டு, ஒன்றுமே செய்யாமல் இருக்க வேண்டும். கவனம் முழுதுமாய் திரும்பி நம் மீதே அமைய வேண்டும்.

உலகம் முழுதுமாய் மறைந்து விட்டது, நாம் மட்டுமே எஞ்சி நிற்கிறோம் என்ற நிலை வர வேண்டும். நம் உணர்வில் நாம் வாழ்கிறோம், அது மட்டுமே நமது உலகம். வேறு ஒன்றுமே இல்லை. இது மனம், மனமின்மை இரண்டிற்கும் அப்பாற்பட்டது. மிக உயர்ந்த நிலை இதுவே. இதற்கு அப்பால் ஏதும் இல்லை. இதை அடையும் வரை திருப்தி அடையவே கூடாது.

அசாதாரணமான மனம் புறத்தில் மகிழ்ச்சியோடு காணப்பட்டாலும், ஆழத்தில சோகம் இருக்கம். மகிழ்ச்சியிலேயே அது கலந்திருக்கும். சமயவாதி சிரிப்பது இயல்பானதன்று. புகைப்படத்திற்காக அவன் அவ்வாறு தோற்றமளிக்கிறான். சாதாரண மனத்தால் சிரிக்கவாவது முடியும். கோவில்களில், மடங்களில் பயிற்சி செய்யப்படும் மகிழ்ச்சி நித்தியமானது அன்று. ஏனெனில் ஒரு நிலையில் நம்மிடம் இல்லாததை நாம் பிறருக்குத் தர முடியாது போகும். அதனால்தான் சாதாரண மனமும், அசாதாரண மனமும் தங்களுக்குள் சமாதானம் செய்து கொள்கின்றன.

முதலில் நாம் பொருட்களைச் சேகரிப்போம். பின் பிறருக்கு வழங்கத் தொடங்குவோம். நூறு ரூபாய் சம்பாதித்தால் அதில் 10% தானம் வழங்க நினைப்போம். அவ்வளவுதான் நம்மால் முடியும். நூறு ரூபாயும் கொடுத்து விட்டால், அதற்கு மேலும் தானம் வழங்க வேண்டிய அவசியம் இல்லை. நமது வருமானத்தில் ஐந்தில் ஒரு பங்கு தானம் வழங்க வேண்டும் என்கிறது இஸ்லாம். இதுவும் ஒரு சமாதானமே. முதலில் சேர்க்கிறோம். பின் கொடுக்கிறோம். பணத்தைக் குவிக்க இது ஒரு வழி. இது பொருத்தமற்றது. ஆனால், இது ஒரு வழிதான் சாத்தியம். இது சாதாரண மனத்தையும், அசாதாரண மனத்தையும் இணைக்கும் பாலமாக அமைகிறது.

சாதாரண மனம் கூட, தனக்குப் போதுமான அளவு பணம் இருந்தால் பிறருக்குக் கொடுக்க நினைக்கிறது. அவ்வாறு செய்யவும் முயற்சிக்கிறது. மருத்துவமனைக்கு நன்கொடை, புற்றுநோய் ஆராய்ச்சி மையத்திற்கு நன்கொடை, கல்லூரி அல்லது நூலகத்திற்கு நன்கொடை என்றெல்லாம் கொடுக்கிறது. ஆனால் முதலில் கொள்ளை, பின்னர் தானம். எனவே, உதவி செய்பவர்களும் கொள்ளைக்காரர்களும்

வேறல்ல, ஒன்றே. அவர்கள் வலது கையால் கொள்ளையடித்து இடது கையால் தானம் செய்கிறார்கள்.

மனம் இல்லாத மூன்றாவது வகை மனிதன் நிலை இவர்களை விடப் பரவாயில்லை. அவனது மௌனம் நீண்டது. அவனுக்கு இன்பமும் இல்லை, துன்பமும் இல்லை.நோயும் இல்லை, உடல் நலமும் இல்லை. நடுவில் இருக்கிறான் அவன். ஆனால், அவனிடம் உள்ள மௌனம் மட்டுமே போதாது. அது சீக்கிரமே வெறுப்புத் தட்டிவிடும்.

மலைக்குத் தவம் செய்யப் போகும்போது இதுதான் நிகழ்கிறது. நகர வாழ்க்கையில் வெறுப்பு ஏற்பட்டு, இமய மலைக்குச் செல்கிறோம். ஆனால் சில நாட்கிளலேயே அந்த மௌனம் நமக்கு அலுத்துப் போகிறது. மலைகள் மௌனம், மரங்கள் மௌனம், பள்ளத்தாக்கே மௌனம் - ஆரவாரமே இல்லை. எனவே மறுபடியும் நகர வாழ்க்கையை நோக்கி ஓடுகிறோம்

மௌனம் என்பது மரணத்தின் இயல்பினைக் கொண்டது. அது நம் வாழ்க்கையின் இயல்பு அன்று. விடுமுறையைப் போல, உல்லாசப் பயணத்தைப் போல சில நாட்களுக்கு நன்றாக இருக்கும். அது நமக்குப் புத்துணர்வைத் தராது. அது ஒரு எதிர்மறை நிலை.

திலோபா கூறும் நாலாவது நிலை ஆனந்தமானது, மௌனமும், ஆனந்தமும் கலந்தது, உடன்பாட்டுத் தன்மை (positivity) கொண்டது. உதாசீனத்தால் வரும் மௌனம் அன்று அது, மாறாக நமக்குள் ஏற்படும் ஆழ்ந்த அனுபவத்தால் வெளிப்படுகிறது. துறவின் விளைவு அன்று அது. இயல்பின் மலர்ச்சி.

இந்த வேறுபாடுகள் மிகவும் நுட்பமானவை. இதைப் புரிந்து கொண்டால் வாழ்க்கை முழுவதும் தெளிவாக இருக்கும், நம் பயணமும் எளிமையாகும்.

இந்த நான்காவது நிலையை அடையும்வரை திருப்தி கொள்ளா தீர்கள். இந்நிலையே சச்சிதானந்தம் - சுத்த உண்மை, சுத்த உணர்வு, சுத்த ஆனந்தம். இதை உணர்ந்துவிட்டால் வீடு வந்துவிட்டது என்பது பொருள். சில சமயம் பயணத்தின் போது வழியில் ஓய்வு எடுக்கலாம்.

ஆனால் அங்கேயே நின்றுவிடக் கூடாது. மேலும் பயணத்தைத் தொடர வேண்டும்.

மனத்தின் முதல் நிலையிலிருந்து இரண்டாவது நிலைக்குச் செல்ல வேண்டும். பின்னர் மூன்றாவது நிலைக்கு, அங்கிருந்து அதற்கு அப்பால்.

முதல் நிலையில் இருப்பவருக்கு யூத, இஸ்லாம், கிறிஸ்துவச் சிந்தனைகள் துணை புரியும். சாதாரண துன்பத்தின் வலையிலிருந்து அவை நம்மை வெளிக்கொணரும். ஆனால், இங்கேயே நின்றுவிடக் கூடாது. ஏனெனில் நமக்கு நாமே உதவி செய்து கொள்ளாமல், பிறர்க்கு உதவி செய்வது என்பது பொருத்தமற்றது. இந்நிலையில் கொடுத்தலும், கொள்ளுதலும் உண்டு. பௌத்தம், சமணம், டாவோ ஆகியவையும் இங்கு நமக்கு உதவி செய்யலாம். ஆனால் உலகத்தைப் பற்றிய எண்ணம் இருக்கும் வரை அது முடிந்த நிலை ஆகாது.

இதற்கு அப்பாலும் செல்லத் திலோபா நமக்கு உதவி செய்கிறார். நமது இருப்பின் மையத்திற்கே அவர் நம்மை அழைத்துச் செல்கிறார். உலகத்தைப் பற்றிக் கவலைப்படாமல் நமக்குள்ளேயே நாம் வேரூன்றி நிற்கும்போது எல்லாம் கரைந்துவிடும். அப்பொழுது நம்முடைய இயல்பான தூய்மை வெளிப்படும். உணர்வின் நாலாவது நிலையில்தான் இது விளையும். இங்கு நாம் பிறப்பதில்லை. நமது மூலத்தில் ஒன்றி நிற்கிறோம். முதலும் இறுதியும் இதுவே.

'அசல் முகத்தை அடைதல்' (Attaining the original face) என்று இதனை ஜென் கூறும். ஜென் குருமார்கள் சீடர்களிடம் 'போ, பிறப்பதற்கு முன்னாலிருந்த உன் முகத்தைக் கண்டறிந்து வா, அல்லது சென்று நீ இறந்த பின்னர் உள்ள உன் முகத்தைக் கண்டறிந்து வா,' என்று கூறுவர். உலகம் இல்லாத போதும், அது மறையும் போதும் நம்முடைய இயல்பாம் தூய்மையை அடைவோம்.

இனித் திலோபாவைப் புரிந்து கொள்ள முயற்சிப்போம்.

"கொடுக்கவும் வேண்டாம் கொள்ளவும் வேண்டாம்
இயல்பாக இருங்கள் போதும்

ஓஷோ

மகாமுத்திரை என்பது
ஏற்றலுக்கும் விலக்குதலுக்கும் அப்பாற்பட்டது"

கொடுக்கவும் கூடாது, கொள்ளவும் கூடாது, ஏனெனில் இரு செயல்களைச் செய்யும்போதும் நம்மிலிருந்து நாம் விலகிச் செல்கிறோம். இரண்டுமே நம்மைத் திசை திருப்பி நம் சக்தியை வெளிச் செலுத்தும். கொடுப்பதோ கொள்வதோ முக்கியமன்று, அப்பொழுது இன்னொன்றின் மீது கவனம் விழுகிறது. நம்மை நாம் மறந்து விடுகிறோம். நமக்காக இன்றி இன்னொன்றிற்காக ஒரு செயலைச் செய்கிறோம்.

உலகிலிருந்து விலகினால் கூட, 'என்னைப் பற்றி மக்கள் என்ன நினைக்கிறார்கள்?' என்று மனம் தொடர்ந்து நினைக்கிறது. இமய மலைக்குச் சென்றால் கூட, 'இப்பொழுது நான் முனிவன் ஆகிவிட்டேன் என்று மக்கள் நினைப்பர். செய்தித் தாள்களில் கூட என் துறவு செய்தியாக வரும்,' என்று நினைப்போம். யாராவது உலகில் நடக்கும் நம்மைப் பற்றிய செய்தியைக் கொண்டுவர மாட்டார்களா என்று காத்திருப்போம்.

நம்மைப் பற்றிப் பிறர் கருதுவதே நம்மைப் பாதிக்கிறது. ஒருவர் நாம் அழகு என்றால் நாம் அழகு என்று சிந்திக்க ஆரம்பிக்கிறோம். யாராவது நம்மை அழகற்றவன் என்றால் நாம் அழகற்றவர் என்று கருத ஆரம்பிக்கிறோம். பிறர் கூறும் கருத்துக் குவியலே நாமாக இருக்கிறோம். ஆனால், நம் இயல்பு நமக்குத் தெரிவதில்லை. பிறர் நம்மைப் பற்றி என்ன கருதுகிறார் என்பது மட்டுமே தெரிகிறது. அவ்வாறு நம்மைப் பற்றிக் கூறுபவர்க்குத் தங்கள் இயல்பு அவர்களுக்குத் தெரியாது. நம் மூலமாகத் தங்களைப் பற்றி அவர்கள் அறிகிறார்கள். இது ஒரு அழகான விளையாட்டு. நான் உங்கள் மூலம் என்னை அறிகிறேன், நீங்கள் என் மூலம் உங்களை அறிகிறீர்கள். ஆனால் நாம் இருவருக்குமே நமதியல்பு தெரியாது.

'பிறர்' என்பது முக்கியமாகிறது. எண்ணம் முழுதும் பிறர் மீதே பதிகிறது. எப்பொழுதும் பிறரைப் பற்றி நினைத்தால், பிறருக்குக் கொடுத்தல் அல்லது பிறரிடமிருந்து பெறுதல் என்பதே நடக்கிறது.

கொடுக்கவும் கூடாது, கொள்ளவும் கூடாது என்கிறார் திலோபா. எதையும் பிறரோடு பகிர்ந்து கொள்ள வேண்டாம் என்கிறாரா? இல்லை.

கொடுத்தல் அல்லது கொள்ளுதல் பற்றிக் கவலைப்படக் கூடாது, அச்செயல் நம்மைப் பாதிக்கக் கூடாது என்கிறார். இயல்பாக, மனத்தில் எதுவும் இன்றிப் பகிர்ந்து கொண்டால், எதுவும் நம்மிடம் சேராது. கொடுத்தலுக்கும் பகிர்தலுக்கும் இடையே உள்ள வேறுபாடு இதுதான்.

கொடுப்பவன், தான் தந்ததை, நாம் அங்கீகாரம் செய்ய வேண்டும் என்று விரும்புகின்றான். நாம் அவனுக்கு நன்றி சொல்ல வேண்டும் என்பது அவன் விருப்பம். அப்பொழுது இது கொடை அன்று பேரம். பதிலுக்கு நாம் அவனிடம் ஏதாவது தர வேண்டும் என்று அவன் எதிர்பார்க்கிறான். நமது நன்றியையாவது அவனிடம் சொல்வதை எதிர்பார்கிறான். பகிர்ந்து கொள்வதைத் திலோபா எதிர்க்கவில்லை. கொடுப்பதோ, கொள்வதோ அதைப்பற்றிக் கவலைப்படக் கூடாது என்கிறார். இருந்தால் பிறருக்குக் கொடுப்பது இயற்கை, எனவே கொடுங்கள். ஆனால் அது பகிர்தலாக, கொடையாக இருக்க வேண்டும். கொடைக்கும், கொடுத்தலுக்கும் இடையே உள்ள வேறுபாடு இதுதான்.

கொடை என்பது பேரமன்று. ஒன்றும் எதிர்பாராது கொடுப்பது, அதில் பாராட்டித் தலையாட்டுதல் கூடச் செய்யக் கூடாது. அதை ஏற்பவர் நன்றியோடு இருக்கும்போது கொடுத்தவர் மகிழ்கிறார். அதை வெளியே சொல்லவும் வேண்டாம். மறுப்பு இல்லாதபோது கொடை சிறக்கிறது.

நாம் பிறர்க்கு எதுவும் கொடுக்க வேண்டாம் என்று திலோபா கூறவில்லை. ஒன்றையும் பிறரிடமிருந்து வாங்க வேண்டாம் என்றும் சொல்லவில்லை. ஏனெனில் கொடுக்கல் வாங்கல் இல்லாமல் வாழ்க்கையே இல்லை. திலோபாவும் உணவைப் பிச்சை எடுக்க வேண்டும், தண்ணீர் குடிக்க ஆற்றுக்குச் செல்ல வேண்டும். திலோபா விற்குத் தாகம் எடுக்கும்போது தண்ணீர் தேவைப்படுகிறது, பசி எடுக்கும்போது உணவு தேவைப்படுகிறது, அறையில் இறுக்கமாக இருக்கும்போது, வெளியில் வந்துகாற்று வாங்குகிறார், ஆழ்ந்த மூச்சு விடுகிறார். வாழ்க்கை ஒவ்வொரு கணமும் ரசிக்கிறார் அவர்.

அகந்தையுள்ளவர் எல்லாவற்றிலும் விலகி வாழவே நினைப்பர். யாரிடமிருந்தும் எதையும் எதிர்பார்க்க மாட்டார். இது முட்டாள்தனம்!

திலோபா வெகு இயற்கையான மனிதர், அவரால் அவ்வாறு செய்ய முடியாது. இயற்கையை ஆழ்ந்து கவனித்தால் ஒருவருமே தனித்தில்லை. எல்லோரும் ஒருவரை மற்றொருவர் நாடியே இருக்கிறார் என்பது புரியும். யாருமே முற்றிலும் தனித்தில்லை.

ஒன்றையும் நாடாது இருத்தல், ஒன்றை நாடி இருத்தல் என்பவை இரு துருவங்கள். தனித்திருப்பவர் தனித்தில்லை, சேர்ந்திருப்பவர் சேர்ந்தும் இல்லை. வாழ்க்கை என்பதே பரஸ்பரம் பகிர்ந்து கொள்ளுதல். பேரரசரோ அடிமைகளைச் சார்ந்து நிற்கிறார். ஆனால், அடிமைகளோ அவரைச் சார்ந்து இல்லை. அவர்களால் தற்கொலை செய்து கொள்ள முடியும். அந்த சுதந்திரம் கூட அரசனுக்குக் கிடையாது.

வாழக்கை, என்பது சார்புடைத் தன்மை கொண்டது. திலோபா விற்கு இது தெரியும். அவர் பரிந்துரைப்பது இயற்கை விதி. நாம் பகிர்ந்து கொள்ளலாம். ஆனால் அதைப் பற்றியே நினைத்துக் கொண்டிருக்கக் கூடாது. அது நிகழ அனுமதிக்க வேண்டும். பின் நாம் மேலும் கேட்கவும் மாட்டோம். மேலும் கொடுக்கவும் மாட்டோம். உள்ளதை இயல்பாகக் கொடுப்போம். தேவையானதை இயல்பாக ஏற்போம். நாம் யாருக்கும் கடன் பட்டவராக மாட்டோம். பிறரும் நமக்குக் கடன்பட்டவர் ஆக மாட்டார். நாம் ஒருவருக்காக மற்றொருவர் வாழ்கிறோம். ஒன்று மற்றொன்றைச் சார்ந்து நிற்பதே வாழ்க்கை. உணர்வு என்பது மிகப் பெரிய சமுத்திரம். யாரும் தனித்தீவு இல்லை. நாம் ஒருவருக்கொருவர் சந்தித்துக் கலக்கிறோம். எல்லைகளே கிடையாது. எல்லா எல்லைகளும் பொய்யே. திலோபா இதை அறிவார். பின் அவர் என்ன சொல்கிறார்?

''கொடுக்கவும் வேண்டாம், கொள்ளவும் வேண்டாம்,
இயல்பாக இருங்கள் போதும்!''

ஒன்றைப் பெற்றுக் கொண்டோம் என்று நினைக்கும் அக்கணமே நாம் செயற்கையாகி விடுகிறோம். பெற்றுக் கொள்ளலாம் தவறில்லை. ஆனால், அதைப்பற்றிய நினைவு செயற்கையானது. அது போலவே கொடுப்பதும். நாம் முழுமையின் ஒரு பகுதி. எனவே ஒன்றைப் பெற்றுக் கொள்ளலாம்.

தந்த்ரா: ஓர் உன்னத ஞானம்

நாமாகச் செய்து எதையும் அனுபவிக்கக் கூடாது. ஒரு பொருள் நம்மிடத்தில் அதிகம் இருந்தால் அதுவே பெரிய சுமையாகி விடும். எனவே பிறரோடு அதைப் பகிர்ந்து கொள்ள வேண்டும். இது ஒரு சமநிலைப்படுத்தும் செயல். ஏற்கவும் வேண்டாம், துறக்கவும் வேண்டாம், உடமையும் வேண்டாம். உடைமையின்மையும் வேண்டாம். இயல்பாக இருங்கள். பறவைகளையும் விலங்குகளையும் போல.

பாருங்கள். அங்கு கொடுத்தலும் இல்லை. கொள்ளலும் இல்லை. முழுமையை எல்லாம் பகிர்ந்து கொள்கின்றன. பறவைகள்.மரங்கள். விலங்குகள் ஆகியவை இயல்பாக இருக்கின்றன. மனிதன் மட்டுமே செயற்கையான மிருகம்- எனவேதான் சமயம் தேவைப்படுகிறது

மிருகங்களுக்கு. பறவைகளுக்கு எந்தச் சமயமும் தேவையில்லை. ஏனெனில் அவற்றிடம் செயற்கைத் தன்மை இல்லை. ஆனால் மனிதனோ செயற்கையாக இருப்பதால் அவனுக்குச் சமயம் தேவைப்படுகிறது. அவனிடம் செயற்கைத் தன்மை அதிகரிக்க அதிகரிக்க சமயத்தின் தேவையும் அதிகரிக்கிறது. சமுதாயம் எந்திரமயமாகி செயற்கைத் தன்மை அதிகரிக்க அதிகரிகச் சமயமும் அதிகம் தேவைப்படுகிறது.

அமெரிக்காவில் சமயத்தை ஏன் அதிகம் நாடுகிறார்கள் என்று என்னைக் கேட்கிறார்கள். இன்று, அமெரிக்காதான் எந்திரமயமான மிகச் செயற்கையான நாடு. இதனால் எந்திர மயத்திலிருந்து விடுதலை பெற தாகம் அதிகரிக்கிறது. நாகரிகம் அதிகமாக அதிகமாக சமுதாயத்தில் செயற்கைத் தன்மை அதிகரிக்கிறது. அப்பொழுது அதைச் சமநிலைப் படுத்த சமயம் தேவைப்படுகிறது. இயற்கையான சமுதாயத்திற்கு இது தேவையில்லை.

டாவோ திஸு (Lao Tzu) கூறுகிறார், பழங்காலத்தில் மக்கள் இயல்பாக இருந்தபோது சமயமே இல்லை என்று கேள்விப்பட்டிருக்கிறேன். அவர்கள் இயல்பாக இருந்தபோது சொர்க்கத்தைப் பற்றியும் நரகத்தைப் பற்றியும் நினைக்கவே இல்லை. நீதி நெறிச் சிந்தனைகளும் உருவாகவில்லை. அப்பொழுது அந்த விதியும் இல்லை. சட்டமும் இல்லை. சட்டத்தினால்தான் மக்கள் குற்றவாளிகள் ஆகிவிட்டார்கள்.

நீதியை வலியுறுத்தியதால் ஒழுக்கம் குறைந்தது. அதிகமான பண்பாட்டின் விளைவுகள் இவை என்று அவர் மேலும் கூறுகிறார். உலகிலேயே அதிகமான பண்பாட்டைச் சந்தித்தது சீனாதான். கன்பூஷியஸ் மனிதனை எப்படி முழுமையும் பண்படுத்துவது என்பதற்கு மூவாயிரத்து முந்நூறு விதிகளை எழுதி இருக்கிறார். இது மிக அதிகம். திடீரென்று டாவோ த்ஸு தோன்றி எல்லா விதிகளையும் நீக்குகிறார். எந்த விதியும் இல்லாமலிருப்பதே விதியாகும. அது சமநிலைப்படுத்துதல் என்ற தங்கவிதி. டாவோ த்ஸு சமயத்தைக் குறிக்கிறார். கன்பூஷியஸ் பண்பாட்டைக் குறிக்கிறார்

மருந்தைப் போன்றது சமயம். நோயிருக்கும்போது மருந்து தேவை. இயற்கைத் தன்மை கெடும்போது சமுதாயம் நோய்வாய்ப் படுகிறது. தன் இயல்பு கெடும்போது மனிதன் நோய்வாய்ப்படுகிறான். எனவேதான், திலோபா இயல்பாகவும், நெகிழ்வாகவும் இருக்கச் சொல்கிறார்.

நெகிழ்வாக இருத்லே இயல்பாக இருத்தல். இயல்பாக இருப் பதற்கு முயற்சி செய்தால், அம்முயற்சி செயற்கையாகி விடலாம். சிலர் இயற்கை வைத்தியத்தில் ஈடுபாடு காட்டுவர். ஆனால், அவர்கள் அதில் மனத்தை அதிகம் செலுத்தித் தொல்லைப் படுவதால் அது செயற்கை யாகிவிடுகிறது. எனவே 'நெகிழ்வு' என்பதைத் தொடர்ந்து நினைவில் கொள்ள வேண்டும். இல்லையேல் நாம் செயற்கையாகி விடுவோம். திலோபாவின் முழு உபதேசமும் 'நெகிழ்வு இயல்பு' என்பதே. கொடுக்கவும் வேண்டாம். கொள்ளவும் வேண்டாம் என்று அவரால் சொல்ல முடியாது. ஆம், அவர் வேறு எதையோ நினைக்கிறார்.

> **''கொடுக்கவும் வேண்டாம், கொள்ளவும் வேண்டாம்,**
> **இயல்பாக இருங்கள் போதும்.''**

இயல்பாக இருக்கும்போது நாம் கொடுப்பது அழகாக இருக்கும். நாம் கொள்ளுவதும் அழகாக இருக்கும். ஆனால் அதைத் தொழி லாகவோ, கவலையாகவோ மாற்றிவிடக் கூடாது.

> **''மகாமுத்திரை என்பது**
> **ஏற்றலுக்கும் விலக்குதலுக்கும் அப்பாற்பட்டது''**

லாவோ த்ஸு ஏற்றுக்கொள்ளுதலை உபதேசிக்கிறார். ஆனால் திலோபாவோ ஏற்றல், விலக்குதல் ஆகியவற்றுக்கு அப்பால் உள்ள ஒன்றை உபதேசிக்கிறார்.

ஒன்றை மறுக்கும் போது நாம் செயற்கையாகிறோம். நமக்குள்ளே கோபம் இருக்கிறது. ஆனால் நீதி நெறி காரணமாக அதை மறுக்கிறோம். எனவே, அது நமக்குள் முரண்பாட்டை, வன்முறையை உண்டாக்குகிறது. கோபம் இருந்தால் நம்மோடு யாரும் வாழ முடியாது. எனவேதான் சாத்திரம் சொல்கிறது, ''கோபத்தை அடக்கு, அதை விலக்கு'. எனவே நாம் விலக்க ஆரம்பிக்கிறோம்.

விலக்க ஆரம்பித்த அக்கணமே நாம் செயற்கைத் தன்மை அடைந்து விடுகிறோம். இயற்கை கொடுத்த ஒன்றை விலக்குவதற்கு நாம் யார்? மனத்தின் ஒரு பகுதி இன்னொரு பகுதியை அடக்கி ஆள்கிறது. இதனால் நமக்குள் சண்டை, நாம் பிளவுபடுகிறோம். எனவே எதையும் விலக்க வேண்டாம். உடனே ஏற்றுக் கொள்ளுதல் அமைகிறது. ஏற்றுக் கொள்ளுதலில் கூட விலக்கும் தன்மை இருக்கிறது என்கிறார் திலோபா. 'நான் ஒப்புக் கொள்கிறேன்' என்னும்போது அதை ஏற்கனவே விலக்கிவிட்டோம் என்பது பொருள். இல்லையேல் அவ்வாறு சொல்லத் தேவையே இல்லை. விலக்குதல் இருந்தால்தான் ஒப்புக்கொள்ளுதல் அர்த்தமுடையதாகும்.

சிலர் என்னிடம் வந்து, 'நாங்கள் உங்களை ஒப்புக் கொள்கிறோம்' என்கிறார்கள். அவர்கள் முகங்களை நான் பார்க்கிறேன். தங்களை அறியாமலேயே ஏற்கனவே என்னை அவர்கள் விலக்கிவிட்டார்கள். என்னை ஏற்குமாறு தங்கள் மனங்களைக் கட்டாயப்படுத்துகிறார்கள். ஆம் என்று சொல்லும்போதே இல்லை என்பதும் வந்துவிடுகிறது. ஆம் என்பது வெளி ஆடை. இல்லை என்பது உள்ளிருப்பது. சண்டை இல்லாமல் எப்படிச் சரணடைவது? அதுபோல விலக்குதல் இல்லாத போது எப்படி ஏற்க முடியும்? ஆனால் இவை இரண்டையும் கடந்த ஏற்பு நிலை அமையும்போது அது முழுமையடைகிறது.

"மகா முத்திரை என்பது
ஏற்றலுக்கும் விலக்குதலுக்கும் அப்பாற்பட்டது"

ஓஷோ

இயல்பாக இருந்தால் அப்பொழுது விலக்குதலும் இல்லை, ஒப்புக்கொள்ளுதலும் இல்லை. சண்டையும் இல்லை, சரணாகதியும் இல்லை. உண்டு- இல்லை என்பது இல்லை. நிகழ்ச்சிகள் தாமாகவே நடக்கட்டும். நமக்கு என்று எந்த விருப்பமும் கிடையாது. ஒரு நிகழ்ச்சி நடந்தபின் அதைக் குறித்துக் கொள்ளுங்கள். அதை மாற்ற நினைக்கா தீர்கள். இருந்தபடி இருப்போம். முன்னேற்றத்தில் நாட்டம் வேண்டாம்.

ஆனால், மனம் எப்பொழுதும், 'நீ இன்னும் மேலே போகலாம், தூய தங்கமாக மாறலாம். முன்னேறு,' என்று கூறும். 'மேலும், மேலும்' என்று மனம் சொல்லிக்கொண்டே இருக்கும். அப்பொழுது விலக்குதல் நேரிடுகிறது. நம்முடைய ஒரு பகுதியை மறுக்கும்போது கஷ்டம் நேரிடுகிறது. அதைத் தூக்கி எறிந்துவிட முடியாது. உடலாக இருந்தால் வெட்டி எறியலாம். உணர்வை எப்படி வெட்ட முடியும்?

கண்கள் நம்மை எதிர்த்துச் சென்றால் அவற்றைத் தூக்கி எறிந்து விடலாம். கை குற்றம் செய்தால், கால் பாவம் செய்தால் அவற்றை வெட்டி எறியலாம். உடல் நம்மிலிருந்து வேறானது. ஆனால், உணர்வை எவ்வாறு வெட்ட முடியும்? அது ஒரு பொருளன்று. வெறும் வெளி. எந்தக் கத்தியால் அதை வெட்ட முடியும்? ஆகவே நம் உள்ளுணர்வை ஒருநாளும் பிரிக்க முடியாது.

எனவே விலக்காதீர்கள். உடனே மனம் சொல்லும், 'சரி அதை ஒப்புக்கொள்வோம்.' மனம் ஒருபோதும் நம்மைத் தனித்து விடு வதில்லை. நம்மை நிழல் போலத் தொடர்கிறது. நமக்கு உதவி செய்யக் காத்திருக்கிறது. மனம் சொல்கிறபடி கேட்டால் அதே வலையில் மறுபடியும் வீழ்வோம். கொள்ளுதல், விலக்குதல் ஆகிய இரண்டும் ஒரே நாணயத்தின் இரு பக்கங்கள்.

> "மகாமுத்திரை என்பது
> ஏற்றலுக்கும், விலக்குதலுக்கும் அப்பாற்பட்டது"

ஏற்பதற்கும், விலக்குவதற்கும் ஒன்றும் இல்லை. இயல்பாக நெகிழ்ச்சியோடு இருந்தால் போதும். நிகழ்ச்சிகள் தாமே நடக்கட்டும். நாம் இல்லாமலேயே உலகம் இயங்குகின்றது. ஆறுகள் கடலை நோக்கிச் செல்கின்றன. விண்மீன்கள் அசைகின்றன. சூரியன் காலையில்

உதிக்கிறது, பருவங்கள் தொடர்கின்றன, மரங்கள் வளர்ந்து மலர்கின்றன. முழுமை நம் உதவியின்றியே இயங்குகிறது. நெகிழ்ச்சியோடு இயல்பாக நாம் முழுமையோடு இணைந்து செல்லக் கூடாதா? என்னைப் பொறுத்தவரையில் இதுதான் துறவு.

"ஏதாவது குறிப்பிட்ட மார்க்கத்தைக் காட்டுங்கள் எங்களுக்குத் துறவைத் தந்துவிட்டு எந்த மார்க்த்தையும் நீங்கள் சொல்வதில்லை. நாங்கள் என்ன செய்ய வேண்டும் என்று எதிர்பார்க்கிறீர்கள்?" என்று என்னிடம் கேட்கிறார்கள். "நான் எதையும் எதிர்பார்க்கவில்லை. நீங்கள் நெகிழ்வோடு இயல்பாக இருப்பதையே விரும்புகிறேன். நீங்கள் நீங்களாகவே இருங்கள், நிகழ்ச்சிகள் தாமே நடக்கட்டும். எது நடக்கிறதோ அது நடக்கட்டும். நீங்கள் குறுக்கே வராதீர்கள். ஓய்வெடுங்கள். இருப்பு முழுதும் சரியாகவே செய்கிறது, அதை மாற்றவோ, முன்னேற்றவோ வேண்டாம். நீங்கள் நெகிழ்வோடு இயல்பாக இருக்கும்போது, முன்னேற்றம் தானே நடக்கும், மாற்றம் தானே நிகழும். நாமும் மாறிவிடுவோம் ஆனால் நம்மால் அன்று.

நாம் முயற்சிப்பது என்பது நம் கால்களை நாமே வாரிவிடுவதைப் போன்றது. எனவே, முயற்சி செய்யாதீர்கள். நாய் தன் வாலைத் தானே பிடித்துக் கொள்வதைப் போன்றது இச்செயல். குளிர்காலத்தில் காலை வேளைகளில், சூரிய உதயத்தில் நாய்கள் அவ்வாறு செய்வதைப் பார்க்கலாம். நாமும் அப்படியே. தன் வாலைச் சாப்பிட நினைக்கும் நாயின் முயற்சி எவ்வளவு முட்டாள் தனமானதோ, நாம் முயற்சி செய்வதும் அவ்வளவு முட்டாள் தனமானதே.

ஆன்மீகச் சாதகர்களும் இவ்வாறுதான் செய்கிறார்கள். வாலைப் பற்றி அநாவசியமாகக் கவலைப்படுகிறார்கள். நம் வாலை நாமே பிடிக்க முடியுமா? நாம் குதித்தால் அதுவும் குதிக்கும். சிறிது காலம் முயற்சி செய்துவிட்டு வெறுப்படைந்து குண்டலினி எழவில்லை என்ன செய்வது? என்கிறார்கள். நம் வாலை நாமே துரத்தி காலைப் பொழுதின் அழகைத் தவறவிடுகிறோம். ஓய்வாக இருந்து கவனித்தால் என்ன? எதிலும் குறையில்லை எல்லாமே கொண்டாட்டத்திற்குத் தயாராகவே இருக்கின்றன.

பொருத்தமற்ற செயல்களில் மாட்டிக் கொள்ளாதீர்கள்.

''இயல்பாக இருங்கள் போதும்
மகாமுத்திரை என்பது
ஏற்றலுக்கும் விலக்குதலுக்கும் அப்பாற்பட்டது.
அலயம் என்பது பிறப்பற்றது (சுயம்பு)''

'அலயம்' என்பது பௌத்தச் சொல். இருக்கை, உள்ளிருப்பு, உள்வெறுமை, உள்ளே இருக்கும் ஆகாயம் என்றெல்லாம் பொருள்படும்.

''அலயம் என்பது பிறப்பற்றதால் அதைத் தடுக்கவோ கறைப் படுத்தவோ யாராலும் முடியாது''

கவலைப்படாதீர்கள்! நமது அக இருப்பு ஒரு போதும் பிறப்ப தில்லை; எனவே இறப்பதும் இல்லை. பிறப்பற்றதால் அதை யாரும் கறைப்படுத்தவோ, தடை செய்யவோ முடியாது. அது இறப்பற்றது! முழுமையிலிருந்து வாழ்க்கை வருகிறது. எனவே பகுதி முழுமையை எப்படி முன்னேற்ற முடியும்? எல்லாவற்றுக்கும் மூலத்தை அறியுங்கள் அதுவே நித்தியம். எல்லாவற்றையும் மூலஸ்தானமே வழங்கட்டும். அனாவசியமான, கடலை நோக்கிச் செல்லும் ஆற்றின் பாதையை மாற்ற வேண்டாம்...' அதைத் தடுக்கவோ கறைப்படுத்தவோ யாராலும் முடியாது. நமது அகத்தூய்மை சுத்தமானது! அதைக் கறைப்படுத்த முடியாது. தந்த்ரா உபதேசத்தின் சாரம் இதுவே.

இறுதி நிலைமை நாம் அடைய வேண்டும் என்றுதான் எல்லாச் சமயங்களும் கூறுகின்றன. ஆனால் தந்த்ரா மார்க்கமோ அது ஏற்கனவே அடையப்பட்டுவிட்டது என்கிறது அதற்காகக் கஷ்டப்பட்டு உழைக்க வேண்டும் எனச் சமயமெல்லாம் கூற தந்த்ரா மார்க்கமோ அதற்கு மாறாகக் கஷ்டப்பட்டு உழைப்பதாலேயே நாம் அதைத் தவறிவிடு கிறோம் என்கிறது. இறுதி ஒய்வெடுங்கள். அடைய முடியாததை அடைந்து விடலாம்.

'அதைத் தடுக்கவோ, கறைப்படுத்தவோ யாராலும் முடியாது'

நாம் ஆயிரக்கணக்கான செயல்கள் செய்திருப்போம் கர்மங்களைப் பற்றிக் கவலைப்படாதீர்கள். நம்முடைய எந்தச் செயலும், நமது உள்ளிருப்பை மாசு படுத்த முடியாது.

இயேசு, கன்னிக்குப் பிறந்தார் என்பதன் அடிப்படை இதுவே. இயேசுவின் தாய் மேரி கன்னி என்பது இல்லை. இது ஒரு தாந்திரீகக் கருத்து. இந்தியாவில் பயணம் செய்தபோது. இயேசு பல தாந்ரீகர்களைச் சந்தித்திருக்கிறார். அப்பொழுது கன்னித்தன்மையை அழிக்க முடியாத, கன்னியிடத்திலிருந்து குழந்தை பிறக்கிறது என்பதைப் புரிந்து கொண்டார். இந்த உண்மையை எப்படி நிரூபிப்பது என்று கிறிஸ்து அறிஞர்கள் குழம்பிக் கிடக்கிறார்கள். இதற்குத் தேவையே இல்லை ஒவ்வொரு குழந்தையும் கன்னியிடமே பிறக்கிறது, ஏனெனில் கன்னித்தன்மையைக் கறைப்படுத்த முடியாது.

ஒரு ஆணும் பெண்ணும் சேரும்போது உடலும், மனமும் இணைகின்றன. ஆனால் உள்ளிருப்புச் சக்தி வெறும் சாட்சியாகவே இருக்கிறது. அந்தக் கன்னித்தன்மையைக் கறைப்படுத்த முடியாது. மேல் நாட்டறிஞர்கள் இதை நிரூபிக்க முடியாமல் கவலைப்படுகிறார்கள். எல்லாக் குழந்தைகளுமே கன்னித் தன்மையிலிருந்து தோன்றியவையே. ஒவ்வொரு கணமும் நாம் எது செய்தாலும் அதிலிருந்து விலகி நிற்கிறோம். அப்பொழுது எந்தச் செயலும் தம்மை வருப்படுத்தாது. கொஞ்சம் ஓய்வாக இருந்து நோக்கும்போது இது புரியும். பின் செயல்கள் தாமாகவே நிகழ நாம் அனுமதிப்போம். அப்பொழுது வெண்மேகமாய் ஆனந்தத்தில் மிதப்போம். அது மிக அழகானது.

> **''அதைத் தடுக்கவோ, கறைப்படுத்தவோ யாராலும் முடியாது.**
> **பிறப்பில்லா உலகில் நிலைத்து நிற்கும்போது**
> **எல்லாத் தோற்றமும் தர்மத்தில். கரைந்து போகும்''**

ஒவ்வொரு பொருளுக்கும் அதற்கே உரிய அடிப்படை இயல்பு உண்டு என்பது தர்மதம். நமக்குள்ளேயே தங்கியிருந்தோமானால், எல்லாப் பொருளும் படிப்படியாக அதனுடைய இயற்கைக் கூற்றில் கரைந்து போகும். அது வெளியாகிய அவயத்தில் நிலைத்து நிற்கும் போது எதுவுமே மிஞ்சுவதில்லை. மேகங்களைப் போல எல்லாமே வந்து

போகின்றன. ஆனால் உள்ளே ஆழத்தில் எதுவும் நிகழ்வதில்லை. அங்கு நாம் வெறுமனே இருக்கின்றோம். எண்ணமோ செயலோ அதை அடையாது.

நெகிழ்வோடு இயல்பாக அக இருப்பில் தங்கி இருக்கும் போது, படிப்படியாக ஒவ்வொரு பொருளும் அவற்றில் இயல்பில் கலப்பதைக் காணலாம். உடல் ஐந்து பூதங்களால் ஆனது? மண், மண்ணில் கலக்கும், தீ, தீயில் கலக்கும் காற்று, காற்றில் கலக்கும். நர்ம் இறக்கும்போது இதுதான் நிகழ்கிறது. ஒவ்வொரு பூதமும் தனக்குள் ஓய்ந்து போகிறது. தர்மதம் என்பதற்குப் பொருளின் அடிப்படை இயல்பு என்பது பொருள். நாம், நம் இருக்கையை நோக்கிச் செல்லும் போது எல்லாமே அவற்றின் இருக்கையை நோக்கிச் செல்லும். பின் எந்தத் தொல்லையும் இல்லை.

வாழ்வதற்கும் இறப்பதற்கும் இருவழிகள் இருக்கின்றன. ஒன்று எல்லோரையும் போல அகரவெளியைமறந்து வாழ்வது, இன்னொன்று உள்ளே ஓய்வெடுத்து அடிப்படைச் சக்திகள் தம் வழியில் செல்ல அனுமதிப்பது. பசியெடுக்கும் போது உடல் தானே சென்று உணவைத் தேடிக் கொள்ளும்.

ஞானம் பெற்றவன், உள்ளேயே நிலைத்து நிற்கிறான். உடல், பசியை உணர்வதையும், உடனே உடம்பு சாப்பிடச் செல்வதையும், உணர்வதையும் சாப்பிட்டது ஜீரணமாவதையும் அவன் கவனித்துக் கொண்டிருக்கிறான். அவன் கர்த்தா இல்லை. உடம்பின் ஒவ்வொரு செயலையும் சாட்சியாக நின்று கவனிக்கிறான். அப்பொழுது உடல் தானே தன் வழியைத் தேடிக் கொள்கிறது.

நமக்குள்ளேயே நிலைத்திருந்தால், எல்லாம் தானே நிகழ்வதைப் பார்க்கலாம். மரத்தின் வேர்கள் நீரைத் தேடிச் செல்வதில்லையா? இது அறிவியலாரையும் ஆச்சரியப்பட வைக்கிறது. நூறு அடி தாண்டி யிருக்கும் தண்ணீர் ஊற்றை வேர் எப்படி அறிகிறது? மரத்திற்கு மனமும் இல்லை, அகந்தையும் இல்லை.

ஆப்ரிக்காவில் காடுகள் நெருக்கமாக இருப்பதால், மரங்கள் மிக உயரமாக வளர வேண்டும். அப்பொழுதுதான் அவை சூரிய ஒளியை எட்டிப்பிடிக்க முடியும். அவற்றின் வழியை அவையே தேடிக் கொள்

கின்றன. அதனால்தான் இயேசு கூறினார். 'வயலில் உள்ள அவலிகளைப் பாருங்கள் அவை உழைப்பதில்லை. அவை ஒன்றும் செய்வதில்லை. ஆனால் எல்லாம் நிகழ்கிறது. நமக்குள் நிலைத்து நிற்கும் போது நம்முடைய அடிப்படைச் சக்திகள் மிகத் தூய்மையாகச் செயல்பட ஆரம்பிக்கின்றன. நாம் அவற்றில் நுழைவதில்லை. நம் உடல் அசைவை நாமே பார்க்கிறோம். அப்பொழுது திடீரென்று நம் செயல்கள் நமக்குச் சொந்தமில்லை, நாம் கர்த்தா இல்லை. வெறும் சாட்சி மட்டுமே என்பதை உணர்கிறோம். இதைத்தான் அடைய முடியாததை அடைகிறோம் என்கிறார். இதை உணர்ந்தால் எல்லாவற்றையும் உணர முடியும்.

> ''பிறப்பில்லா உலகில் நிலைத்து நிற்கும்போது
> எல்லாத் தோற்றமும் தர்மத்தில் கலைந்து போகும்.
> அகந்தையும் கர்வமும் அழிந்து மறையும்''

எல்லாம் தாமே நடக்கும் போது நமக்கு அகந்தை எவ்வாறு ஏற்படும்? பசி தன்னைத்தானே கவனித்துக் கொள்ளும்போது, நான் எப்படி வரும்? என்று சொல்ல அங்கு அகந்தையே இருக்காது. நாம் வெறுமனே நம்முடைய உள்ளிருப்பில் உட்கார்ந்திருப்போம். எல்லாம் தானே நடக்கும். நாம் கர்த்தாவாக இருக்க வேண்டும் என்று நமக்குச் சொல்லிக் கொடுக்கப் பட்டிருப்பதால், இதைப் புரிந்து கொள்வது சற்றுக் கடினம். நம்முடைய வாழ்க்கைக்காக நாம் போராடித்தான் ஆக வேண்டும் என்ற கருத்து புகட்டப்பட்டிருக்கிறது. குறிக்கோள் என்ற வடிவம் வேறு மன உறுதி என்பதே அர்த்தமற்றது. அது ஒரு கற்பனை. மனத்திற்கு எந்தத் தேவையும் இல்லை. செயல்கள் தாமே நிகழ்கின்றன.

லின் சி (Lin Chi) மின் குரு இறந்து போனார். அவர் மிகவும் புகழ் பெற்றவர், மௌனி, குரு இறந்த போது லின் சிக்கும் ஞானம் கிடைத்திருக்கும் என்று கருதினர். ஆயிரக்கணக்கான மக்கள் இறுதி அஞ்சலி செலுத்த அங்குக் கூடினார். லின் சியோ, தாயை இழந்த குழந்தை போலக் கண்ணீர் விட்டுக் கதறிக் கொண்டிருந்தார். மக்களால் இதை ஏற்க முடியவில்லை. சாதாரண மனிதன் அழலாம். ஆனால் ஞானம் பெற்ற இவரும் அழுகிறாரே என்று வியந்தார்கள். சிலர் லின் சியிடம் வந்து, 'நீங்கள் இப்படி அழுவது சரியில்லை. உங்களுக்கு ஞானம் வரவில்லை என்று பேசிக்கொள்கிறார்கள். உங்களைப் போன்றவர் அழக்கூடாது. அழுகையை நிறுத்துங்கள், என்றனர்.

லின் சி சொன்னார், 'நான் என்ன செய்வது? கண்ணீர் தானாகவே வருகிறது. இது அவற்றின் தர்மதம். அதை நிறுத்த நான் யார்? நான் ஏற்பதும் இல்லை, விலக்குவதும் இல்லை. எனக்குள்ளே நிலைத்து நிற்கிறோம். தொழில் செய்வதை விட்டு நீண்ட நாள் ஆயிற்று.

இங்கு கர்த்தா யாரும் இல்லை. இது வெறும் நிகழ்வு. கண்கள் தானே அழுகின்றன. குருநாதரைப் பார்த்துப் பழகிய அவை, இனி அவரைப் பார்க்க முடியாதே, தனக்கு உணவு கிடைக்காதே என்று வருந்துகின்றன. ஆத்மா அழியாது என்பதை நான் அறிவேன். ஆனால், அதை இந்தக் கண்களுக்கு அவ்வாறு சொல்வது? அழுவது அவற்றின் வேலை. நான் என்ன செய்ய முடியும்?

இயல்பாக நெகிழ்வோடு இருத்தல் என்பதன் பொருள் இதுவே. செயல்கள் நடக்கும், செய்பவர் நாமில்லை. கொள்வதும் இல்லை. கொடுப்பதும் இல்லை. சங்கற்பம் (Selfwill) கரைந்து போகிறது. மனஉறுதி என்ற கோட்பாடே வலிமையிழந்து உதிர்ந்து போகிறது. அகந்தை அழிகிறது.

ஞானியைப் புரிந்து கொள்வது கடினம். எந்தக் கருத்தும் உதவி செய்யாது. லின் சியைப் பற்றி என்ன நினைக்கிறீர்கள்? இவர் சொல்கிறார் 'எனக்குத் தெரியும்-ஆனால் கண்கள் அழுகின்றன. அவை அழட்டும். அதனால் அவற்றிற்கு ஓய்வு தேவைப்படுகிறது. இந்த மனிதனை இனியும் அவற்றால் பார்க்க முடியாது. அவனைப் பார்த்துப் பார்த்துப் பழகியதால் அவர் இழப்பு இவற்றைப் பெரிதும் பாதித்துவிட்டது. அவரைப் பார்த்தலே இவற்றின் உணவாக இருந்தது. இப்போது அவற்றுக்குப் பசி, தாகம். தன் அடிப்படையே மறைகிறது என்பதால் அவை அழுகின்றன.

இயல்பான மனிதன் தனக்குள்ளேயே இருந்து, நிகழ்ச்சிகளை தானே நடக்க அனுமதிக்கிறான். அவன் எதையும் செய்வதில்லை. அப்பொழுது மகாமுத்திரை தோன்றுகிறது. அதுவே இறுதிநிலை. இனி நமது அகவெளி புறவெளியோடு ஒன்றாகிவிடும். பின் இருப்பது ஓரே வெளிதான், இரண்டு இல்லை.

10. பாடல் முடிகிறது

"உன்னத அறிவு என்பது
இது அது-ஆகிய எல்லாவற்றையும் கடந்து நிற்கிறது.
மிக உயர்ந்த செயல் என்பது
பற்றில்லாமல் சகல ஆற்றலோடும் நிற்பது.
மிக உயர்ந்த சாதனை என்பது
எதிர்பார்ப்பு (ஏதும்) இன்றி எங்கும் உள்ள தன்மையாய் உணர்வது.
யோகி
முதலில் தன்மனம்
நீர்வீழ்ச்சியைப் போலத் துள்ளுதலை உணர்வான்;
நடுவழியில்
கங்கையைப் போல மென்மையாக மெதுவாக ஓடுதலை உணர்வான்.
இறுதியில்
அது கடலைப் போல போகும்.
அங்கு மகன் ஒளியும் தாயின் ஒளியும் ஒன்று கலக்கும்"

10. உன்னத ஞானம்

எல்லோரும் பிறக்கும்போது சுதந்திரமாகவே பிறக்கிறோம். ஆனால் பந்தத்தில் இறக்கிறோம்.

வாழ்க்கையின் தொடக்கம் முழுதும் நிகழ்வாகவும் இயல்பாகவும் இருக்கிறது; ஆனால் சமுதாயத்தில் நுழைந்ததும், அதன் பல்வகைச் சட்டத்திட்டங்களும், கட்டுப்பாடுகளும் நமது நெகிழ்சியை, இயல்பைக் கெடுத்து விடுகின்றன. நம்மைச் சுற்றிக் காவல் தேவையாக இருக்கிறது. அக மென்மை வெளிப்படுவதே இல்லை.

நம்மைச் சுற்றிப் பாதுகாப்பிற்காக ஒரு கோட்டையை எழுப்பு கிறோம். அதனால் சுதந்திரம் பறிபோகிறது. மற்றவர் கருத்தை நோக்கியே வாழ்கிறோம். இதனால் 'பிறர்' என்பதே கருத்தாகிறது. பிறரைப் பார்த்துப் பின்பற்றி அவரைப் போலவே வாழ ஆரம்பிக்கி றோம். ஏனெனில் மற்றவர்களோடு சேர்ந்து வாழ வேண்டுமே.

குழந்தை மிக மென்மையானது, எனவே சமுதாயத்தால் எளிமை யாக உருவாக்கப்படுகிறது. பெற்றோர், ஆசிரியர், பள்ளி ஆகியவற்றால் படிப்படியாகக் குணச்சித்திரம் ஆகிறது. எல்லா விதிகளையும் அறிகிறது. இதனால் வளர்ச்சி ஏற்பட்டதும் மரபை அனுசரித்துப் போகிறது அல்லது புரட்சியாளனாக மாறுகிறது. இதுவும் ஒருவகைப் பந்தமே **(bondage)**

மரபை ஏற்பது ஒருவகையில் பந்தம், மரபை எதிர்ப்பது இன்னொரு வகைப் பந்தம், ஒன்று செயல் என்றால், மற்றொன்று எதிர்ச்செயல். செயலைப் பொறுத்தே எதிர்ச்செயல் அமையும். மரபாளரும், புரட்சி யாளரும் ஒரே படகில்தான் பயணிக்கின்றனர். எதிர் எதிர் இருக்கைகளில் அமர்ந்திருக்கலாம், ஆனால் படகு ஒன்றே. பின்பற்றுவதும் எதிர்ப்பதும் அதே விதிகளைத்தானே.

சமயத்தன்மை கொண்ட மனிதன் ஒன்றைப் பின்பற்றுவதும் இல்லை, எதிர்த்துப் புரட்சி செய்வதும் இல்லை. அவன் நெகிழ்வோடு இயல்பாக இருக்கிறான். அவன் எதையும் ஆதரிப்பதும் இல்லை, எதிர்ப்பதும் இல்லை; தானாகவே இருக்கிறான். பின்பற்றவும் விதிகள் இல்லை, மறுக்கவும் விதிகள் இல்லை அவனுக்கு.பழக்க வழக்கம் ஏதும்

இன்றி தான் தானாகவே சுதந்திரமாக இருக்கிறான். நாகரிகம், அநாகரிகம் இரண்டுமே அவனுக்கு இல்லை. விழிப்புணர்வு கொண்ட அவன் எந்த ஒரு பயிற்சியாலும் வளர்ந்தவன் இல்லை. அவனுக்கு எந்த விதியும் தேவையில்லை. எல்லா விதிகளையும் அவன் கடந்தவன். உண்மையாக இருப்பது அவனது இயல்பு, கருணை எனபது அவனிடம் தானே வந்து அமைகிறது. எல்லா நற்குணம் அவனிடத்தில் தானாகவே பெருகி வழிகின்றன. அவனது விழிப்புணர்வின் துணைப் பயன்கள் எல்லா நற்குணமும், அவன் சமுதாயத்தை எதிர்ப்பதும் இல்லை, ஆதரிப்பதும் இல்லை. அதைக் கடந்துவிடுகிறான். அவன் ஒரு குழந்தையாகவே மாறி விடுகிறான். ஆம், இதுவரை அறியாத ஓர் உலகின் குழந்தை, புதிய பரிணாமம் கொண்ட குழந்தை அவன் மறுபடியும் பிறக்கிறான்.

ஒவ்வொரு குழந்தையும் பிறக்கும்போது நெகிழ்வாகவும் இயல்பாகவும்தான் இருக்கிறது சமுதாயமே அதை உருவாக்குகிறது அதில். தவறில்லை. இல்லையேல் அக்குழந்தை சமய உணர்வு பெறாது, வெறும் மிருகம் ஆகிவிடும். சமுதாயம் என்பது தேவை. ஆனால் அது வெறும் வழி மட்டுமே. அதை வீடாகக் கருதக் கூடாது. அதன் வழியாகச் சென்று அதைக் கடக்க வேண்டும். விதிகளைக் கற்க வேண்டும். பின் மறக்க வேண்டும்.

உறவு வரும்போது விதியும் வருகிறது. சமுதாயத்தில் நாம் மட்டும் தனித்தில்லை, பிறரும் இருக்கிறார்கள். தாய் வயிற்றில் குழந்தை தனித்தே இருக்கிறது. அப்பொழுது அதற்கு விதிமுறை ஏதும் தேவையில்லை. ஆனால் பிறந்தவுடன் அது விடும் முதல் மூச்சே சமுதாயத்தோடு தொடர்புடையது. குழந்தை அழாமல் போனால் டாக்டர்கள் அதை உடனே அழும்படி செய்கிறார்கள். சில நிமிடங்கள் அழாமல் போனால் அது இறந்து விடும். அதன் அழுகை மூச்சுவிடும் பாதையையும் தொண் டையையும் திறக்கிறது. அது அழுமாறு கட்டாயப் படுத்தப் படுகிறது.

அவ்வாறு செய்வதில் தவறில்லை. ஆனால் குழந்தை விழிப் புணர்வை இழக்காவண்ணம் அதைச் செய்தல் வேண்டும். பண்பாட்டு அமைப்போடு அது ஐக்கியப்படக் கூடாது. விதிமுறைகள் பின்பற்றப்பட வேண்டும். ஆனால் அவையே வாழ்க்கை அன்று. அவற்றை நாம் ஒருவாறு கடந்துதான் ஆக வேண்டும். பண்பாட்டையும், அதைத்

தாண்டிச் செல்லுதலையும் சொல்லிக் கொடுக்கும் சமுதாயம் சமயத் தன்மை கொண்டது. தாண்டிச் செல்லுதலைச் சொல்லித் தராத போது, அதில் அரசியல் தன்மையே இருக்கும், சமயத் தன்மையே இருக்காது.

பிறர் சொல்வதை ஓரளவுக்குத் தான் கேட்க வேண்டும், பின்னர் நாம் சொல்லுவதையே கேட்கத் தொடங்க வேண்டும். முடிவில் தொடக்க நிலைக்கே வரவேண்டும். இறப்பதற்கு முன்னர் சூது வாது அறியாத குழந்தையாக மறுபடியும் ஆக வேண்டும். ஏனெனில், சாவில் நாம் தனிமையை அடைகிறோம். கருவில் இருப்பதைப் போலவே, மரணத்தி லும் தனிமை உலகத்தில் நுழைந்திருப்போம். அங்கு எந்தச் சமுதாயமும் இல்லை. எனவே இங்கு வாழும்பொழுதே நமக்குள் சென்று தனிமையில் நமது பழைய நிலையைக் கண்டறிய வேண்டும். பாலைவனச் சோலை போன்றது இதுவே தியானம். சமுதாயம் இருக்கும்; ஆனால், கண்ணை மூடி அதை மறத்து தனியாக இருக்க வேண்டும். அதற்கு எந்த விதியும் இல்லை. நீதி இல்லை, மொழி இல்லை. உள்ளே நெகிழ்வோடு இயற்கையாக இருக்கலாம்.

இந்த நெகிழ்வு இயல்புத் தன்மையை அதிகரிக்க வேண்டும். வெளியில் உள்ள சமுதாயப் பயிற்சிகளை உள்ளே கடந்து விட வேண்டும்.

ஒரு சூஃபி கதையைச் சொல்லிவிட்டு சூத்திரத்துக்குள் செல்லலாம். ஒரு முதியவரும், இளைஞனும் கழுதை மீது பயணம் செய்து கொண்டி ருந்தனர். ஓர் ஊருக்கு அருகே அவர்கள் வந்தபோது, கழுதையோடு நடந்து சென்றனர். அதைப் பார்த்துச் சிலர் கேலியோடு, 'இந்த முட்டாள் களைப் பாருங்கள். கழுதையின் மீது ஏறிச்செல்லாது அதன் அருகே நடந்து செல்கிறார்கள். இந்த முதியவராவது கழுதை மீது உட்காரலாம். என்றனர். அதைக் கேட்டு முதியவர் கழுதை மீது அமர்ந்து கொண்டார். இளைஞன் கூடவே நடந்தான். சிலர் அதைக் கண்டு சிரித்து, பாவம். சிறு பையன் நடக்கிறான். முதியவர் கழுதை மீது உட்கார்ந்திருக்கிறார். இந்தப் பையனை கழுதை மீது உட்கார்த்தி வைத்து, அருகே முதியவர் நடந்து செல்லலாமே என்றனர். அவ்வாறே அந்தப் பையன் கழுதையின் மீது அமர்ந்து கொண்டான். முதியவர் நடக்கலானார். சிறிது தூரம் சென்றதும் வேறு சிலர் இந்தக் காட்சியைப் பார்த்து 'இந்தப் பையனுக்கு எவ்வளவு

அகம்பாவம்! அவன் தந்தையை போலிருக்கும் பெரியவர் பக்கத்தில் நடந்து வருகிறார். இவனோ, கழுதை மீது உட்கார்ந்திருக்கிறான்,' என்றனர். உடனே இருவரும் கழுதை மீது ஏறி உட்கார்ந்து கொண்டனர். இக்காட்சியைக் கண்ட வேறு சில மக்கள் என்ன கொடுமை ஒரு கழுதையின் மேல் இரு மனிதர்கள். பாவம் இந்தக் கழுதை இறந்து விடும் போல் இருக்கிறது. இவர்கள் இருவரும் தங்கள் தோளில் இந்தக் கழுதையைச் சுமந்து சென்றால் என்ன? என்றனர்.

அவர்கள் மீண்டும் விவாதித்து ஒரு முடிவுக்கு வந்தனர். ஊரின் எல்லைக்கு வந்தாயிற்கு. ஒரு வழியில் ஒரு ஆறு இருந்தது. அதன் மேல் உள்ள பாலத்தின் வழியாகச் செல்ல வேண்டும். இருவரும் அந்தக் கழுதையின் கால்களை ஒரு மூங்கிலில் கட்டி அந்த மூங்கிலைத் தோளில் சுமந்து சென்றனர். தலைகீழாகத் தொங்கும் கழுதை முரண்டு பிடித்தது. பாலத்தின் பாதியில் போய்க் கொண்டிருந்து போது ஒரு சிறு கூடடம் இந்தக் காட்சியைப் பார்த்து, முட்டாள்கள் கழுதை பயணம் செய்யவா அல்லது தோளில் தூக்கிச் செல்லவா? இவர்களுக்குப் பைத்தியம் பிடித்து விட்டதா என்ன?' என்றனர். இந்தக் காட்சியைப் பார்க்க மேலும் கூட்டம் கூடிவிட்டது. பொறுமை இழந்த கழுதை பாலத்திலிருந்து ஆற்றுக்குள் குதித்து இறந்து போயிற்று.

இது ஒரு சாதாரணக் கதை அன்று. ஒரு சூஃபி குரு சொன்னது. இளைஞன் என்பவன் சீடன். முதியவர் என்பவர் குரு சூஃபிக்கள் அப்பொழுதும் சூழ்சிலையை உருவாக்குவார்கள். சூழ்சிலை இல்லாது போனால் நம்மால் கற்றுக் கொள்ள முடியாது என்பார்கள். இது இளைஞனுக்கான ஒரு சூழ்நிலை. வயதானவர் சொன்னார், 'கழுதையைப் போல் பறிர் சொல்வதை அதிகம் கேட்டால் நீ இறந்து போவாய். பிறர் சொல்வதைப் பற்றி நீ கவலைப்படாதே. பல்லாயிரம் பேர் பல்வகைப்பட்ட கருத்துக்களைச் சொல்வார்கள். அவை எல்லாவற்றையும் கேட்டால் உன் முடிவும் இப்படித்தான் ஆகும்!

எனவே பிறர் சொல்வதைக் கேட்காதீர்கள். நாம் நமக்காவே இருப்போம். பிறர் பேச்சு நம்மை அலைக்கழிக்கும். அதனால் நம் உள் மையத்தை நாம் ஒருபோதும் அடையமுடியாது.

நாம் ஒவ்வொருவரும் திடமான மனம் இல்லாதவர்களாக ஆகிவிட்டோம். திடமானமின்மை (Eccentricity) என்பதற்கு மையத்தி லிருந்து விலகி இருத்தல் என்பது பொருள். பைத்தியங்களைக் குறிக்க இவ்வார்த்தையை நாம் பயன்படுத்துகிறோம். ஆனால், நாம் ஒவ்வொரு வரும் நமது மையத்திலிருந்து விலகியே நிற்கிறோம். தாய் வடக்கு நோக்கித் தள்ளுகிறாள். தந்தையோ தெற்கு நோக்கித் தள்ளுகிறார். மனைவி வேறு திசையில் தள்ளுகிறாள். இப்படி நாம் அலைக்கழிக்கப் படுவதால் எங்கும் நிலையாக இல்லாமல் தவிக்கிறோம்.

நம் உள் மையம் கூறுவதைக் கேட்காமல் வெளியில் பிறர் சொல்வதைக் கேட்பது தொடரும் வரை நாம் திடச்சித்தம் இல்லாமல் அலைந்து கொண்டேயிருப்போம். உள்ளிருந்து வரும் குரலைக் கேட்டு அதை உணர ஆரம்பித்தால் பிறர் பேச்சைக் கேட்பது நின்றுவிடும். எல்லா வகைத் தியானமும் இம்மையத்தை நோக்கிச் செல்வதே மையத்தில் ஸ்திரப்படும்போது நாம் வலிமை உள்ளவராக ஆகிவிடுகிறோம். அப்பொழுது நம்மை யாரும் அசைக்க முடியாது. கருத்துச் சொல்ல வருபவர் கூட நம் அருகில் வந்ததும் அதை மறந்து விடுவர். நம் சக்தி அவரைப் பலமற்றதாக ஆக்கி விடும்.

எனவேதான், வரலாற்றில் சில மனிதர்களுக்குச் சமுதாயம் முழுவதும் அடிபணிகிறது. புத்தரையும், இயேசுவவையும் யாராலும் அசைக்க முடியவில்லை. அவர்கள் தங்கள் மையத்திலிருந்து விலகுவதே யில்லை. அவர்கள் பாதையில் பயணம் செய்பவர்கள் அல்லர். முடிவை அடைந்தவர்கள்.

நெகிழ்வாகவும் இயல்போடும் இருக்க இந்த மையப்படுதல் முதன்மையானது. மையப்படாமல் இருக்கும்போது நெகிழ்ச்சியும் இயற்கையும் வீணாகப் போகும். அதனால்தான் சமுதாயம் அவர்களைப் பாதுகாக்கிறது. அந்தக் கவசம் இல்லாது போனால் அவர்கள் யாராலும் அழிக்கப்படலாம். சூழ்நிலைக்குத் தக்கபடி மாறுதல் தேவை. மாற்றம் இல்லாத பிடிவாதம் செயற்கையானது.

வளைநது கொடுத்தல் என்பது இளமை, விடாப்பிடியாதல் என்பது முதுமை. மரணம் என்பது விடிப்பிடியான விரைப்பு; வாழ்க்கை என்பது நெகிழ்ச்சி, வளைந்து கொடுத்தல்.

இதை மறந்து, பின் திலோபாவைப் புரிந்துகொள்ள முயற்சி செய்யுங்கள்.

> "உன்னத அறிவு என்பது
> இது அது-ஆகிய எல்லாவற்றயும் கடந்து நிற்கிறது.
> உன்னத செயல் என்பது
> பற்றில்லாமல் சகல ஆற்றலோடும் இருப்பது
> உன்னத சாதனை என்பது
> எதிர்பார்ப்பின்றி எங்கும் உள்ள தன்மையாய்
> உணர்வது"

மிக மிகப் பொருத்தமான வார்த்தைகள்.

'உன்னத அறிவு என்பது
இது அது-ஆகிய எல்லாவற்றையும் கடந்து நிற்கிறது.

எப்பொழுதுமே அறிவு (Knowledge) என்பது இது அல்லது அது என்பதைப் பற்றியே அமைகிறது. ஆனால் புரிந்து கொள்ளுதல் (Understanding) என்பது இது இரண்டுமே இல்லை. அறிவு என்பது இரட்டைத் தன்மை கொண்டது; நன்மை இது தீமை இது என்று பிரித்தறிவது. ஆனால் இரண்டுமே பிளவு பட்டவை (Fragmentary) நல்ல மனிதன் முழுமை யானவன் அல்லன், ஏனெனில் அவனுக்குத் தீமை (bad) என்ற அடுத்த பகுதி தெரியாது. மோசமான மனிதனும் ஒரு பகுதியையே அறிகிறான். ஏனெனில், அவனுக்கு நன்மை (goodness) என்பது தெரியாது. வாழ்க்கை என்பது நல்லதும் கெட்டதும் சேர்ந்தது.

உண்மையைப் புரிந்து கொள்ளும் மனிதன் நல்லவனும் அல்லன், கெட்டவனும் அல்லன். அவன் இரண்டையுமே புரிந்து கொள்கிறான். அப்பொழுது அவை இரண்டையும் அவன் கடக்கிறான். ஞானி என்பவன் நல்லவனும் அல்லன் கெட்டவனும் அல்லன். அவனை எந்த வகையிலும் அடக்க முடியாது. அவன் எதிலும் பிடிபடமாட்டான். அவனைப் பற்றிக் கூறப்படும் எதுவும் பாதியாக இருக்குமே தவிர ஒருபோதும் முழுமையாகாது. அவனது நண்பர்களும் பக்தர்களும் அவனைக் கடவுளாகக் காண அவனுடைய நல்ல பகுதியை மட்டுமே அவர்கள் காண்பதே காரணம். அவனது எதிர்கள் அவனைப் பிசாசாகக்

காண்கிறார்கள். அவனது மோசமான பக்கம் மட்டுமே அவர்களுக்குத் தெரிகிறது. ஞானி என்பவன் நல்லவன்-கெட்டவன் ஆகிய இரண்டுமே இல்லை, அல்லது இரண்டுமாய் இருக்கிறான்.

நன்மை-தீமை ஆகிய இரண்டுமாய் இருக்கும்போது நாம் அவை எதுவுமாயும் இல்லை. அவை இரண்டும் ஒன்றோடு ஒன்று மோதி, ஒன்றை மற்றொன்று மறுத்து இல்லாது போக, எஞ்சி நிற்பது வெறும் வெற்றிடம் (Void) மட்டுமே.

மேலை நாட்டு மனம் இதைப் புரிந்து கொள்ள மிகவும் கஷ்டப் படுகிறது. ஏனெனில், அவ்வகை மனம் கடவுள்-பிசாசு என்ற இரட்டையை மட்டுமே அறியும். மோசமானது எல்லாம் பிசாசு, நல்லது எல்லாம் கடவுள். எல்லைகள் தெளிவாக வரையறுக்கப்படுகின்றன. சொர்க்கமும் நரகமும் ஒன்றுக் கொன்று வெகுதூரத்தில் இருக்கின்றன.

எனவேதான் கிறிஸ்தவ அருளாளர்களுக்கு வாழ்க்கையின் ஒரு பகுதி மட்டுமே தெரிகிறது, மறு பகுதி தெரிவதில்லை. மறுபகுதியைப் பார்க்க அவர்கள் பயப்படுகிறார்கள். கிறிஸ்தவ அருளாளர் இறைவனிடம் தன்மைப் பாவத்திலிருந்து காப்பாற்றும்படி எப்பொழுதும் வேண்டு கிறார். பாவம் வேலியில் சுற்றி நிற்கிறது. அவர் அதைத் தடுத்து விட்டார், ஆனால் அதைப் பற்றிய பயம் மனதில் எப்பொழுதும் அவருக்கு இருக்கிறது.

திலோபாவிற்குப் பயமில்லை, நடுக்கம் இல்லை. கடவுளிடம் சென்று ஒருபோதும் அவர், 'என்னைக் காப்பாற்றுங்கள்' என்று வேண்டுவதில்லை. அவர் காக்கப்படுகிறார். எது காப்பாற்றுதல்? புரிந்து கொள்ளுதலே காப்பாற்றப்படுதல். அவர் இரு முனைகளிலும் சஞ்சரிக் கிறார். இரண்டுமே (நன்மை தீமை) அவருக்கு நன்றாகத் தெரியும். நல்லது தீயது பற்றி அவர் ஒருபோதும் கவலைப்படுவதில்லை. இயல்பாக, நெகிழ்வோடு எளிய வாழ்க்கை வாழ்கிறார் அவர். எதையும் அவர் முன் கருத்தாகக் (Pre determined concept) கொள்வதில்லை. அவரை எடைபோடவே முடியாது.

தூய அகத்தினை இனம் காணலாம், ஆனால் திலோபாவை அடை யாளம் காண முடியாது. மற்ற அருளாளர்களைப் புரிந்து கொள்ளலாம்.

ஆனால் தந்த்ரா ஞானியை (tantra sage) ஒருபோதும் புரிந்து கொள்ள முடியாது. கணத்திற்குக் கணம் அவன்போக்கு ஏற்புடையதாகவே இருக்கும். அவன் நிலை பற்றி அவனுக்கே தெரியாது. நம் எதிர்காலம் நமக்குத் தெரிந்து விட்டால் நாம் சுதந்திரமாக நடமாட முடியாது. சில விதிகளுக்குக் கட்டுப்பட நேரிடும். பின் நம் வாழ்க்கை எதிர்ச்செயல் (reaction) கொண்டதாக அமையுமே தவிர நேர்ச்செயல் (response) உடையதாக இருக்காது.

ஒரு சூழ்நிலையில் திலோபா என்ன செய்வார் என்று சொல்ல முடியாது. முழுச் சூழலும் தானே விளைவை ஏற்படுத்தும். அவருக்கு விருப்பு, வெறுப்பு இல்லை. அவர் செயல்படுவாரே தவிர அவரிடம் எதிர்ச்செயல் இருக்காது. இறந்த கால, எதிர்கால அடிப்படையில் அவர் செயல் அமையாது. ஆனால் அவரது பங்கேற்பு முழுமையாக இருக்கும். என்ன நடக்கும் என்று யாரும் கூற முடியாது.

புரிந்து கொள்ளுதல் மட்டுமே இரட்டையைக் கடந்து செல்கிறது.

ஒரு சமயம் திலோபா ஒரு குகையில் தங்கியிருக்கும்போது, ஒரு சாதகர் அவரைக் காண வந்தார். அப்பொழுது திலோபா மனித மண்டை யோட்டில் சாப்பிட்டுக் கொண்டிருந்தார். வந்தவர் இக்காட்சியைக் கண்டு பயந்து போய்விட்டார். திலோபா செய்வது மந்திரவாதியின் செயலைப் போல இருந்தது. பக்கத்தில் ஒரு நாய்வேறு. அதுவும் அதே மண்டை யோட்டில் சாப்பிட்டுக் கொண்டிருந்தது. 'நீங்களும் வாருங்கள்' என்று அந்த மனிதரை அழைத்தார் திலோபா. ''நீங்கள் சரியான நேரத்தில் வந்திருக்கிறீர்கள். சாப்பிடுங்கள். இல்லையேல் 24 மணி நேரத்திற்குச் சாப்பாடு கிடையாது. நாளைதான் உணவு வரும்,'' என்றார்.

மண்டையோட்டில் உணவு. பக்கத்தில் நாய் இவற்றைக் கண்டு மிகவும் வெறுப்படைந்த அம்மனிதர், 'எனக்கு வெறுப்பாக இருக்கிறது' என்றார்.

திலோபா கூறினார், 'பின் இங்கிருந்து சீக்கிரம் திரும்பிப் பார்க்கலாம் ஓடுங்கள். திலோபா உங்களுக்கு இல்லை. மண்டை ஓட்டைக் கண்டு ஏன் பயப்படகிறீர்கள்? இவ்வளவு நாளாக அதை நீங்கள் தலைக் குள் வைத்து சுமக்கவில்லையா? நான் அதில் உணவு சாப்பிடுவதில்

என்ன தவறு? மனம், நீதி, புனிதம், நன்மை எல்லாமே உங்கள் மண்டை ஓட்டில்தான் இருக்கின்றன. சொர்க்கம், நரகம், கடவுள், பிரம்மா எல்லாமே இந்த மண்டையோட்டில் தான். எல்லாமே இப்பொழுது மாசுபடிந்திருக்கும். நீங்களும் இந்த மண்டை ஓட்டில்தான் வசிக்கிறீர்கள். ஏன் வெறுப்படைகிறீர்கள்?'

அந்த மனிதர் 'மண்டை ஓடு காரணமில்லை, இந்த நாயால்தான்' என்றார். சிரித்தார் திலோபா. 'நீங்கள் போன பிறவியில் நாயாக இருந்தீர்கள். எல்லோரும் இந்த நிலைகளையெல்லாம் தாண்டிச் செல்ல வேண்டும். நாயாக இருப்பதில் என்ன தவறு? அதே பேராசை அதே காமம், அதே கோபம், வன்முறை, பயம். பின் ஏன் நீங்கள் உயர்ந்தவர் போலப் பாசாங்கு செய்கிறீர்கள்?' என்றார்.

திலோபாவைப் புரிந்து கொள்வது கடினம்ஃ

ஏனெனில், அழகு அழகின்மை, தூய்மை அசுத்தம், நன்மை தீமை ஆகியவை அவருக்கு எந்தப் பாதிப்பையும் தருவதில்லை. அவரது ஞானம் முழுமையானது. அறிவு (Knowledge) என்பது பின்னமானது, புரிந்து கொள்ளுதல் (Understanding) என்பது முழுமையானது. முழுமையை நோக்கும்போது, எல்லா வேறுபாடுகளும் வீழ்ந்து விடுகின்றன. எது அழகு, எது அழகற்றது? எது நல்லது, எது கெட்டது?

முழுமையான நோக்கில் எல்லா வேறுபாடுகளும் நீங்கிப் போகும். எல்லா எல்லைகளும் மறைந்து விடும். ஆகாய விமானத்திலிருந்து நோக்குவதைப் போன்றது இது. உயரத்தில் விமானத்திலிருந்து நோக்கும் போது எங்கே இந்தியா, எங்கே பாகிஸ்தான்? இங்கிலாந்து எங்கே, ஜெர்மன் எங்கே? வரையறைகள் நீங்கி, பூமி முழுவதும் ஒன்றாகிறது.

இன்னும் மேலே விண்கலத்தில் சென்று சந்திரனி லிருந்து பூமியை நோக்கினால், பூமி மிகச் சிறியதாகத் தெரியும். ரஷியா, அமெரிக்கா ஆகியவை தெரியா? பின் யார் ஹிந்து, யார் முஸ்லிம்? மேலே செல்லச்செல்ல வேறுபாடுகள். மறைந்துவிடும் இதைப் புரிந்து கொள்வதே மிகப் பெரிய செயல். இதற்கு மேல் எதுவும் இல்லை. மேல் உச்சியிலிருந்து நோக்கும்போது எல்லாம் தமக்குள் கலந்து ஒன்றாகின்றன. எல்லைகள் உடைகின்றன... கரையற்ற கடலே தோற்றம்... ஆனந்தம்.

"உன்னத அறிவு என்பது
இது-அது ஆகிய எல்லாவற்றையும் கடந்து நிற்கிறது.
மிக உயர்ந்த செயல் என்பது
பற்றில்லாமல் சகல ஆற்றலோடும் இருப்பது."

நெகிழ்வோடு இயல்பாக இருக்கச் சொல்கிறார் திலோபா-அதற்காகச் சோம்பேறித் தனமாகத் தூங்க வேண்டும் என்பதில்லை. மாறாக நெகிழ்வோடு இயல்பாக (loose and natural) இருக்கும்போது நிறைய ஆற்றல் நம்மிடம் வெளிப்படுகிறது. நாம் மிகவும் படைப்பாற்றல் பெறுகிறோம். செயல்பாடு (activity) அடங்கிருக்காது. செயல் (action) இருக்கும். வேலை செய்ய வேண்டும் என்ற தீவிர எண்ணம் இருக்காது. நாம் பல செயல்களைச் செய்வோம்; வெறும் எண்ணத்தினால் அல்ல, படைக்க வேண்டும் என்ற சக்தி நிரம்பி வழிவதால்.

நெகிழ்வும் இயற்கையும் கொண்டவனுக்குப் படைப்பாற்றல் மிக எளிமையாக வருகிறது. அவர் செய்வதெல்லாம் படைப்பாற்றல் மிக்கவையே. அவன் தொடுவதெல்லாம் கலைப்படைப்பாகிறது. அவன் கூறுவது கவிதை ஆகிறது. அவனது அசைவே அழகியல் ஆகிறது. புத்தர் நடப்பது கூட ஒரு கலை தான். தமது கையை உயர்த்தி, புத்தர் தம்மைச் சுற்றியுள்ள சூழலையே மாற்றி விடுகிறார்.

அவர் இச்செயல்களை எல்லாம் செய்வதில்லை. இவை தாமாகவே நடக்கின்றன. அவர் கர்த்தா இல்லை. அமைதியாக உள்ளே எல்லையற்ற ஆற்றல் எல்லாத் திசைகளிலும் பரவிக் கிடக்க, அவரது ஒவ்வொரு கணமும் படைப்பாற்றல் மிக்கதாக, பிரபஞ்சப் படைப்பாற்றல் உயைடதாகத் திகழ்கிறது.

செயல் (action) வேறு, செயல்பாடு (activity) வேறு. தன்னை மறந்து பைத்தியக்காரன் செய்வது செயல்பாடு. சுத்தம் நோக்கிச் சிலர் ஒரு நாளைக்கு 3000 முறை கைகழுவுவதைக் காணலாம். அவர்கள் செய்கையை நிறுத்தினால் அவர்கள் மிகுந்து துயரம் உறுவார்கள். அரசியல்வாதிகள், செல்வந்தர்கள் ஆகியோர் பைத்தியக்காரர்களே. அவர்களை நிறுத்த முடியாது, அவ்வாறு செய்தால் அப்புறம் என்ன செய்வது என்பதே அவர்களுக்குத் தெரியாது.

எனது நண்பன் ஒருவன் ஒருநாள் விருந்துக்குச் செல்ல வேண்டி யிருந்தது. அவனுக்கு ஓர் அழகான குழந்தை. அதை ஓர் அறையில் போட்டு பூட்டி, 'நான் வரும் வரை நல்லவனாய் நடந்து கொண்டால், வந்தபின் நீ கேட்டதைத் தருகிறோம்' என்றான். குழந்தை ஒன்றுமே செய்யாமல் அறையின் ஓர் ஓரத்தில் நின்று கொண்டது. நான் எது செய்தாலும் முதியவர் குற்றம் கண்டுபிடிப்பர். அவர்கள் உள்ளத்தின்படி எது நல்லது எது கெட்டது என்பது நமக்குப் புரியாது. தங்கள் கருத்துக்களை அவர்கள் மாற்றிக் கொண்டே இருப்பர், என நினைத்து தியானம் செய்பவனைப் போலக் கண்களை மூடிக் கொண்டு நின்றது.

கதவைத் திறந்ததும், குழந்தை மூலையில் நிற்பதைக் கண்டனர். நான் சரியாகத்தான் நடந்து கொண்டேன். ஆனால் என்னால் இருக்க முடியவில்லை', என்றது குழந்தை.

மக்களும் இப்படித்தான். தங்களை மறக்கச் செயல்படுகிறார்கள். செயல்பாடு என்பது அவர்களுக்கு ஆல்கஹால் போன்றது, ஒரு மயக்கம் செயல்பாட்டை விட்டுவிட வேண்டும், ஏனெனில் அது ஒரு நோய். செயலை விடக் கூடாது. அது ஓர் அழகு.

செயல் (action) என்பது யாது? அது ஒரு பங்கேற்பு (response). தேவையானபோது நாம் செய்கிறோம். தேவையில்லாதபோது ஓய்வெடுக்கிறோம். இப்பொழுது தேவையில்லாதவற்றைச் செய்கி றோம். ஓய்வெடுக்க நினைத்தாலும் நம்மால் முடிவதில்லை. ஆனால் செயலில் முழுமை கொண்டவன், தேவையானபோது காரியம் செய் கிறான், இல்லாதபோது ஓய்வெடுக்கிறான்.

நான் உங்களோடு பேசிக் கொண்டிருக்கிறேன். பேசுவது என்பது செயலாகவும் இருக்கலாம், செயற்பாடாகவும் இருக்கலாம். சிலரால் பேச்சை நிறுத்தவே முடியாது. அவர்கள் பேசிக் கொண்டே போவார்கள். அவர்கள் வாயை நாம் மூடினாலும் உள்ளே எந்தவித மாற்றமும் இருக்காது. இது செய்லபாடு (activity).நான் உங்களிடம் பேசுகிறேன். ஆனால், உங்களுடன் என்ன பேசப் போகிறேன் என்பது எனக்குத் தெரியாது. வாக்கியம் வாயிலிருந்து வெளிவரும் வரை அது எவ்வாறு அமையும் என்பதை நான் அறியேன். நீங்கள் மட்டுமே இங்கு கேட்ப

வர்கள் அல்லர், நானும் கேட்பவன்தான். நான் என்ன பேசப் போகிறேன் என்பது எனக்கும் தெரியாது, உங்களுக்கும் தெரியாது. என்னுடைய அடுத்த வாக்கியத்தை உங்கள் சூழ்நிலையே உருவாக்குகிறது.

எனவே, நான் பேசுவதற்கெல்லாம் நான் மட்டுமே பொறுப்பில்லை, நீங்களும் கூடப் பாதிப் பொறுப்பாளர். நீங்கள் சூழ்நிலை உருவாக்குகிறீர்கள், நான் செய்கிறேன். கேட்பவர்கருத் தக்க என் பேச்சும் அமைகிறது. நான் எதையும் முன் தயாரிப்பாகச் செய்வதில்லை. என் பேச்சு என்பது பங்கேற்பு, அது ஒரு செயல், நீங்கள் சென்றதும் நான் எனக்குள் செல்கிறேன். எனது உள் வெளியில் (inner sky) எந்த வார்த்தையும் மதிப்பதில்லை.

சிலசமயம், 'நாங்கள் உங்களிடம் ஒரு குறிப்பிட்ட கேள்வியைக் கேட்க இருந்தோம். நீங்கள் பதிலளித்தீர்கள்' என்று என்னிடம் கூறுகிறார்கள். தினமும் இது நடக்கிறது. உங்களிடம் ஒரு கேள்வி இருந்தால், அந்தக் கேள்வியால் உங்களைச் சுற்றி நீங்கள் ஒரு சூழலை உருவாக்குகிறீர்கள். அந்தக் கேள்வியால் நிரம்பி என்னிடம் வருகிறீர்கள். பின் நான் என்ன செய்வது? உங்களுக்குப் பதிலளித்துத்தான் ஆக வேண்டும். எனவேதான் உங்களது பல கேள்விகள் கேட்கப் படாமலேயே தீர்க்கப் படுகின்றன. ஏதாவது ஒரு கேள்விக்கு விடை கிடைக்கமால் இருந்தால், அதற்குக் காரணம் உங்களுக்குள் எங்கோ இருக்கும். நீங்கள் மறந்திருக்கலாம். அல்லது பல கேள்விகள் இருக்க எதைக் கேட்பது என்று யோசனையாக இருக்கலாம், குழப்பமாக இருக்கலாம். உங்கள் கேள்வியைப் பற்றி நீங்கள் நிச்சயமாக இருந்தால், பதிலும் நிச்சயம் வரும்.

இதில் என் பங்கு எதுவுமே இல்லை, அது தானாகவே நிகழ்கிறது. நீங்கள் கேள்வியை உருவாக்குகிறீர்கள், நான் அதில் வெறுமனே மதிக்கிறேன். நான் அவ்வாறு செய்தாக வேண்டும், ஏனெனில் உங்களுக்குச் சொல்வதற்கு என்று என்னிடம் ஏதும் இல்லை. உங்களிடம் சொல்லுவதற்கு நான் தயாராக இருந்தால் அது அர்த்தமற்றதாகி விடும். நீங்கள் இல்லாது போனாலும், அது பொருளற்றதாகி விடும்.

அகில இந்திய வானொலி நிலையம் என்னைப் பேச அழைத்த போதெல்லாம் நான் மிகவும் கஷ்டப்பட்டேன். பேச்சைக் கேட்க

முன்னிலையில் ஆள் இல்லாதபோது யாரிடம் பேசுவது? 'இது என்னால் முடியாது' என்று மறுத்து விடுவேன். 'பணியாளர் சிலரை அழைத்து வருகிறோம். அவர்கள் முன் பேசுங்கள்,' என்றார்கள். அப்பொழுது அவர்களிடம் சொன்னேன், 'பின் தலைப்பு ஏதும் கொடுக்காதீர்கள். முன் உட்கார்பவர்களே அதைத்தந்து விடுவார்கள்!

நீங்கள் முன்னால் அமர்ந்திருக்கும்போது நீங்களே கேள்வியை, சூழ்நிலையை உருவாக்கி தருகிறீர்கள். விடை தானாகவே உங்களை நோக்கி வருகிறது. இது ஒரு தனிப்பட்ட நிகழ்வு. நான் வானொலி நிலையம் செல்வதை நிறுத்திவிட்டேன். ''இது என்னால் முடியாது. இயந்திரங்களுக்கு முன் என்னால் பேச முடியாது. ஏனெனில் அவர்களில் நான் மிதக்கத் தக்க சூழ்நிலையை உருவாக்க முடியாது. மனிதர்கள் முன்னரே, நான் பேசுவேன், '' என்றேன்.

எனவேதான் நான் எந்தப் புத்தகத்தையும் எழுதியதில்லை. என்னால் முடியாது! யாருக்காக எழுத வேண்டும்? அதை யார் படிப்பார்? அதைப் படிப்பவர், சூழ்நிலை உருவாக்குபவர் என்று தெரிந்தால் ஒழிய என்னால் எழுத முடியாது. நான் கடிதங்கள் மட்டுமே எழுதி யிருக்கிறேன். அது இன்னாருக்காக என்று தெரிவதால்.

நான் எழுதும்போது, யாருக்கு எழுதுகிறேனோ, அவர் எனக்கு எழுத உதவி செய்கிறார்.கடிதம் எழுதுவது ஓர் உரையாடல்.

இது செயல். நீங்கள் என்னைவிட்டு நீக்கிய வுடனேயே எல்லா மொழியும் எனனைவிட்டு நீங்கிவிடுகின்றன. வார்த்தைகள் மதிப்ப தில்லை, அவை தேவையில்லை. நடக்கும் போது கால்கள் தேவை, நாற்காலியில் உட்கார்ந்தபின் அவை தேவையில்லை. பேசும்போது வார்த்தைகள் தேவை. அதுபோல் சூழ்நிலை ஏற்பட்டால் செயல் தேவை. ஆனால் அதை முழுமை நிச்சயிக்கட்டும், நாம் அன்று. பின் கர்மங்கள் கிடையாது, கணத்துக் கணம் புதுமைதான். ஒவ்வொரு கணமும் இறந்த காலம் அழிகிறது, எதிர்காலம் பிறக்கிறது. குழந்தையைப் போல நாம் அதில் புதிதாகப் பிரவேசிக்கிறோம்.

'மிக உயர்ந்த செயல் என்பது
பற்றில்லாமல் சகல ஆற்றலோடும் இருப்பது.'

செயல்கள் நடக்கும், ஆனால் பற்றுக்கோடு இருக்காது. நான் இதைச் செய்தேன்' என்ற எண்ணம் இருக்காது. எனக்கு அவ்வாறே உள்ளது. இது பேசப்பட்டது, இது நிகழ்ந்தது என்று மட்டுமே உணர்கிறேன். செய்வது முழுமையே, நானோ நீங்களோ அல்ல. முழுமை என்பது நானும் நீங்களும் சேர்ந்தது நாம் இருவரும் அற்றதும் கூட. தீர்மானிப்பது முழுமையே, நாமன்று. நம்மூலம் நிறைய செயல் நடக்கிறது. நம் மூலம் படைக்கப்படுகிறது, ஆனால் நாம் படைக்கவில்லை. படைப்பது முழுமையே, நாம் அதன் வழி, பாதை, ஊடகம் (medium) உள்ளீடற்ற மூங்கில் நாம், முழுமை அதன் விரல்களையும் உதட்டையும் மூங்கிலில் வைத்து ஊதும்போது அது புல்லாங்குழல் ஆகிறது, ஒரு பாடல் பிறக்கிறது.

எங்கிருந்து இந்தப் பாடல் பிறக்கிறது? புல்லாங்குழல் என்று அழைக்கப்படும் மூங்கிலிருந்தா? இல்லை. முழுமையின் உதடுகளி லிருந்தா? இல்லை. அதில் எல்லாமே கலந்திருக்கின்றன. மூங்கில், முழுமை. பாடுபவர், கேட்பவர் எல்லாமே சேர்ந்திருக்கிறது. ஒருசிறு பொருள் கூட வேறுபாட்டை ஏற்படுத்தலாம்.

அறையின் ஓர் ஓரத்தில் உள்ள ரோஜா மலர் அறையின் சூழ்நிலை யைப் பாதிக்கும். அதைச் சுற்றி ஒளிவட்டம் உண்டல்லவா! அது சூழலைப் பாதிக்கிறது. அதுபோலவே முழுமை நம்மைப் பாதிக்கிறது. நிறைய நடக்கிறது, ஆனால் யாரும் கர்த்தா இல்லை.

''.....பற்றில்லாமல் சகல ஆற்றலோடும் இருப்பது''

நாம் கர்த்தா ஆகாதபோது பற்றுக்கோடு எவ்வாறு உண்டாகும்? ஒரு சிறு செயலைச் செய்தாலும், 'நான் இதைச் செய்தேன்' என்று சொல்கி றோம். நாம் செய்தது பிறருக்குத் தெரிய வேண்டும் என்ற எண்ணமே இதற்குக் காரணம். அதனால் பற்றுக்கோடு உண்டாகிறது. உன்னத புரிந்து கொள்ளுதற்கு தடை இந்த அகந்தையே. கர்வத்தை விடுங்கள், எல்லாம் தானே நிகழட்டும். இதைத்தான் திலோபா 'நெகிழ்ச்சியோடு இயல்பாக இருத்தல்' என்கிறார்.

''மிக உயர்ந்த சாதனை என்பது
எதிர்பார்ப்பின்றி எங்கும் உள்ள தன்மையாய்
உணர்வது.''

இது மிக ஆழமானது; மிக நுட்பமானது. ''எது மிகவும் உயர்ந்த சாதனை? எங்கும் உள்ளதை எந்த எதிர்ப்பும் இன்றி உணர்வது'' உள்ளே இருக்கும் முழுமையான வெளியே எங்கும் பரந்திருப்பது (immonence), 'எதிர்பார்ப்பு' (hope) இதைச் சொல்லதிலோபா ஏன் பயன்படுத்துகிறார்? எதிர்பார்ப்பின் விளைவே எதிர்காலம், ஆசை, முன்னேற விருப்பம் பேராசை, திருப்தியின்மை ஆகிய எல்லாம். இதனால் வெறுப்பும் ஏமாற்றமும் மிஞ்சும்.

'நம்பிக்கையே இல்லாது இருங்கள்' என்று அவர் கூறவில்லை, ஏனெனில் அதுவும் நம்பிக்கையோடுதான் வருகிறது. நம்பிக்கையின்மையை அவர் வலியுறுத்தவில்லை, நம்பிக்கையும் வேண்டாம் என்கிறார். அவர் கூறுவது 'எதிர்பார்க்கும் தன்மை வேண்டாம்' என்பதே. புத்தர் கூறும் இதே செய்தியை மேலை நாட்டினரால் புரிந்து கொள்ள முடியவில்லை. இந்தமக்கள் நம்பிக்கை அற்றவர் என்கிறார்கள். இவர்கள் நம்பிக்கை வாதியும் அல்லர், நம்பிக்கை இன்மை வாதியும் அல்லர், 'எதிர்பார்ப்பு அல்லது நம்பிக்கை வேண்டாம் என்பதற்கு இதுவே பொருள்.

இருண்ட மேகத்திலும் மின்னல் வெளிச்சத்தைக் காண்பவன், நம்பிக்கை வாதி. இருண்ட இரவின், பின் காலை விடியலைக் காண்பவன் நம்பிக்கை வாதி. இதற்கு நேர்மாறானவன் நம்பிக்கையற்றவன். அவன் எப்பொழுதும் இருண்ட மேகம் பற்றியே பேசுவான், ஒவ்வொரு காலையும் மாலையில் முடியும் என்பான். இந்த இரு கருத்துக்களும் மாறுபட்டது போல் தோன்றலாம். ஆனால் அவை ஒன்றுதான். கருத்து ஒன்றே. கூறுகின்ற முறையில்தான் வேறுபாடு. மேகத்தில் மின்னல், மின்னலில் மேகம் இரண்டுமே முழுமையில்லை; ஒரு பகுதியைத்தான் காண்கிறோம். அங்கு பிரிவு இருக்கிறது. விருப்பம், தேர்வு வந்து விட்டால் நாம் ஒருபோதும் முழுமையைக் காண முடியாது.

புத்தர், திலோபா நான் ஆகியோர் நம்பிக்கை வாதிகளும் இல்லை, நம்பிக்கை அற்றவரும் இல்லை. எதிர்பார்ப்பை விட்டுவிடுகிறோம், அவ்வளவே. எதிர்பார்ப்பு (hope) என்ற நாணயம் விடப்பட்டதும், அதன் இரு கூறுகளும் நீங்குகின்றன. இது முற்றிலும் புதிய பரிமாணம். புரிந்து கொள்வது கடினம்.

பொருளை உள்ளபடி நோக்குகிறார் திலோபா. அவருக்கு விருப்பம் ஏதும் கிடையாது. அவர் காலை மாலை இரண்டையும் ஒரு சேரப் பார்க்கிறார். அவ்வாறே முள் மலர், இன்பம்-துன்பம், பிறப்பு-இறப்பு ஆகியவற்றை ஒன்றாகவே காண்கிறார். அவருக்கு என்று தனிவிருப்பம் ஏதும் கிடையாது. அவரிடம் நம்பிக்கையும்இல்லை, நம்பிக்கை இன்மையும் இல்லை. எதுவும் இன்றி வாழ்கிறார் அவர். இது உண்மையிலேயே வாழ்க்கையின் அற்புதப் பரிமாணம்; 'எதிர்பார்ப்பும் ஏதும் இன்றி' என்ற தொடர் மொழிக்கு அப்பாற்பட்டது-நம்பிக்கை இன்மையைக் குறிப்பது போலத் தோன்றும், ஆனால் மொழியின் இயலாமையே இது. 'எதிர்பார்ப்பு ஏதும் இன்றி எங்கும் உள்ள தன்மையை உணர்வதே மிக உயர்ந்த சாதனை', என்று அவர் குறிப்பிடு கிறார். நம் முழுமையை உணர வேண்டும் நாம். அதுதானே! முன்னேற்றம், மாற்றம், வளர்ச்சி ஆகியவற்றுக்குத் தேவையே இல்லை.

ஆழமாகச் சென்றால் இது புரியும்ஃ திடீரென்று எல்லா மலர்களும் முட்களும் மறையும் பகல் இரவுகள் மறையும், வாழ்வும் மரணமும் மறையும், கோடையும் குளிர்காலமும் மறையும். எதுவும் எஞ்சி நிற்காது. ஏனெனில், பற்றுக்கோடு மறைகிறது. இருப்பதை அப்படியே ஏற்பதால் எந்தப் பிரச்சனையும் இருக்காது. நாம் அதுவாகவே இருக்கிறோம். கொண்டாட்டம் நிகழ்கிறது. இது நம்பிக்கையின் விளைவு அன்று; வழிந்தோடும் ஆற்றலின் கொண்டாட்டம். நாம் மலர்கிறோம், எதிர்காலத்தில் ஒன்றை நோக்கி அன்று.

முழுமையாம் நமதியல்பை உணரும்போது இந்த மலர்ச்சி ஏற்படுகிறது. காரணமில்லாமலேயே உண்டாகும் மலர்ச்சி. அத்தன்மை யில் முழு ஓய்வு கிடைக்கிறது; ஓய்வு, மலர்ச்சி, முழுமை எல்லாம் ஒரு சேர நிகழ்கிறது. எதிர்காலம் உதிர்ந்து விடுகிறது. நம்பிக்கை, எதிர்பார்ப்பு நீங்கியதால் எதிர்காலம் மறைகிறது. எதிர்பார்ப்பு நீங்கினால் மற்றவை எல்லாம் தானாகவே நீங்கிவிடும். எனவே மகிழ்ச்சியும் மௌனமும் மலரும்.

எல்லா முயற்சியும் இறுதியில் முயற்சியில்லாத் தன்மைக்கே கொண்டு சேர்க்கும். இறுதியில் நாமே முயற்சி செய்வதை விட்டு

விடுவோம். தேடுதல் முடிந்து ஒரு மரத்தடியில் நிலையாக உட்கார்ந்து விடுவோம்.

ஒவ்வொரு பயணமும் நம திருப்பின் ஆழ்ந்த பகுதியில் (innermost suchness of being) முடிகிறது. அது ஒவ்வொரு கணமும் நம்மிடமே நிகழ்கிறது. அதற்கான அதிக விழிப்புணர்வு தேவை. நம்மிடம் தவறு ஏதும் இலை, நாமே தவற்றினை உருவாக்குகிறோம். நாம் பெரிய படைப்பாளிகள். ஆம், நோய்கள், தவறுகள், பிரச்சனைகள் ஆகியவற்றை உருவாக்கி அவற்றில் தேர்ந்தெடுக்கிறோம். அவற்றைத் தீர்ப்பது எவ்வாறு? முதலில் படைக்கிறோம், பின் துரத்துகிறோம். ஏன் முதலில் படைக்க வேண்டும்?

எதிர்பார்ப்பு, ஆசை ஆகியவற்றை விட்டு வெறுமனே பாருங்கள்; கண்ணை மூடி நீங்கள் யார் என்று பாருங்கள். கண்களை இமைக்கும் நேரத்தில் கூட இது சாத்தியமே, அதற்குக் காலம் தேவையில்லை. அதற்குக் காலம் தேவை, படிப்படியான வளர்ச்சி தேவை என்று கருதுவது மனமே. மனத்திற்கே காலம் தேவைப்படுகிறது, நமக்கன்று.

'மிக உயர்ந்த சாதனை என்பது
எதிர் பார்ப்பின்றி எங்கும் உள்ள தன்மையை
உணர்வது'..

சாதனை செய்யப்படவேண்டியது உள்ளே. 'எங்கும் உள்ள தன்மை' (immenence) என்பதன் பொருள் அதுவே. ஏற்கனவே உள்ளேஇருப்பதை உணர்வதே சாதனை. நாம் முழுதும் சரியாகவே (Perfect) பிறந்திருக்கிறோம். முழுமையிலிருந்து பிறந்த முழுமை நாம். ஏசுபிரான் கூறும் 'நானும் என் தந்தையும் ஒன்றே' என்பதன் பொருள் இதுவே. அவர் என்ன சொல்கிறார்? முழுமையிலிருந்து வெளிவருவதால் நாமும் முழுமையே என்கிறார்.

ஒரு கையில் கடல்நீரை எடுத்துக் குடியுங்கள். அது உப்பாகவே இருக்கும். ஒரு துளி கடல்நீரில் கடல்நீரின் தன்மை முழுவதையும் காணலாம். ஒரு துளி கடல்நீரைப் புரிந்துகொண்டால் கடல் முழுவதையும் புரிந்து கொண்ட மாதிரி ஆகும். ஒரு சிறுதுளி என்பது கடலின் சிறு வடிவம். அதுபோல நாமும் முழுமையின் சிறுவடிவம்.

உள்ளே ஆழ்ந்து சென்று இதை உணர்ந்தால், திடீரென்று சிரிப்பு வரும். நாம் சிரிக்க ஆரம்பிக்கிறோம். நாம் எதைத் தேடுகிறோம்? தேடுபவனே தேடப்படுகிறான். பயணியே இலக்கு ஆகிறான். இதுதான் மிக உயர்ந்த சாதனை. எதிர்பார்ப்பு ஏதும் இன்றி நம்முடைய முழுமையை உயர்வதே உயர்ந்த சாதனை. எதிர்பார்ப்பு என்பது கிளர்ச்சியையும், அதனால் தொடர்ந்து தொல்லையையும் உண்டாக்கும். 'மேலும் சாதிக்கலாம்' என்று சிந்திக்க ஆரம்பிப்போம். 'மேலும் இது சாத்தியம். இது நல்லது' என்ற கனவுகள் பிறக்கும்.

'தியானம் நல்லதுதான். ஆனால் மேலும் வளர எங்களுக்கு வேறுவழி (techinque) ஏதாவது கூறுங்கள்' என்று என்னிடம் வந்து கேட்கிறார்கள். "எல்லாமே அழகுதான். இப்பொழுது என்ன செய்வது?" என்று சிலசமயம் சிலர் கேட்பதுண்டு. இங்கு எதிர்பார்ப்பு உள்ளே நுழைந்து விடுகிறது. எல்லாமே தவறு என்றபொழுதும் 'இப்பொழுது என்ன செய்வது?" என்ற கேள்வி எழுகிறது. எல்லாமே அழகு என்ற போதும் அதே கேள்வி எழுகிறது. இதுதான் எதிர்பார்ப்பு! இதை விட்டுவிட வேண்டும்.

ஒருவர் என்னிடம் வந்து 'இப்பொழுது எல்லாமே நன்றாகச் செல்கிறது, ஆனால் நாளை எப்படி இருக்கும்?' என்று கேட்டார். எல்லாமே சரியாக இருக்கும் பொழுது, நாளை என்பது ஏன் உள்ளே வருகிறது? பிரச்சனையில்லாமல் இருக்க முடியாதா? இன்று எல்லாமே சரியாக இருக்கும் போது, நாளை இன்றிலிருந்து பிறப்பதுதானே. இன்று மௌனமாக இருந்தால் நாளை என்பது மேலும் மௌனமாக இருக்கும். நாளைய கவலையை நினைத்து இன்றைய அமைதியை அழித்துவிடக் கூடாது. பின் நாளையும் விரக்தியே ஆகும். இதற்குக் காரணம் நாமே. எதிர்காலம் என்ற எண்ணம் நம்மிடம் இல்லாமல் இருந்தால் இது எழுந்திருக்காது.

இவ்வாறு மனம் நம்மைக் கொல்லும் தன்மை படைத்தது. எதைப் பற்றியும் நமக்கு முன்னரேயே எச்சரிக்கை விடுப்பது அதன் வழக்கம். நாமும் அதனால் பாதிக்கப்படுவோம்.

ஜோதிடர்கள், கைரேகைக்காரர்கள் ஆகியோர் ஏதோ சொல்கிறார்கள். அவர்கள் சொல்வதால் அதுநடப்பதில்லை. அவர்கள் சொல்வது

எதிர்காலத்தைப் பற்றியது. மார்ச் 13இல் நாம் இறக்கப் போகிறோம் என்று ஒருவர் ஜோதிடம் கூறினால், அது நடக்கலாம். அவர் நமது எதிர்காலத்தை அறிந்தார் என்று இங்கு பொருளில்லை, அதைக் கணித்துக் கூறியிருக்கிறார். ஆனால், மார்ச் 13 என்பது முடியாது, கனவு காண முடியாது. இவ்வாறு நம்மை நாமே அழித்துக் கொள்வோம்.

ஒரு சமயம் ஒரு ஜெர்மன் கைரேகையாளர் தன் மரணத்தையே கணித்துக் கூறினார். அவர் பலருக்குச் சொன்னது நன்றாகவே பலித்திருந்தது. எனவே, அவரே தன்னுடைய மரணத்தையும் கணித்துச் சொல்லும்படி அவரது நண்பர்கள் வற்புறுத்தினார்கள். ஒரு நாளைக் குறிப்பிட்டு அன்று காலை ஆறுமணிக்குத் தாம் இறந்துவிடுவோம் என்று கூறினார் அவர். விடியற்காலை ஐந்து மணியிலிருந்து அவர் மரணத்துக்குத் தயாரானார். கடிகாரத்தின் அருகேயே உட்கார்ந்திருந்தார். மணி ஆறு அடிக்கப் போகிறது. அவர் இன்னும் உயிரோடு இருக்கிறார். சரியாக ஆறு மணி ஆனதும் ஜன்னலின் வழியாகக் குதித்து இறந்து போனார். நாள் கணித்தபடியே இறந்துபோனார்.

மனம் என்பது தன்னைத்தானே நிறைவு செய்து கொள்ளும். எனவே கவனமாக இருக்க வேண்டும். நாம் மகிழ்ச்சியாக இருக்கும் போது மனம் சொல்லும், 'இன்று மகிழ்ச்சியாக இருக்கிறாய். ஆனால் நாளை?' இந்தப் பொழுதில் நாளையை நுழைத்து அது நிம்மதியைக் கலைத்துவிடும்.

ஒன்று நடக்கும் என்றோ, நடக்காது என்றோ எதிர்பார்க்கக் கூடாது. கணத்துக்குக் கணம் நிகழ்காலத்திலேயே வாழ வேண்டும், நடக்கப் போவது எப்படியும் நடக்கும். பின் ஏன் கவலை? இந்தக் கணம் அழகாக இருக்குமானால், அடுத்த கணம் மேலும் அழகாக இருக்கும். அதைப் பற்றி நினைக்க வேண்டிய அவசியம் இல்லை.

நாம் முழுமையாகவே இருக்கிறோம், முழுமை நமது இயல்பு, என்பதை மறந்துவிடக் கூடாது. அது வந்தாலும் அந்தக் கணத்திலேயே அதை அனுபவிக்க வேண்டும். எச்செயலும் நிகழும் அத்தருணத்தை விட்டு விலகாமலிருந்தால் படிப்படியாக, குறைபாடு கூட நிறைவில்

கரைந்து போகும். காமம் ஆனந்தத்திலும், கோபம் கருணையிலும் கரைந்து விடும்.

இந்தக் கணத்தில் நமது முழுமையை நாம் உணர்ந்தால், எந்தப் பிரச்சினையும் இல்லை. இதுவே மிக உயர்ந்த சாதனை. எதிர்பார்ப்பு எதுவும் இல்லாததால், இது நிறைவானதே. எதிர்பார்ப்பு என்று வந்தாலே இப்பொழுது நம்மிடத்தில் சரியில்லை என்று பொருள். எனவேதான் ஒன்றை எதிர்நோக்கியோ அல்லது எதிர்த்தோ எதிர்பார்த்து நிற்கிறோம். நம்முடைய எதிர்பார்ப்புக்கள் ஒன்றுக்கு எதிரான மற்றொன்றையே பற்றி அமைகின்றன. சோகமாக இருந்தால் மகிழ்ச்சியை எதிர்பார்க்கிறோம். அழகில்லாமல் இருந்தால் அழகை எதிர்பார்க்கிறோம். இல்லாத ஒன்றை எதிர்பார்ப்பது மனத்தின் வேலை. உங்கள் எதிர்பார்ப்பை வைத்தே நீங்கள் எப்படிப்பட்டவர் என்று கூறிவிடலாம். எனவே எதிர்பார்ப்பை விட்டுவிடுங்கள். சும்மா இருங்கள். அவ்வாறு இருந்தால் அதுவே பெரிய சாதனை.

''யோகி
முதலில் தன்மனம்
நீர்வீழ்ச்சியைப் போலத் துள்ளுதலை உணர்வான்;
நடுவழியில்
கங்கையைப் போல மென்மையாக, மெதுவாக
ஓடுதலை உணர்வான்.
இறுதியில் அது கடலைப் போல போகும்.
அங்கு மகன் ஒளியும் தாயின் ஒளியும் ஒன்று கலக்கும்.

இங்கேயே இப்பொழுதே இருந்தால் ஞானத்தின் முதல் காட்சியாம் சடோரி நிகழும். அப்பொழுது யோகியின் மனம் அருவியைப் போல் துள்ளிக் குதிக்கும். அதாவது இதுவரை பனிக்கட்டியாக உறைந்திருந்த மனம் இப்பொழுது உருக ஆரம்பிக்கும். இயல்பாக நெகிழ்ச்சியோடு, இங்கேயே இப்பொழுதே இருக்கும் நிலையில் மனம் கரைய ஆரம்பிக்கும். நாம் சூரியனை அதனிடம் கொண்டு வந்து விட்டோம். இங்கேயே இப்பெழுதே என்று இருக்கும்போது பெரிய சக்தி எதிர் காலத்துக்கும் செல்லாமல், இறந்த காலத்தை நோக்கியும் செல்லாமல் சேமிக்கப்பட்டு, அது மனத்தைக் கரைக்க ஆரம்பிக்கிறது.

சக்தியே நெருப்பு, சக்தியே சூரியன், தம்முள் குவிந்து நிகழ்காலத் திலேயே வாழும்போது எல்லாவகையான கசிவும் நின்றுவிடும். ஆசை, எதிர்பார்ப்பு ஆகிய இரண்டின் மூலம் தான் கசிவு நிகழும். எதிர் காலத்தைப் பற்றிச் சிந்திப்பதாலும், 'இதைச் செய், அதைச் செய்' என்ற உந்துதலாலும் சக்தியின் விரயம் ஏற்படுகிறது. இங்கேயே நிலைத்து நிற்கும்போது அது நம்மீதே குவியும். அது ஒரு நெருப்பு வட்டமாகி விடும். அப்பொழுது மனம் என்னும் பனிப்பாறை உருக ஆரம்பிக்கும்.

''யோகி
முதலில் தன்மனம்
நீர்வீழ்ச்சியைப் போலத் துள்ளுதலை உணர்வான்.'

எல்லாம் விழுகிறது. மனம் முழுவதும் விழுகிறது- அதைக் கண்டு பயம் வரலாம். முதல் சடோரிக்கு அருகே முழு ஆழமாகவும், நெருக்க மாகவும் குரு தேவைப்படுகிறார். ஏனெனில் அப்பொழுது அவர் சொல்லுவார், 'பயப்படாதே. விழட்டும் இது அழகு'

'விழுதல் என்றவுடனேயே பயம் வந்துவிடுகிறது. ஏனெனில் விழுதல் என்பது நம் பற்றுக்கோட்டினை இழந்து, மிகுந்து ஆழத்தில் விழுதல். தெரியாத ஒன்றினுள் பிரவேசித்தல் ஆகும். விழுதல் என்பதில் மரணத்தின் தன்மையும் உண்டு. எனவே தான் பயம் ஏற்படுகிறது.

நீங்கள் எப்பொழுதாவது மலையின் உச்சிக்குச் சென்று அங்கிருந்து ஆழத்தில் இருக்கும் பள்ளத்தாக்கினைப் பார்த்திருக்கிறீர்களா? அங்கிருந்து விழுந்து இறந்து விடுவோமோ என்ற பயம் உண்டாகும். மனம் உருகும்போது எல்லாமே விழத்தொடங்கும் காதல், பேராசை, கோபம், அகந்தை எல்லாமே விழத் தொடங்கும். நாம் இறுகப் பற்றிநின்றவை நெகிழ்ந்து விழத் தொடங்கும்இ வீடு இடிந்து விழுவதைப் போன்றது இது. வீடு இடிந்தால் ஒரே குழப்பம்தான். இதுவரை கட்டிக்காத்த ஒழுங்கு, கட்டுப்பாடு விழத் தொடங்கும். இயல்பாக நெகிழ்ச்சியோடு இருக்கும்போது எல்லாமே நீங்கிவிடும். இதுகாறும் உள்ளே அடக்கி வைத்தவை வெளிப்படும். சுற்றி ஒரு குழப்பமாக இருக்கும், நாம் பைத்தியம் பிடித்ததுபோல் இருப்போம்.

முதல்படிதாண்டிச் செல்வது கஷ்டம்தான். ஏனெனில் சமுதாயம் நம்மீது கட்டாயமாகச் சுமத்தியவை விழுந்துவிடும். நமது நிபந்தனைகள் விழுந்துவிடும். நம் பழக்க வழக்கங்கள், வழிகாட்டுதல்கள், பாதைகள் எல்லாம் மறைந்து விடும். நாம் யார் என்பதே நமக்குத் தெரியாது போகும். பெயர், குடும்பம், பதவி, பெருமை அத்தனையும் அற்றுப் போகும். எல்லாம் உருகியபின் இதுவரை நமக்குத் தெரிந்த எல்லாம் நீங்கிவிடும். நமக்கு ஒன்றுமே தெரியாத நிலை முழு அறியாமையை உணர்வோம்.

சாக்ரடீஸுக்கு நிகழ்ந்தது இதுதான். அது அவருக்கு நிகழ்ந்த முதல் சடோரி அனுபவம். அவர் சொன்னார், ''எனக்கு இப்பொழுது ஒன்று மட்டுமே தெரியும், 'எனக்கு எதுவுமே தெரியாது' என்பதே அது. நான் அறியாமை மிக்கவன் என்பதே என்னிடம் உள்ள ஒரே அறிவு.'' இதுவே முதல் சடோரி''.

இந்த நிலைக்கு வந்த மனிதனை மஸ்த் என்று ஸுஃபிக்கள் அழைக்கின்றனர். (மஸ்த்-பைத்தியக்காரன்). பார்க்காமலேயே அவன் பார்ப்பான், எங்கு போகிறோம் என்பது தெரியாமலேயே சுற்றிக் கொண்டிருப்பான், அர்த்தமற்ற சொற்களைப் பேசுவான், அவன் பேச்சில் ஒழுங்கு இருக்காது, ஒரு வார்த்தைக்கும் அடுத்த வார்த்தைக்கம் தொடர்பே இருக்காது, அது போலவே வாக்கியங்களும். அவன் ஒரு முரண்பாடாகிறான், அவனை நம்ப முடியாது.

இந்நிலையில் உள்ள நம்மைக் கவனித்துக் கொள்ளவே ஆசிரமங்கள் தோன்றின. அவனைச் சமுதாயத்தில் அனுமதிக்க முடியாது. மக்கள் அவனைச் சிறையிலோ, பைத்திய விடுதியிலோ அடைக்கக் கூடும். மேலும் அவனைப் பழைய நிலைக்குக் கொண்டுவர முயற்சிக்கலாம். சமுதாயச் சங்கிலியை அவன் முழுதும் அறுத்தன். ஒரு குழப்பமாகி விட்டான்.

எனவேதான், நான் குழப்பத்தியானத்தை வலியுறுத்துகிறேன். இந்த முதல் சடோரிக்கு அவை துணை செய்யும். ஆரம்பத்திலிருந்து மௌனமாக அமர முடியாது. அது இரண்டாவது சடோரியிலேயே சாத்தியம். முதல் சடோரியில் நாம் குழம்பித்தான் ஆகவேண்டும். எல்லா

சக்திகளும் செயல்பட அனுமதிப்பதன் மூலம் நம்மைச் சுற்றியிருக்கும் தளைகளை அறுத்து எறிகிறோம். நாம் முதன் முறையாகச் சமுதாயத்தி லிருந்து வெளியேறுகிறோம். அப்பொழுது நமக்கு உறுதுணையாய் இருக்க ஒரு குரு தேவை. எதையும் பற்றி நிற்காமல் விழுந்துவிட அனுமதிக்க வேண்டும். பற்றுக்கோடு நீங்காது போனால் காலம் தாழ்த்துதல் நிகழும். சீக்கிரம் வீழ்ந்தால், உடனே பைத்தியம் மறையும்; இல்லையேல் அது தொடரும்.

உலகத்தில் உள்ள பல்லாயிரக்கணக்கான பைத்தியங்களுக்குத் தேவை குருவே அன்றி, உளவியல் நிபுணர் அன்று, அவர்கள் முதல் சடோரியை அடைந்து விட்டனர். உளவியல் மருத்துவம் அவர்களை மீண்டும் சாதாரண நிலைக்கே கொண்டுவந்து விடும். அவர்கள் நம்மை விட உயர்ந்த நிலையில் இருக்கிறார்கள், வளர்ச்சியை அடைந்திருக்கி றார்கள். அவர்களைப் பார்த்து, 'நீ பைத்தியம்' என்று சொன்னால், அவர்கள் அதை மறைக்க நினைப்பர், இதனால் பற்றுக்கோடு நிகழும். பற்றுக்கோடு தொடரத் தொடர, பைத்தியத் தன்மையும் தொடரும்.

சமீபத்தில் ஆர்.டி.லைக் (R.D. Laing) போன்றோர், பைத்தியம் பிடித்த சில மனிதர் சாதாரண மனிதரைவிட உயர்ந்தநிலையில் இருப்ப தாகக் கண்டறிந்திருக்கிறார்கள். ஆனால் கீழை நாடுகளில் இதை முன்னரே அறிந்திருக்கின்றனர். கீழை நாடுகளில் பைத்தியத்தை அடக்க முற்பட மாட்டார்கள். பைத்தியக்காரனை அழைத்துச் சென்று ஒரு பள்ளிக் கூடத்தில் குரு ஒருவரிடம் ஒப்படைப்பர். அவர்கள் சடோரியை அடையச் செய்யப்படும் முதல் உதவி இது.

கிழக்கில் போற்றப்படுவர் மேற்கில் கண்டிக்கப்படுகிறார். அவருக்கு மின்சார ஷாக், இன்சுலின் ஷாக் (Shock) போன்றவ்றறைத் தந்து, மூளையைக் கூட அறுவை சிகிச்சை செய்கிறார்கள். மூளையின் ஒரு பகுதிகூட அகற்றப்படுகிறது. ஆனால் அதற்குப் பிறகு அம்மக்கள் முட்டாளாக சோர்வுற்றுக் காணப்படுகின்றனர். ஆனால் அவர்கள் இனியும் பைத்தியம் இல்லை. ஆனால் மனிதன் உயர் மனிதன் ஆவதை, இதன் மூலம் கொன்று விடுகிறார்கள். ஆனால் குழப்பநிலையைக் கடந்தே ஆக வேண்டும்.

அன்பான குருவும், நேசிக்கும் மக்களும் உள்ள ஆசிரமத்தில் எல்லாம் எளிமையாகி விடுகிறது, எல்லோருமே அதை எளிதாக எடுத்துக் கொள்கின்றனர். அதனால் மிக எளிதாக இரண்டாவது நிலையை அடைய முடிகிறது. இங்கு வெளிக்கட்டுப்பாடு நீங்கி உள் கட்டுப்பாடு அடையப்படுகிறது. வெளி ஒழுங்கு வீழ்ந்தவுடன் உள் ஒழுங்கு பிறக்கிறது. பழையது நீங்கிப் புதியது பிறக்கும் முன் அங்கே ஓர் இடைவெளி தோன்றுகிறது. அந்த இடைவெளி ஒரு நீர்வீழ்ச்சி, எல்லையற்ற ஆழத்தில் வீழ்வது போன்றுஇருக்கும்.

பாதிவழியில் இது தாண்டப்படுமாயின், அதாவது முதல் சடோரி நன்றாக அனுபவிக்கப்படுமாயின், உள்ளிருந்து புதிய ஒழுங்கு (new order) ஒன்று தோன்றும் அது சமுதாயம் நமக்குத் தந்தது அன்று. பந்தமும் அன்று. சுதந்திரத்தன்மை மிக்க புதிய ஒழுங்கு அது. இயல்பாக நமக்கு வரும் அவ்வொழுங்கு நமக்கே சொந்தமாகிவிடும். ‘இதைச் செய்’என்று இனியும் யாரும் நம்மிடம் கூற மாட்டார். நாம் செய்பவை எல்லாம் சரியாகவே இருக்கும்.

''நடு வழியில்
கங்கையைப் போல் அது மெதுவாக, மென்மையாக ஓடும்''

தடுமாறும், சத்தம்போடும் நீர்வீழ்ச்சி மறைந்து விட்டது. இனிக் குழப்பமே இல்லை.இது இரண்டாவது சடோரி மென்மையாக, மெதுவாக ஓடும் கங்கையாகிறோம் நாம். எந்தச் சத்தமும் இல்லை. மணப் பெண்ணைப் போல், மௌனமாக அழகாக நடப்போம். முற்றிலும் புதிய அழகு நம்மிடம் குடி கொள்ளும். புத்தர் சிலைகளில் நாம் காணும் அமைதி இந்நிலையைச் சார்ந்ததே. ஏனெனில் மூன்றாவது நிலையை இவ்வாறு காட்ட முடியாது.

புத்தர், தீர்த்தங்கரர்கள் நிலைகள் எல்லாமே இந்த அழகோடு காணப்பெறும். அவை பெண்மை நிரம்பியவை. அவர்கள் நோக்கில் ஆண் தன்மை இல்லை, பெண் தன்மை மட்டுமே உண்டு. அவர்களது உள்நிலை (inner being) மெதுவாக, மென்மையாக, வன்மையே இன்றி விளங்குதலை இது குறிக்கிறது.

ஸென் குருமார்களான போதிதர்மர், ரின்ஸாய் (Rinzi), போகஜு (Bokuju) ஆகியோர் முதல் நிலையில் படமாக எழுதப்பட்டுள்ளனர். அதனால் தான் அவர்கள் தோற்றம் பயங்கரமாகக் காணப்படுகிறது. உறுமும் சிங்கங்களைப் போல அவர்கள் காணப்படுகிறார்கள். அவர்கள் கண்களில் எரிமலை, நெருப்புபோல் அவர்கள் பார்வை. முதல் சடோரி நிலையில் அவர்கள் படம் அமைகிறது. முதல் நிலையை நாம் அடைந்ததும் நாம் அதைப் புரிந்து கொள்வோம். அதைக் கண்டு பயப்பட மாட்டோம் என்பதால் இவ்வாறு படம் எழுதியிருக்கின்றனர் ஸென் (Zen) மக்கள். ஆனால் புத்தரையும், தீர்த்தங்கரரையும் அவர்களது மௌனமான பெண்ணழகில் கண்டால், முதல் சடோரி நம்மிடம் அமையும்போது நாம் பயந்தே போய்விடுவோம்.

அதனால்தான் பயங்கரத் தோற்றம் படமாக எழுதப்பெற்றுள்ளது ஸென் மார்க்கத்தில். இரண்டாவது நிலையை அடைந்தபின் சிக்கல் இல்லை. நாம் மௌனமாகி விடுவோம். இரண்டாவது நிலையே இந்தியாவில் பெரிதும் வலியுறுத்தப் படுகிறது. இது ஒரு தடையாகக் கூட ஆகலாம். ஏனெனில், முதல் நிலையிலிருந்தே எல்லாவற்றையும் அறியவேண்டும். புத்தர் முதன்மையானவர். அந்நிலை நமக்கும் ஏற்படலாம். நமக்கும் புத்தருக்கும் இடைப்பட்ட பாதையில் வேறு ஏதோ ஒன்று நிகழப்போகிறது. அது முழுமையான பைத்தியத் தன்மை.

பைத்தியத்தன்மை ஏற்படும் போது என்ன நிகழும்? அது தானே அடங்கி விடும். சமுதாயம் புகுத்திய பழைய ஒழுங்கு நிலை ஆவியாகிப் போகும். பழைய சாத்திர அறிவு இனி இருக்காது. ஒரு ஸென் துறவி எல்லாச் சாத்திரங்களையும் எரிப்பதைப் போல, ஒரு புகழ் பெற்ற படம் இருக்கிறது. இது முதல் நிலையில் நிகழ்கிறது. சாத்திரம், அறிவு போன்ற எல்லாவற்றையும் குப்பை என்று தூக்கி எரிந்து விடுகிறோம். நமக்கு ஞானம் வளர்வதால், அதை இனியும் யாரிடமும் கடன்வாங்கத் தேவையில்லை. விதை முளைக்கச் சிறிது காலம் தேவைப் படுவதைப் போன்று அதற்கும் சிறிது காலம் தேவை.

இந்தக் குழப்பமான நிலையைத் தாண்டிச் சென்றுவிட்டால், இரண்டாவது நிலை மிக எளிதாகத் தொடரும்; அதுவே தானாக மலரும். அப்பொழுது நாம் மௌனம் ஆகி விடுவோம். சமவெளியில் ஓடும்

கங்கையைப் போல அமைதியாகி விடுவோம். மலையில் சிங்கத்தைப் போன்று கர்ஜிக்கும் அருவி, சமவெளிக்கு வந்ததும் அமைதியாக ஓடுகிறது. அது ஓடுகிறதா இல்லையா என்பது கூடத் தெரியாது, அவ்வளவு மௌனம். அது நகர்வதே தெரிவதில்லை.

எனவே இயல்பான அக உண்மையை, எதிர்பார்ப்பு ஏதும் இன்றி அவசரப்படாமல், ஒவ்வொரு கணத்தையும் மகிழ்ச்சியோடு அனுபவித்து... அடையுங்கள்.

'கங்கையைப் போல் அது மெதுவாக மென்மையாக ஓடும்'

இரண்டாவது நிலை முற்றிலும் அமைதியானது, ஓய்வுத் தன்மை கொண்டது. மௌனமானது.

"இறுதியில் அது கடலைப் போல இருக்கும்.
அங்கு மகனின் ஒளியும் தாயின் ஒளியும் ஒன்று கலக்கும்."

பின் திடீரென்று மெதுவாக ஓடி அது கடலில் கலந்துவிடும். இனி அது ஆறு இல்லாத எல்லையற்ற கடல். அது தனிப்பொருள் இல்லை, அகந்தை நீங்கி விடுகிறது.

இரண்டாவது நிலையில் கூட அகந்தை மிக மிக நுட்பமாக இருக்கிறது. அஹங்காரம் (அகந்தை), அஸ்மிதம் (இருப்பு, அகந்தையின்மை) என இரு சொற்களை இந்துக்கள் கையாளுகின்றனர். 'இருக்கிறேன்' என்னும் போது அங்கு அகந்தை இல்லை, வெறும் இருப்பு உணர்வு மட்டுமே (am-ness) இருக்கிறது. அது மிகவும் அமைதியான அகந்தை. அதில் வன்முறைத்தன்மை இல்லாதபடியால் அதை யாரும் உணர்வதில்லை. அது எந்தச் சுவையும் விட்டுச் செல்லாது, ஆனாலும் இருக்கும். 'நாம் இருக்கிறோம்' என்ற உணர்வு இருக்கும்.

எனவேதான் அது இரண்டாவது சடோரி என்றழைக்கப்படுகிறது. கங்கை அமைதியாக ஓடுகிறது, இருந்தாலும் அது இருக்கவே செய்கிறது. இது அஸ்மிதம். அகந்தையின் வன்முறைக் குணங்கள் நீங்கிவிட்டன ஆனால், அமைதியான இருப்பு ஓடுகிறது. ஆற்றுக்கு இரு பக்கத்திலும்

கரைகள் உண்டு எல்லைகள் உண்டு இருப்பினும் அது தனது தனித்தன்மையை இழக்கவில்லை.

அகந்தை அழியும்போது, ஆளுமைத்தன்மை (Personality) அழிந்து விடுகிறது, ஆனால் தனித்தன்மை அழிவதில்லை. ஆளுமை என்பது புற தோற்றம், தனித்தன்மை என்பது அகவியல்பு. ஆளுமை என்பது பிறர்க்காக, அதுவே அகந்தை. ஆனால் இருப்புணர்வு (am ness) என்பதைப் பிறர் பார்க்க இயலாது. கங்கையைப் போல அது அமைதி யாக, இன்னொருவர் விவகாரத்தில் தலையிடாமல் ஓடிச் செல்லும்.

பின் தனித்தன்மையும் நீங்கி விடுகிறது. இதுவே ஆத்மா. அகந்தை என்பது அதன் நிழல். இரண்டாவது நிலையாம் அஸ்மிதத்தில் அகந்தை மறைந்து இருப்புணர்வு (amness) மட்டும் எஞ்சி நிற்கிறது. அது முழுமையாகவே இருக்கிறது. மூன்றாவது நிலையில் இருப்புணர் வும் மறைந்து விடுகிறது.

இதைத்தான் திலோபா அநாத்மா (no self) என்கிறார். நாம் இருக்கிறோம் எந்த எல்லையும் இருப்பதில்லை. ஆறு கடலாகி விட்டது. தனித்தன்மை இனியும் இல்லை, ஆனால் நமதியல்பு பெரிய வெளியாக, வெற்றிடமாக (Vast emptiness) ஆகி விட்டது. ஆகாயத்தைப் போன்ற இந்நிலை.

அகந்தை ஆகாயத்தில் உள்ள கருப்பு மேகங்களைப் போன்றது. அஸ்மிதம் (amness) என்பது ஆகாயத்து வெள்ளை மேகங்களைப் போன்றது. ஆத்மா என்பது வெள்ளை மேகமும் இல்லாத வெறும் ஆகாயத்தைப் போன்றது.

''இறுதியில்
அது பெரிய கடலைப் போல இருக்கும்
அங்கு மகன் ஒளியும் தாயின் ஒளியும் ஒன்று
கலக்கும்.''

நாம் மீண்டும் நமது உற்பத்திஸ்தானத்திற்கு வரும்போது வட்டம் முழுமை அடைகிறது. உற்பத்திஸ்தானமே தாய் என்று சொல்லப்படு கிறது. நாம் மீண்டும் வீட்டுக்கு வந்து விட்டோம், நமது மூலத்தில் கலந்து

விட்டோம். கங்கை கங்கோத்ரியை அடைந்து விட்டது. இப்பொழுது நாம் இருக்கிறோம், ஆனால் வேறு பொருளில் பார்த்தால் நாம் இல்லை என்று சொல்வது பொருத்தம்.

இந்த நிலையை மொழியால் வெளிப்படுத்த முடியாது- ஏனெனில் முரண்பாடு நிறைந்தது இல்லை. இதைச் சுவைத்துத்தான் பார்க்கலாம். திலோபா மகாமுத்திரை என்று அழைப்பது இதைத்தான். எங்கு தொடங்கினோமோ, அங்கேயே மீண்டு வந்துவிட்டோம். (உதித்த இடத்தில் ஒடுங்கி இருத்தல் - ரமணர்). பயணம் முடிந்துவிட்டது, பயணித்தவனும் முடிந்துவிட்டான். பாதையும் முடிந்து விட்டது, முடிவும் வந்துவிட்டது.

இப்பொழுது எதுவும் இல்லை, ஆனால் எல்லாம் இருக்கிறது.

இந்த வேறுபாட்டை நினைவில் கொள்ளுங்கள். மேசை இருக்கிறது. (exsists), வீடு இருக்கிறது. கடவுள் இருக்கிறார் (is) exsistence வேறுபாட்டைப் புரிந்து கொள்ள வேண்டும். ஒரு வீடு இல்லாமல் போகலாம் (non - exsistence) மேசை இல்லாமல் போகலாம். ஆனால் கடவுள் அவ்வாறில்லை. எனவே, கடவுள் வாழ்கிறார் (exsits) என்று சொல்லக்கூடாது. அவர் வெறுமனே இருக்கிறார் (simply is) என்று கூற வேண்டும். அவர் இல்லாமல் போக முடியாது. அவருடையது தூய இருப்பு (Pure isness) இதுவே மகா முத்திரை.

வாழ்வது மறையும், தூய இருப்பு (is ness) மட்டுமே எஞ்சி நிற்கும்.

உடம்பு மறையும், மனம் மறையும். பாதை மறையும், முடிவும் மறையும். ஆனால் இருப்பின் தூய்மை மட்டும் வெற்றுக் கண்ணாடியைப் போன்று, வெறும் ஆகாயம் போன்று, வெறும் இருப்பாக எப்பொழுதும இருக்கும்.

இதைத்தான் மகாமுத்திரை என்கிறார் திலோபா. இதுவே உன்னத மானது, இறுதியானது, இதற்கு அப்பால் ஏதும் இல்லை. 'அப்பாலாகும் தன்மையே' (beyond-ness) இது.

நாம் இந்த மூன்று நிலைகளையும் தாண்டிச் செல்ல வேண்டும். முதலில் குழப்பம் - எல்லாமே நிலைகுலைந்து நிற்கும் நிலை. நாம் முழுவதும் பைத்தியமாகி நிற்கிறோம். அதைக் கவனித்து அதைத் தாண்டிச் செல்ல வேண்டும். பயப்பட வேண்டாம். இது நடக்காது போனால் புத்தரின் மௌனம் நமக்கு நிகழாது.

அந்த பயங்கர நிலை நிகழட்டும். அதன் மூலம் நம் இறந்தகாலம் முழுதும் தூய்மை செய்யப்படுகிறது. இறந்தகாலம் முழுதும் நெருப்பில் எரிக்கப்பட, நாம் தூய தங்கம் ஆகி விடுவோம். இது ஒரு அற்புத தூய்மையாக்கும் செயலாகும்.

முதல் நிலையைக் கண்டு பயந்து அதிலிருந்து ஓடிவிடலாம். எனவே, அதை அனுபவித்தே அடுத்த நிலைக்குச் செல்ல வேண்டும். அதில் ஓர் ஆபத்து இருக்கிறது. ஆனால் அது வேறுவிதமானது; அது ஆபத்தே அன்று. முதல் நிலையை விழிப்போடு கடக்க வேண்டும். அது கடந்துவிடும் என்ற உணர்வு தேவை. சிறிது நேரமும், நம்பிக்கையும் தேவை. இரண்டாவதன் ஆபத்து பற்றுக்கோடு. அது அழகாக இருத்தலால் அதையே பற்றி அங்கேயே நின்றுவிடலாம். உள் ஆறு அமைதியாக ஓடும்போது கரையைப் பற்றிக் கொள்ள விருப்பம் ஏற்படும். வேறு எங்கும் செல்ல வேண்டாம். இதிலேயே இருக்கலாம் என்று தோன்றும்.

முதல் நிலை கட்டாயம் நீங்கிவிடும் என்று சொல்ல ஒரு குரு தேவை. இரண்டாவது நிலையைப் பற்றி நிற்கக் கூடாது என்று சொல்லவும் ஒரு குரு தேவை. அதைப் பற்றி நின்றால் மகாமுத்திரை ஒரு நாளும் நிகழாது. பலர் இரண்டாவது நிலையைப் பற்றி நின்று, அதிலேயே தொங்குகிறார்கள். அதன் அழகில் ஈடுபட்டு அதன்மேல் உள்ள பற்றுதலே காரணம். அப்பொழுதும் கவனமாய் இருங்கள். அந்த நிலையையும் தாண்டிச் செல்ல வேண்டும். விழிப்பாக கவனிப்பு இருந்தால் மட்டுமே அதைச் சிக்கெனப் பிடித்து நிற்கமாட்டோம்.

முதல் நிலையில் தோன்றுவது பயம், இரண்டாவது நிலையில் தோன்றுவது பேராசை... இரண்டும் ஒரே நாணயத்தின் இரு பக்கங்கள். பயம் வரும்போது அதிலிருந்து தப்பிச் செல்ல நினைக்கிறோம். பேராசையில் அதையே பற்றி நிற்க வேண்டும் (clinging) என்ற

எண்ணம் ஏற்படுகிறது. பயத்தைக் கவனியுங்கள், பேராசையைக் கவனியுங்கள்; இயக்கம் தொடர்ந்து செல்ல அனுமதியுங்கள். அதை நிறுத்த முயலாதீர்கள். தேக்க நிலை ஏற்படும். பின் கங்கை ஓடாத நீர் ஆகித் தேங்கி நிற்கும் குட்டை ஆகிவிடும். சீக்கிரமே அது இறந்து போகும், அழுக்காகி உலர்ந்து போய், பெற்ற அனுபவம் இழக்கப் பெறும்.

சென்று கொண்டே இருங்கள். இயக்கம் நித்தியமாக இருத்தல் வேண்டும். இது முடிவில்லாத பயணம். மேலும் என்பது சாத்தியமே. அதை நிகழவிடுங்கள். ஆனால் எதிர்பார்க்காதீர்கள். நீங்களாகவே முன்னோக்கிச் செல்ல வேண்டாம், ஆனால், அது தானாகவே நடக்க விடுங்கள். கங்கை கடலில் கலப்பது என்ற மூன்றாவது ஆபத்து வரும் போது அதுவே கடைசியானது என்று அறியுங்கள். அப்பொழுது நீங்கள் உங்களை இழக்கிறீர்கள்.

இதுவே இறுதி மரணம் - அவ்வாறே தோன்றும். கலப்பதற்கு முன் கங்கை கூட நடுங்குகிறது. பின்னோக்கிப் பார்க்கிறது, இறந்த காலத்தைப் பற்றி நினைக்கிறது. சமவெளிகளில் தான் கழித்த அழகான நாட்களை நினைவு கூர்கிறது; இறுதியாகக் கடலில் கலக்கும் தருணத்தில் சற்றே யோசிக்கிறது. அதையும் கவனியுங்கள், தயங்கி நிற்க வேண்டாம்.

கடல் வரும்போது அனுமதியுங்கள். அதில் கலந்து உருகி மறையுங்கள்.

இறுதிப் படியில்தான் குருநாதரிடமிருந்து விடை பெற வேண்டும். கடலாகும்வரை அவர் உதவி தேவை.

குருவோடு நெருங்கிய உறவு கொள்வதை மனம் தவிர்க்கப் பார்க்கும். துறவுக்கு இதுவே தடை. குருவின் சன்னதியில் நுழையாமல் கற்க முடியாது. அவரது அகச்சந்நிதியில் கட்டாயம் நம்மை அவரிடம் ஒப்புவித்தல் வேண்டும்.

ஒப்புவிக்காத போது, நம் வெறும் கல்வி முழுமை அடையாது. அது ஒரு தடையாகக் கூட ஆகலாம். ஒப்புவித்தல் ஆழமாக நிகழும் போது பல அனுபவம் நிகழும். வெறும் விளிம்பில் நிற்பதால் விருந்தாளியாக மட்டுமே ஆகிறோம்.

முதல் சடோரி நிகழும்போது நமக்கு ஏற்படும் பைத்தியம் கவனிக்காது போகும்போது என்ன ஆகும்? குருவிடம் நம்மை ஒப்புவிக்கும் போது நமக்கு இழப்பு ஏதும் ஏற்படுவதில்லை. ஏனெனில், இழப்பதற்கு ஒன்றும் இல்லை. பயப்படவும் ஏதும் இல்லை. ஆனாலும், ஒப்புவித்தல் (commitment) இன்றியே நாம் கற்க விழைகிறோம். அது ஒரு காலும் நடக்காது, சாத்தியமும் இல்லை.

ஆகவே நீங்கள் உண்மையான சாதகர் என்றால், உங்களை ஒருவரிடம் (குரு) ஒப்படையுங்கள், அவர் உங்களை இதுவரை அறியாத ஒன்றிற்கு (unknown) அழைத்துச் செல்பவராய் இருக்க வேண்டும். அது இல்லாமல் தானே இதுவரைப் பலபிறவிகளாக அலைந்து திரிந்திருக்கிறோம். இனியும் அப்படித் திரியலாம். 'குருவிடம் ஒப்புவித்தல்' என்பதில்லாமல் உன்னத சாதனை என்பது சாத்தியம் இல்லை. தைரியமாக குதியுங்கள்!

அனுபவப்பட ஓர் அழைப்பு

ஓஷோ

பிறக்கவுமில்லை

இறக்கவுமில்லை

இந்த பூமிக்கு விஜயம் செய்த காலம்

11.12.1931 முதல் 19.1.1990

ஓஷோ ஒரு ஞானமடைந்த சித்தர்

தேடுபவர்களுக்கும் நண்பர்களுக்குமான தனது முப்பது வருடப் பேச்சில், ஓஷோ அவர்களது கேள்விகளுக்குப் பதிலளிக்கிறார். உலகின் மிகச்சிறந்த ஞானவான்கள் மற்றும் புனித நூல்களின் உபதேசங்களை விவரித்திருக்கிறார். அவருடைய பேச்சுக்கள் தொடர்ந்து புதிய பார்வைகளை எல்லாவற்றிற்கும் அளித்து வருகிறது. தெரியாத உபநிஷத்துக்களிலிருந்து தெரிந்த குருட்ஜிப் சொற்கள்வரை, அஷ்டவக்ராவிலிருந்து ஜரதுஸ்ட்ரா வரை, ஹசீட்ஸ், சூபீஸ், பவுல்ஸ், யோகா, தந்த்ரா, தாவோ மற்றும் கௌதம புத்தர் ஆகிய எல்லாவற்றையும் தனது அனுபவத்திலிருந்து ஆணித்தரமாகப் பேசுகிறார். கடைசியாக ஸென்னின் தனித்தன்மை வாய்ந்த ஞான அறிவை நம்மிடம் பாய்ச்சுவதில் முழுக் கவனமெடுத்துக் கொண்டார். அதற்கு அவர் கூறுகிற காரணம் என்னவென்றால், மனிதனின் உள்வாழ்க்கையை நோக்கும் ஆன்மிக அணுகுமுறையில் ஸென் ஒன்று மட்டுமே காலத்தின் சோதனைகளையெல்லாம் கடந்து நிற்பது மட்டுமின்றி இன்றைய மனிதகுலத்திற்கும் ஏற்புடையதாகத் திகழ்கிறது என்பதே. 'தியான்' என்ற சொல்லின் மருவிய வழக்கே ஜப்பான் மொழியின் 'ஸென்' என்பது. ஆங்கிலத்தில் இதை 'மெடிடேசன்' என்று மொழி பெயர்க்கலாம். ஆனால் முழுமையான மொழி பெயர்ப்பல்ல என்றே ஓஷோ கூறுகிறார். ஆகவே நீங்கள் தியானம் அல்லது ஸென் அல்லது வேறு எப்படி அழைத்தாலும் சரி– ஓஷோ சுட்டிக்காட்டுவது அதை அனுபவித்தலை.

ஓஷோ 1974இல் பூனேயில் தங்க ஆரம்பித்தார். அவருடைய பேச்சைக் கேட்கவும், அவருடைய இன்றைய மனிதனுக்கான தியான மடையும் வழிமுறைகளைப் பழகவும் சீடர்களும் நண்பர்களும் உலகெங்கிலும் இருந்து அவரைச் சூழ்ந்தனர்.

மேற்கத்திய குழு அணுகுமுறை, வகுப்புகள், பயிற்சிகள் போன்ற உள சிகிச்சைகளும் படிப்படியாக புகுத்தப்பட்டது. இது கிழக்கித்திய நாடுகளின் அணுகுமுறையையும் இணைக்கும் பாலமாக விளங்குகிறது. இப்போது 'ஓஷோ கம்யூன் இண்டர்நேஷனல்' உலகின் மிகப் பெரிய தியானம் மற்றும் ஆன்மிக வளர்ச்சிக் கேந்திரமாக உருவாகியுள்ளது. இது உள் உலகை அனுபவிக்கவும் ஆழ்ந்து செல்லவும் நூற்றுக் கணக்கான பல்வேறு முறைகளை வழங்குகிறது.

ஒவ்வொரு வருடமும் ஆயிரக்கணக்கில் சத்தியத்தை நாடுபவர்கள் உலகெங்கிலுமிருந்து; ஓஷோவின் புத்த மண்டலத்திற்கு கொண்டாடவும் தியானம் செய்யவும் வருகிறார்கள். கம்யூனில் அடர்ந்த பசுமை நிறைந்த தோட்டங்களும் குளங்களும், அருவிகளும், பெருமித அன்னங்களும் அழகிய மயில்களும், அழகான கட்டடங்களும், பிரமிடுகளும் உள்ளன. இப்படிப்பட்ட அமைதியும் இசைவும் உள்ள சூழல் உள்அமைதியைப் பெற ஆனந்தமான வழியைக் காட்டுகிறது.

புத்த மண்டலத்தில் பங்குபெறவும் மேற்கொண்டு
விரிவான விவரங்களுக்கும் தொடர்பு கொள்க:

ஓஷோ கம்யூன் இண்டர்நேஷனல்
17, கோரகன் பார்க், பூனே–411 001. மஹாராஷ்ட்ரா, இந்தியா.
போன் : 020–6128562 பேக்ஸ்: 020–612181
ஈ–மெயில்: visitor@osho.net வெப்–சைட் : www.osho.com

BOOKS BY OSHO
IN ENGLISH LANGUAGE EDITIONS

EARLY DISCOURSES AND WRITINGS
A Cup of Tea
Dimensions Beyond The Known
From Sex to Superconsciousness
The Great Challenge
Hidden Mysteries
I Am The Gate
Psychology of the Esoteric
Seeds of Wisdom

MEDITATION
And Now and Here (Vol 1 & 2)
In Search of the Miraculous (Vol 1 & 2)
Meditation: The Art of Ecstasy
Meditation: The First and Last Freedom
Vigyan Bhairav Tantra
(boxed 2 - volume set with 112 meditation cards)

BUDDHA AND BUDDHIST MASTERS
The Dhammapada: (Vol 1-12) The Way of the Buddha
The Diamond Sutra
The Discipline of Transcendence (Vol 1-4)
The Heart Sutra The Book of Wisdom
(combined edition of Vol 1 & 2)

BAUL MYSTICS
The Beloved (Vol 1 & 2)

KABIR
The Divine Melody
Ecstasy: The Forgotten Language
The Fish in the Sea is Not Thirsty
The Great Secret
The Guest
The Path of Love
The Revolution

JESUS AND CHRISTIAN MYSTICS
Come Follow to You (Vol 1-4)
I Say Unto You (Vol 1 & 2)
The Mustard Seed
Theologia Mystica

JEWISH MYSTICS
The Art of Dying
The True Sage

WESTERN MYSTICS
Guida Spirituale on the (Desiderata)
The Hidden Harmony
    The Fragments of Heraclitus

The Messiah (Vol 1 & 2)
    Commentaries on Khalil Gibran's
    The prophet
The New Alchemy: To Turn You On
    Commentaries on Mabel Collings'
    Light on the Path
Philosophia Perennis (Vol 1 & 2)
    The Golden Verses of Pythagoras
Zarathustra: A God That Can Dance
Zarathustra: The Laughing Prophet
    Commentaries on Nietzsche's
    Thus Spake Zarathustra

SUFISM
Just Like That
Journey to the Heart (same as Until You Die)
The Perfect Master (Vol 1 & 2)
The Secret
Sufis: The People of the Path (Vol 1 & 2)
Unio Mystica (Vol 1 & 2)
The Wisdom of the Sands (Vol 1 & 2)

TANTRA
Tantra: The Supreme Understanding
The Tantra Experience
The Royal Song of Saraha
    (same as Tantra Vision, Vol 1)
The Tantric Transformation
The Royal Song of Saraha
    (same as Tantra Vision, Vol 2)

THE UPANISHADS
Heartbeat of the Absolute
    (Ishavasya Upanishad)
I Am That Isa Upanishad
Philosophia Ultima (Mandukya Upanishad)
The Supreme Doctrine (Kenopanishad)
Finger Pointing to the Moon
    (Adhyatma Upanishad)
That Art Thou (Sarvasar Upanishad, Kaivalya Upanishad, Adhyatma Upanishad)
The Ultimate Alchemy (Atma Pooja Upanishad (Vol 1 & 2))
Vedanta: Seven Steps to Samadhi
    (Akshaya Upanishad)

TAO
The Empty Boat
The Secret of Secrets
Tao: The Golden Gate
Tao: The Pathless Path
Tao: The Three Treasures
When the Shoe Fits

YOGA
Yoga: The Alpha and the Omega (Vol 1-10)

ZEN AND ZEN MASTERS
Ah, This!
Ancient Music in the Pines
And the Flowers Showered
A Bird on the Wing
    (same as Roots and Wings)
Bodhidharma: The Greatest Zen Master

Communism and Zen Fire, Zen Wind
Dang Darlg Doko Dang
The First Principle
God is Dead: Now Zen is the Only Living Truth
The Grass Grows By Itself
The Great Zen Master Ta Hui
Hsin Hsin Ming: The Book of Nothing Discouses on the Faith-Mind of Sosan I Celebrate Myself: God is No Where,
Life is Now Here
Kyozan: A True Man of Zen
Nirvana: The Last Nightmare
No Mind: The Flowers of Eternity
No Water, No Moon
One Seed Makes the Whole Earth Green
Returning to the Source
The Search: Talks on the 10 Bulls of Zen
A Sudden Clash of Thunder
The Sun Rises in the Evening
Take it Easy (Vol 1) Poems of Ikkyu
Take it Easy (Vol 2) Poems of Ikkyu
This Very Body the Buddha Hakuin's Song of Meditation
Walking in Zen, Sitting in Zen
The White Lotus
Yakusan: Straight to the Point of Enlightenment
Zen: Manifesto: Freedom From Oneself

Zen: The Mystery and the Poetry of the Beyond
Zen: The Path of Paradox (Vol 1, 2 & 3)
Zen: The Special Transmission

ZEN BOXED SETS
The World of Zen (5 Volumes)
Live Zen
This. This. A Thousand Times This
Zen: The Diamond Thunderbolt
Zen: The Quantum Leap from Mind to No-Mind
Zen: The Solitary Bird, Cuckoo of the Forest
Zen: All the Colors Of The Rainbow (5 Vol.)
The Buddha: The Emptiness of the Heart
The Language of Existence
The Miracle
The Original Man
Turning In
Osho: On the Ancient Masters of Zen (7 Vol)
Dogen: The Zen Master
Hyakujo: The Everest of Zen - With Basho's haikus
Isan: No Footprints in the Blue Sky
Joshu: The Lion's Roar
Ma Tzu: The Empty Mirror
Nansen: The Point Of Departure
Rinzai: Master of the Irrational
*Each volume is also available individually.

RESPONSES TO QUESTIONS
Be Still and Know

Come, Come, Yet Again Come

The Goose is Out

The Great Pilgrimage: From Here to Here

The Invitation

My Way; The Way of the White Clouds:

Nowhere to Go But In

The Razo's Edge

Walk Without Feet, Fly Without Wings and Think Without Mind

The Wild Geese and the Water

Zen: Zest, Zip, Zap and Zing

TALKS IN AMERICA
From Bondage To Freedom

From Darkness to Light

From Death To Deathlessness

From the False to the Truth

From Unconsciousness to Consciousness

The Rajneesh Bible (Vol 2-4)

The Rajneesh Upanishad

THE WORLD TOUR
Beyond Enlightenment (Talks in Bombay)

Beyond Psychology (Talks in Uruguay)

Light on the Path (Talks in the Himalayas)

The Path of the Mystic (Talks in Uruguay)

Sermons in Stones (Talks in Bombay)

Socrates Poisoned Again After 25 Centuries (Talks in Greece)

The Sword and the Lotus (Talks in the Himalayas)

The Transmission of the lamp (Talks in Uruguay)

OSHO'S VISION FOR THE WORLD
The Golden Future

The Hidden Splendor

The New Dawn

The Rebel

The Rebellious Spirit

THE MANTRA SERIES
Hari Om Tat Sat

Om Mani Padme Hum

Om Shantih Shantih Shantih

Sat-Chit-Anand

Satyam-Shivam-Sundram

PERSONAL GLIMPSES
Books I Have Loved

Glimpses of a Golden Childhood

Notes of a Madman

BOOKS ABOUT OSHO

Bhagwan: The Buddha for the Future
by Juliet Forman, S.R.N. S.C.M.,R.M.N.

Bhagwan Shree Rajneesh: The Most Dangerous Man Since Jesus Chrish
by Sue Appleton, LLB., M.A.B.A.

Bhagwan: The Most Godless Yet the Most Godly Man
by Dr. George Meredith, M.D. M.B.B.S.M.R.C.P.

Bhagwan: One Man Against the Whole Ugly Past of Humanity
by Juliet Forman S.R.N. S.C.M.,R.M.N.

Bhagwan: Twelve Days That Shook the World
by Juliet Forman S.R.N. S.C.M.,R.M.N.

Was Bhagwan Shree Rajnessh Poisoned by Ronald Reagan's America?
by Sue Appleton. LLB , M.A.B.A.

Diamond Days With Osho
by Ma Prem Shunyo

GIFTS

Zobra the Buddha Cookbook

For any information about Osho Books & Audio / Video Tape please contact:

OSHO Media International

17 KOREGAON PARK, PUNE-411 001, MS INDIA
Phone: +91-20-66019999 Fax: +91-20-66019990
E-mail: distribution@osho.net Website: http://www.osho.com

ஓஷோ [ரஜனீஷ்] நூல்கள்

1581	அஷ்டவக்ர மகா கீதை (பாகம்-1)	350.00
1583	அஷ்டவக்ர மகா கீதை (பாகம்-2)	350.00
1400	ஜென் தத்துவச் சிந்தனை மேதை போதி தருமர்	500.00
1474	பாதை சரியாக இருந்தால்	300.00
1472	மாயங்களின் சங்கமம் (தொகுதி-1)	330.00
1473	மாயங்களின் சங்கமம் (தொகுதி-2)	330.00
1528	அன்பெனும் தோட்டத்திலே	250.00
1529	பூ மழை தூவி...	250.00
1531	தேடுவோம் தேடிப் பெறுவோம்	300.00
1530	இன்று புதிதாய் பிறந்தோம்	240.00
1532	கல்லும் கனியாகும்	250.00
1393	என் இளமைக்கால நினைவுகள்	600.00
1410	ஓம் சாந்தி சாந்தி சாந்தி	350.00
1911	எப்படி வாழ்வது என அறிந்துகொள்	110.00
1905	அந்நியோன்யம்	150.00
1841	தைரியம்	130.00
1842	புத்திசாலித்தனம்	200.00
1808	விடுதலை	150.00
1807	விழிப்புணர்வு	170.00
1434	வெற்றியின் அபாயம்	150.00
1392	புத்தர்களும் மூடர்களும்	175.00
1381	அறிவைத் தேடி	175.00
1394	இவ்வளவுதான் உலகம்	175.00
1435	உயர்நிலை காட்டும் தந்த்ரா	140.00
1403	மனதின் இயல்பும் அதைக் கடந்த நிலைகளும்	100.00
1436	யாகூசான்: ஞானத்திற்கு நேர்வழி	90.00
1414	பதஞ்சலி யோகம்-ஒரு விஞ்ஞான விளக்கம் (பாகம்-1)	175.00

1415	பதஞ்சலி யோகம்-ஒரு விஞ்ஞான விளக்கம் (பாகம்-2)	150.00
1416	பதஞ்சலி யோகம்-ஒரு விஞ்ஞான விளக்கம் (பாகம்-3)	200.00
1417	பதஞ்சலி யோகம்-ஒரு விஞ்ஞான விளக்கம் (பாகம்-4)	175.00
1418	பதஞ்சலி யோகம்-ஒரு விஞ்ஞான விளக்கம் (பாகம்-5)	125.00
1662	பதஞ்சலி யோகம்-ஒரு விஞ்ஞான விளக்கம் (பாகம்-6)	200.00
1663	பதஞ்சலி யோகம்-ஒரு விஞ்ஞான விளக்கம் (பாகம்-7)	175.00
1763	பதஞ்சலி யோகம்-ஒரு விஞ்ஞான விளக்கம் (பாகம்-8)	150.00
1780	பதஞ்சலி யோகம்-ஒரு விஞ்ஞான விளக்கம் (பாகம்-9)	200.00
1793	பதஞ்சலி யோகம்-ஒரு விஞ்ஞான விளக்கம் (பாகம்-10)	150.00
1437	ஸென் பரவெளியின் பரவசங்களும் பாடல்களும்	70.00
1422	தந்த்ரா - ஓர் உன்னத ஞானம்	110.00
1424	தந்த்ரா அனுபவம்	125.00
1431	வார்த்தைகளற்ற மனிதனின் வார்த்தைகள்	50.00
1411	ஓர் அற்புதப் புதையல்	90.00
1432	வாழ்வு, அன்பு, மகிழ்ச்சி	100.00
1402	கடவுள் உங்கள் உள்ளேதான் இருக்கிறார்	125.00
1425	தேடுதலை நிறுத்துங்கள் தேடுவது கிடைக்கும்	130.00
1426	தியானம் (MEDITATION) (60 தியான முறைகளும் விளக்கங்களும்)	220.00
1404	மதவாதிகளும் அரசியல்வாதிகளும்	90.00
1407	நான் ஒரு வெண்மேகம்	110.00
1421	புதிய குழந்தை	60.00
1409	நம்பிக்கை நட்சத்திரமாய்...	35.00
1860	ஒரு ஆன்மிக ரகசியம்	190.00
1420	பிரபஞ்ச ரகசியம் (ஸென் ஹைகூ)	70.00
1419	பெண் விடுதலை ஒரு புதிய தரிசனம்	60.00
1861	நான் போதிப்பது மதத்தன்மையைத்தான் மதத்தை அல்ல	100.00
1380	அறிந்தவைகளுக்கு அப்பால்	100.00

1438	ஸென்னுடன் நடந்து ஸென்னுடன் அமர்ந்து	200.00
1427	தியானம் என்பது என்ன?	60.00
1399	கால்கள் இன்றி நட, சிறகுகள் இன்றி பற, மனம் இன்றி நினை	200.00
1433	வாழும் கலை	100.00
1401	கடவுள் இறந்துவிட்டார் ஸென்னே வாழ்கிறது	175.00
1379	அன்பின் யாத்திரை	175.00
1397	இன்னொரு வாசல், இன்னொரு வாழ்க்கை (பாகம் 1)	100.00
1396	இன்னொரு வாசல், இன்னொரு வாழ்க்கை (பாகம்-2)	100.00
1801	இன்னொரு வாசல், இன்னொரு வாழ்க்கை (பாகம்-3)	150.00
1802	இன்னொரு வாசல், இன்னொரு வாழ்க்கை (பாகம்-4)	150.00
1690	தாவோ ஒரு தங்கக் கதவு	250.00
1779	மனிதனின் புத்தகம்	225.00
1791	ரகசியமாய் ஒரு ரகசியம் (பாகம்-1)	200.00
1987	ரகசியமாய் ஒரு ரகசியம் (பாகம்-2)	600.00
V100	பகவத் கீதை ஒரு தரிசனம் (பாகம்-3)	450.00
V101	பகவத் கீதை ஒரு தரிசனம் (பாகம்-4)	300.00
V102	பகவத் கீதை ஒரு தரிசனம் (பாகம்-5)	150.00
V103	பகவத் கீதை ஒரு தரிசனம் (பாகம்-6)	350.00
V104	பகவத் கீதை ஒரு தரிசனம் (பாகம்-7)	285.00
V105	பகவத் கீதை ஒரு தரிசனம் (பாகம்-8)	150.00
V106	பகவத் கீதை ஒரு தரிசனம் (பாகம்-9)	200.00
V107	பகவத் கீதை ஒரு தரிசனம் (பாகம்-10)	250.00
V108	பகவத் கீதை ஒரு தரிசனம் (பாகம்-11)	450.00
V109	பகவத் கீதை ஒரு தரிசனம் (பாகம்-12)	450.00
V110	பகவத் கீதை ஒரு தரிசனம் (பாகம்-13)	550.00
V111	பகவத் கீதை ஒரு தரிசனம் (பாகம்-14)	450.00
V112	பகவத் கீதை ஒரு தரிசனம் (பாகம்-15)	450.00
V113	பகவத் கீதை ஒரு தரிசனம் (பாகம்-16)	450.00

V404	பகவத் கீதை ஒரு தரிசனம் (பாகம்-17)	450.00
V405	பகவத் கீதை ஒரு தரிசனம் (பாகம்-18)	450.00
V114	பஜகோவிந்தம்	285.00
V115	காமத்திலிருந்து கடவுளுக்கு...	130.00
V116	உணர்வின்மையிலிருந்து மெய்யுணர்வுக்கு	120.00
V117	தியானமும் அன்பும்	75.00
V118	ஞானத்தின் பிறப்பிடம்	75.00
V119	தியானம் பரவசத்தின் கலை	180.00
V120	மிகவும் தவறாக கருதப்படும் மனிதர்	75.00
V121	நான் ஒரு வாசல்	150.00
V123	காலைப்பொழுதின் கடைசி நட்சத்திரம்	150.00